या आणि अशा
असंख्य पत्रांचं...

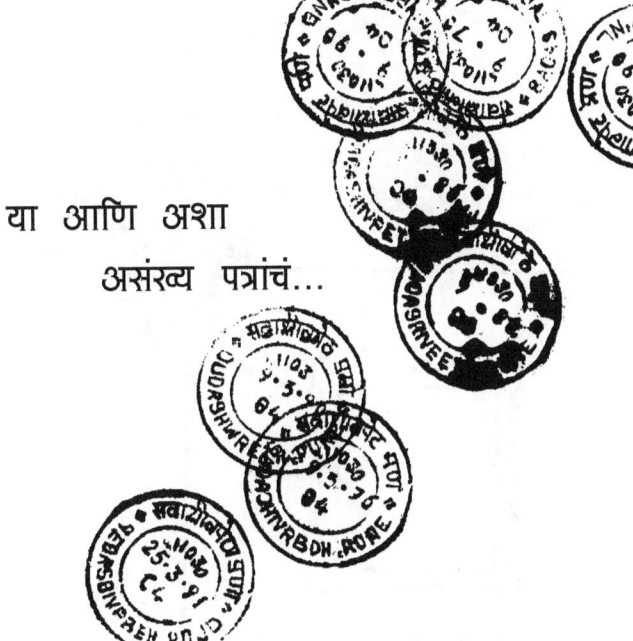

प्लेझर बॉक्स! व.पु.

भाग एक

PLEASURE BOX BHAG 1 by V. P. KALE

प्लेझर बॉक्स भाग- १ / ललित

वपु काळे

Email : authro@mehtapublishinghouse.com

© स्वाती चांदोरकर व सुहास काळे

मराठी पुस्तक प्रकाशनाचे हक्क मेहता पब्लिशिंग हाऊस, पुणे.

प्रकाशनकाल

मार्च, १९९१ / फेब्रुवारी, १९९७ / जानेवारी, २००० / फेब्रुवारी, २००४ /
सप्टेंबर, २००६ / जून, २००९ /
फेब्रुवारी, २०१२ / फेब्रुवारी, २०१४
पुनर्मुद्रण : ऑक्टोबर, २०१७

प्रकाशक

सुनील अनिल मेहता,
मेहता पब्लिशिंग हाऊस,
१९४१, सदाशिव पेठ,
पुणे – ३०.

मुखपृष्ठ
चंद्रमोहन कुलकर्णी

P Book ISBN 9788177667288
E Book ISBN 9789386454690

E Books available on :
play.google.com/store/books
www.amazon.in/b?node=15513892031

॥ श्री ॥ पुणे

प्रिय वपु,

तुमच्या घरून शरीरानं निघालो खरा पण मनानं मात्र ११ अपूर्वाई मधेच होतो. तुमच्या घरातल्या सर्व गोष्टी दिसायला लागल्या.

दारातच कमरेवर हात ठेवून स्वागत करणारी आमची मैत्रीण वसुंधरा आठवली. स्वातीच्या बालपणा पासून ते लग्ना पर्यंतचा प्रवास दाखवणारा फोटोंचा कलात्मक अल्बम - प्रत्येक फोटोत मला पु. भी. काळे या थोर कलावंताचा वारसा सांगणारे वपु आठवायला लागले - कथाकथनाच्या कॅसेटस्‌चा सुबक संग्रह आठवला.

तुमचा व्हायोलिनवर सहज फिरणारा हात, पेटीवर सफाईदारपणे फिरणारी बोटं - या सगळ्यात मधेच चहा आणून देणारी, रसिकाला जपणारी वसुंधरा डोळ्यासमोर आली - तिची फिरकी घेणारा सुहास! आणि त्याची बासरीवर फिरणारी बोटं, त्यानं पेटी वाजवून म्हटलेलं शिवरंजनीमधलं 'जाने कहाँ' हे सुद्धी स्मरणातून जात नाहीअेत!

असा सगळा संवाद तुमच्या बरोबर माझ्या मनात होतो आणि वाटतं '११ अपूर्वाई' या मखमली पेटीच्या प्रत्येक कप्प्यात काहीतरी मौल्यवान आहे.

मनात आलं या माणसाला किती गोष्टी येतात? हार्मोनियम येते, व्हायोलिन येतं, कविता येतात, फोटोग्राफी, कथाकथन, विनोद, नजर लागेल असं हस्ताक्षर आणि इतकं सगळं येतं तरी सुध्दा समोरच्याला आपल्यात सामावूनही घेता येत.

माझ्या सारख्या 'माठ' माणसाला हे सगळं अतर्क्य आणि अवघड वाटतं. इतक्या सगळ्या गोष्टी एका व्यक्तित? परमेश्वराला आमचा पत्ता माहीत नव्हता का? असो! खूप आनंद झाला पण या पैकी आपल्याला काहीच येत नाही या भावनेनं अस्वस्थ अन उदासही वाटायला लागलं.....

.... आणि एकदम साक्षात्कार झाला. वपु - मला काहीही येत नसलंना तरी तुमची आठवण मात्र दणकून येते बरंका!

अशाच आठवणी सांभाळून ठेवणारा

तुमचाच

प्रिय खरे,
एका जंगलात एक झरा. तो वाहता वाहता थांबला. का?
कंटाळला? की अुताराला लागला? --पण पाण्याच्या
बाबतीत अुताराला लागणं, हेच पाण्याचं यौवन.
झरा थांबला.
मग काठावरची हिरवळ म्हणाली, 'तू वाहत होतास
म्हणून आम्हाला जीवन मिळालं.'
झाडं म्हणाली, 'तू वाहत होतास, म्हणून संगीत
म्हणजे काय ते आम्हाला समजलं.'
पक्षी म्हणाले, 'तुझ्यामुळे माणसांच्या अगोदर
आम्हाला आरशाचा शोध लागला.'
आभाळ म्हणालं, 'तुझ्यामुळे आमचं पाणी नाले,
ओढे, जमीन, नदी, समुद्रापर्यंत जात होतं.'

झरा पुन: वाहू लागला.

'आपल्याला काही येत नाही', असं जंगलात
वाहणाऱ्या पाण्याला वाटलं, की त्याला म्हणतात
'झरे.'
आणि
माणसातल्या झऱ्यांना म्हणतात,
'खरे.'

माननीय बाबासाहेब पुरंदरे,
आणि सौ. निर्मलाताई,

निर्मलाताई, माझ्या घरी तुम्ही एकदा गंमतीने आणि तितक्याच आदराने म्हणाला होतात की, आमच्या घरात एका मजल्यावर सतरावं शतक चालू आहे आणि दुसऱ्या मजल्यावर विसावं शतक.

मी तुमचं बालवाडीचं अथक कार्य आणि त्या कार्यासाठी चाललेली जिवाची घालमेल प्रत्यक्ष पाहतो आहे. आज सुमारे दीडशे बालवाड्यांतून सुमारे पाच हजार मुलांवर तुम्ही ग्रामीण विभागात संस्कार करीत आहात. मानसशास्त्र विशारदांच्या तत्त्वाप्रमाणे वय वर्ष तीन ते सहा ह्या काळात होणारे संस्कार आयुष्याचा पाया पक्का करतात. कोण्या एका गावच्या पाटलांनी, त्यांच्या रांगड्या भाषेत सांगितलं होतं, 'ह्या बाईसाहेब इतिहास घडीवत्यात आनि ह्यांचं सायेब इतिहास सांगत्यात.'

जाहीर सभेत तुम्हाला मिळालेला हा यथार्थ सन्मान आहे.

बाबासाहेब,

ह्याच विसाव्या शतकातल्या मुलांना 'जाणता राजा' ह्या कार्यक्रमात तुम्ही सतराव्या शतकात तुमच्याबरोबर नेता. तुमच्या ह्या कार्यक्रमातला सर्वांत छोटा कलावंत पाच वर्षांचा आहे, तर सर्वांत वयस्कर कलावंत पंचाहत्तर वर्षांचा आहे. 'जाणता राजा' हा एक विस्मयकारक थरारक चमत्कार आहे. 'जाणता राजा'तल्या त्या दोनशे-अडीचशे कलावंतांनी आणि त्यासाठी तुम्ही जे 'सतीचं वाण' घेतलं आहे, तिथं मी नतमस्तक.

सतरावं शतक आणि विसावं शतक ज्या वास्तूने एकाच वेळी पेलून धरलेलं आहे, त्या वास्तूसमोर, वास्तुशास्त्रज्ञ ह्या नात्याने मी नम्र आहे. मी तर म्हणेन, सध्याच्या भ्रष्टाचाराने बरबटलेल्या परिस्थितीत, तीन शतकांची संस्कारांची पालखी तुम्ही उभयतांनी आपल्या खांद्यावर पेलली आहे. माझे पंधराशे कथाकथनाचे कार्यक्रम, तुमच्या ह्या कार्यावरून ओवाळून टाकावेत.

ह्या शतकातल्या 'जाणत्या राजा'ला आणि
'जाणत्या राणीसाहेबांना'ही हा प्लेझर बॉक्स अर्पण !

प्लेज़र बॉक्स! व.पु.

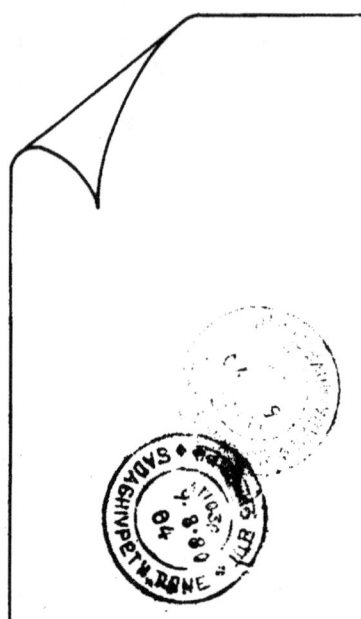

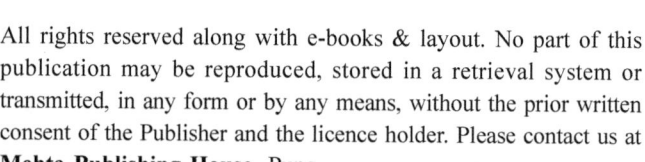

प्लेझर बॉक्स

हर्ष, हुंदके आणि हुंकार ह्यांचा हा नजराणा.
हा नजराणा असंख्य वाचकांनी केलेला.
रोज कुणाचं ना कुणाचं पत्र दारासमोर रांगोळी काढत येतं.
'तुम्ही आम्हाला ओळखत नाही, पण आम्ही तुम्हाला ओळखतो.'
ह्यासारख्या परिचयाच्या ठिपक्याठिपक्यांनी रांगोळी प्रकट होते.
रांगोळी काढणाऱ्याचे हात दिसत नाहीत.
आणि
कधीकधी नावही कळत नाही.
तसं झालं की आठवतो तो सांताक्लॉझ!
पत्रांची भेट पाठवणारे सांताक्लॉझ?
की त्यांची भेट माझ्या दारावरच्या प्लेझर बॉक्सपर्यंत पोहोचवणारा खाकी वेषातला पोस्टमन सांताक्लॉझ?
हे कोडं सुटत नाही. जाऊ दे! न सुटू दे.
संवादाचा पूल ऐलथडीला जोडणारी प्रत्येक कमान सारख्याच तोलामोलाची. सगळेच सांताक्लॉझ. पूर्वी दारासमोर वासुदेव नाचत यायचा. त्याच्या डोक्यावरचं प्रत्येक मोराचं पीस सारख्याच तोलामोलाचं वाटायचं. तसं हे! सांताक्लॉझची पावलं आता आपोआप ऐकू येतात. ती वेळ अचूक समजते. पण एखादाच दिवस असा उगवतो की त्या दिवशी ती चाहूल येत नाही. ऐन दुपारी येणारा रातराणीचा सुगंध त्या दिवशी येत नाही. तसं झालं तर मोजून दिलेल्या आयुष्यातला एक दिवस, आपलं लक्ष नसताना, कुणीतरी पळवल्यासारखा वाटतो.
पळवलेल्या अशाच काही दिवसांपैकी तो एक दिवस. मी त्यापायी बेचैन. ह्या बेचैनीवर फक्त माझ्या एकट्याचा हक्क. हा हक्क मी आवर्जून सिद्ध करण्याची गरज नाही. कारण तो हिरावून घेण्यासाठी कुणीही पुढे आलेलं नाही. कलावंताच्या अस्वस्थ मन:स्थितीबद्दल, आसपासची दुनिया त्याचा फार काळ विचार करीत नाही. कलावंताला फक्त निर्मितीच्याच वेदना

असतात आणि त्या त्यानेच निर्माण केलेल्या असतात असं आजूबाजूची माणसं झटपट ठरवतात. आपण अविचाराने आणि अकारण केलेल्या एखाद्या उर्मट, बेपर्वाई हातवाऱ्याने हळव्या मनाच्या माणसाचं विश्व उद्ध्वस्त होऊ शकतं ह्याची जाणीव इतरांना नसते आणि ती जाणीव आपण करून घ्यावी ह्याची त्यांना भूकही नसते.

जवळचीच माणसं असं का वागतात? कारण, त्यावाचून त्यांचं काहीही अडत नाही. त्यांच्या किमान गरजांना धक्का लागत नाही आणि ज्यांना नुसतं जगायचं आहे त्यांचं जगणं किमान गरजांवर भागतं. संवेदनाक्षम मन लाभलेल्या कलावंताला एकदा 'समजूत घालण्याच्या पलीकडच्या तीरावर' पोहोचवला की बाकी सगळे 'चांदण्यात चालू दे, मंद नाव नाविका' म्हणत नौकाविहाराला मोकळे.

म्हणूनच, कलावंताच्या मनातही वर्षातून महिन्याकाठी किंवा दिवसाकाठीही किती वेळा कोजागिरी सोडून जाते ह्याची अगदी जवळच्या माणसांना पण चाहूल नसते.

ह्या एकटेपणातून कलावंत किती वेळा जातो हे कुणालाही माहीत नसतं. हे मोजणारा एखादा कॉम्प्युटर असेल का?

जसजसे दिवस जातात तसतसा कलावंत वा विचारवंत एकटा पडत जातो. प्रत्येक विचारवंताच्या पूर्णत्वाच्या स्वतंत्र व्याख्या असतात. त्या पूर्णत्वाच्या दिशेने त्याचा सतत प्रवास चालू असतो. वैयक्तिक बौद्धिक कुवतीनुसार प्रत्येक कलावंत आणि विचारवंत वेगवेगळी उंची गाठत असतो. ह्या उंचीच्या प्रमाणातच एकटेपणाची भावना प्रत्येकाची वेगवेगळी राहणार. अर्थात असा जरी तरतमभाव असला तरी एकटेपणाची अवस्था अटळच. त्या सर्व कलावंतांचा आतल्या आत कोंडमारा होत राहतो. सामान्य पातळीवरचं मनोरंजन त्याची करमणूक करू शकत नाही.

निंदा-नालस्तीत त्याचं मन रमत नाही. एका कलावंताने त्याच्या दरबारात केलेली, दुसऱ्या कलावंताची हेटाळणी मग त्याला सहन करता येत नाही. 'सर्वे सुखिनः सन्तु'च्या त्याच्या अपेक्षा वाढत जातात. ह्या एकटेपणात त्याला सखा नाही. सखी तर नाहीच नाही. एखाद्या भाग्यवंताला तशी कुणी सखी भेटलीच तरी तिला तिच्या मर्यादा असतात. कुंपण असतं. समाजाने आणि कुटुंबसंस्थेने घातलेल्या काटेरी तारांच्या कुंपणातच तिला राहावं लागतं. तसंच एक कुंपण कलाकाराभोवती असतं. जो ते मानतो

त्याच्याभोवती. लोकप्रियता आणि प्रसिद्धी ह्या वारूवर स्वार झालं की प्रवास कदाचित सोपा होत असेल, पण मुक्कामाचं ठिकाण जे मनात असेल तिथवर जाता येईलच असं नाही. प्रसिद्धीच्या झोतात सापडलेल्या कलावंताला अनेक वैयक्तिक आनंदांना, मुक्त संचाराला मुकावं लागतं. अशा एकट्या पडलेल्या कलावंताचं दु:ख तर विसराच, पण त्याचा आनंदही पोरका असतो. म्हणूनच,

'कसं काय चाललंय?'

ह्या साध्या प्रश्नाला कलावंत 'एकदम झकास' असं उत्तर का देतो किंवा 'काही खरं नाही' असं का म्हणतो हे कुणाला कळत नाही. प्रश्न जरी ह्या जगातला असला तरी उत्तर कोणत्या विश्वातलं असेल?

प्रश्न विचारणाराही जास्त खोलात जात नाही. त्याचा त्रास होतो. लोकांना फक्त त्यांचं मनोरंजन करणाऱ्या कलाविष्काराशी कर्तव्य असतं. कलावंताचा बगिचा वात्सल्य, प्रेम ह्याच्या अभावापायी जळून गेला तरी लोकांना फक्त त्या बागेतली फुलं हवी असतात.

सुकलेल्या बागेकडे पाठ करून ते म्हणतात,

'Show must go on!'

दिवसभराच्या धकाधकीत ह्या स्वरूपाचे विचार फार छळत नाहीत. सूर्य मावळतीकडे कलू लागला की जिवाची घालमेल व्हायला लागते. आकाश रंगपंचमीत न्हाऊन निघालेलं असतं तरीही रंगांची आतषबाजी आणि उधळण करणारा तो महान चित्रकार आजच्या दिवसाचा निरोप घेतोय हा विचार डोक्यातून जात नाही.

वियोगाची दहशत एका क्षणात रंगपंचमीची धुळवड करते.

संध्याकाळच्या संधिप्रकाशातही जो टवटवीत राह्यला त्याने दिवस जिंकला.

अस्मादिकांचं काय?

दिवसाच्या कोणत्याही प्रहरी अस्मादिकांना संधिप्रकाशाची स्मृती छळते!

अशीच एक सगळं संपल्याची जाणीव करून देणारी संध्याकाळ!

अशा क्षणी काहीच करावंसं वाटत नाही.

वाचावंसं वाटत नाही.

हार्मोनियम वाजवावीशी वाटत नाही. घरात चांगल्या चांगल्या कॅसेट्स आहेत, पण कोणतंच गाणं भुलवीत नाही.

संपत आलेल्या जाणिवेच्या दु:खावर दवा नाही.

अशा वेळी प्रतीक्षा असते ती एखाद्या चांगल्या व्यक्तीची. कुणीतरी अचानक

यावं. आलेली मरगळ दूर करण्याचं सामर्थ्य फक्त चांगल्या मित्रात, रंगणाऱ्या संवादातच असतं.

कुणीतरी अचानक येईल का? माझ्या रित्या मनात मैफल सुरू करील का? मी वाट बघतो. कुणीही येत नाही. मी कुणाकडे तरी जाऊ शकेन का? मी दोन-तीन घरी फोन करतो. त्याही मन:स्थितीत, स्वत:ची अस्मिता टिकवायची म्हणून फोन सहज केल्याचा बहाणा करतो. ते सगळे फोन वाया जातात. स्वत:चं मन रिझवण्यासाठी एरवी जी मंडळी माझी वाट बघत असतात त्या सगळ्यांना नेमकी त्याच दिवशी सवड नसते. काही काही घरी त्याच दिवशी पार्टी असते. माझ्याच वर्तुळातले सगळेजण तिथे जमलेले असतात. भलत्याच वेळी फोन केला ह्याचा मग त्या मन:स्थितीत आणखी एक डंख.

थोडक्यात म्हणजे नैराश्याने मी जेव्हा खचून गेलेला असतो, त्या क्षणी एकालाही माझ्यासाठी सवड नसते.

हे पत्रिकेतले योग!

पण आजची संध्याकाळ त्याला अपवाद!

'सोबत'कार ग. वा. बेहेरे अचानक आले. गवा येतात तेव्हा ते एकटे येत नाहीत. गंमतीने सांगायचं तर येताना ते 'कार'ही आणतात आणि 'सोबत'ही. त्यांच्याबरोबर आज जयंतराव देवकुळे होते. गवा येतात तेव्हा कुठंतरी काहीतरी घोळ झालेला असतो. त्यांची बॅग शिवाजी पार्कला माधव मनोहरांकडे असते. हिंदू महासभेच्या कोणत्या तरी कामासाठी त्यांना सुधीर फडक्यांना गाठायचं असतं. प्रभाकर मोने माझ्या फोनवर गवांना गाठणार असतो. माझा फोन 'मेला' असल्याचं सांगून मी त्या 'घोळा'त भर घातलेली असते.

मुंबईत अतिवृष्टी होऊन किंवा 'कायम केबल फॉल्ट' असल्यामुळे जेव्हा दहा हजार फोन बंद पडतात तेव्हा त्यात माझा फोन असतोच. आणि जेव्हा एकमेव फोन बंद असतो तेव्हाही तो माझाच असतो. म्हणजे 'एकपात्री' प्रयोग असो किंवा 'उदयशंकरचा बॅले!'

आमचा फोन त्यात असतो.

गवा येतात. मी सरसरून तयार होतो.

माझा उत्साह पाहून गवा देवकुळ्यांना सांगतात, ''माझ्या दोन मित्रांचं बालपण अद्यापि संपलेलं नाही. एक मधु मंगेश कर्णिक आणि दुसरा हा!'' मी हसलो.

"का हसलास?"
मी म्हणालो,
"उनके आनेपर मुँहपर आती है रौनक,
वो समझती है मरीज का हाल ठीक है!"
माझ्या मन:स्थितीची गवांना कल्पना येते. वेगवेगळे विषय काढून ते अकरा झपूर्झाला हसायला लावतात. आवाज चढवून, प्रसंगी काही गोष्टी ठाम गृहीत धरून गवा मैफल जिंकतात. त्यांचे मुद्दे पटत नसतानाही आपण गप्प बसतो. कारण मैफलीची पण काही पथ्यं असतात. ती मित्रांसाठी सांभाळायची असतात. प्रतिस्पर्ध्याची भूमिका घेऊन मित्राच्या अहंकाराला तेव्हा चिडवायचं नसतं. त्याची हटवादी भूमिका तिथं गोंजारायची असते आणि आंजारण्या-गोंजारण्याची ही भाषा अवगत व्हायला फार बुद्धिमत्ता लागत नाही. लागते ती केवळ सहनशीलता.
आपला मित्र, हा माणसं जोडणारा मित्र आहे हे एकदा पटलेलं असलं की ही सहनशीलता आपोआप येते. नाहीतर एखादी मैफल उधळायला कितीसा अवधी वा अक्कल लागते?
हलक्या वृत्तीचा शाप लाभलेली माणसं, तिखट जिभेच्या आधाराने कोणतीही मैफल उधळतात. जवळच्या माणसांनाही जाणिवेने तोडण्याचा प्रयत्न करतात.
गवांच्या बाबतीत हा प्रश्नच उद्भवत नाही.
बोलण्याच्या ओघात 'वाचक-लेखक पत्रव्यवहार' हा विषय येतो.
गवा मला धोक्याचा कंदील दाखवतात.
ते म्हणाले,
"वसंतराव कानेटकरांची साठी झाली. तुझी पन्नाशी झाली. आता स्वत:ला जे लेखन करायचं आहे ते किंवा जसं जगायला हवं तसं तुम्ही आता जगायला हवं. पत्रांना उत्तरं पाठवायच्या आनंदात मशगूल राहाल तर त्यातच संपून जाल."
"एकदम पटतंय."
"तू आता काही काही गोष्टी ठरवायला हव्यास. त्यांपैकी मुख्य म्हणजे, मिडीऑकर माणसांच्या सहवासात आता जास्त वेळ घालवायचा नाही. कळत-नकळत आपणही तसेच होतो. जो माणूस तुला गाढव म्हणू शकतो, अशा माणसाजवळ राहायचं, कळलं?"
"म्हणून तर मी सतत बायकोजवळ असतो."

गवा निघून गेले. त्यांना पहिले घोळ निस्तरायचे होते आणि नवे निर्माण करायचे होते. जाण्यापूर्वी त्यांनी पुन्हा काही विचारांना चालना दिली होती, एवढं नक्की!

आपली पन्नाशी झाली.
मुळातच हे आयुष्य आपणाला कुणीतरी मोजून दिलेलं आहे.
त्याचे आपण आणखीन किती वाटे करायचे ते खरंच ठरवायला हवं. हे ठरवता-ठरवता निम्मं आयुष्य संपलं.
निम्मं आयुष्य म्हणायचं, ते तरी कशाच्या आधारावर?
शंभरी गाठणार या भरवशावर?
मी शंभरी गाठणार?
What about blood pressure?
हा राक्षस मला इतकं जगून देईल का?
मला स्वत:ला तरी एवढं आयुष्य हवंय का?
माणूस का जगतो?
जगण्यासाठी प्रयोजन मिळालं की माणूस जगतो. तो प्रयोजन शोधत असतो. बायको, प्रेयसी, मुलंबाळं, नोकरी, पत, प्रतिष्ठा, पैसा, वाहन, कीर्ती, मानसन्मान...
जितके डबे जोडता येतील तितके जोडायचे. व्याप वाढत गेला की बँकर्स शोधायचे. घाट संपला की गरजेपुरते जोडलेले बँकर्स सोडून द्यायचे. त्याच पळापळीत, गरज संपली आणि हौस भागली की आपल्यालाही तोडणारे भोवती असतात. पुन्हा एकाकीपण सुरू.
अशा एकटेपणात ज्या माणसांकडे त्यांचं जगण्याचं प्रयोजन स्वत:च्या हातात नसतं, त्या माणसांच्या 'ने रे पांडुरंगा'च्या आरोळ्या सुरू होतात. तुमची उपयुक्तता संपली की समाजाचं आणि तुमचं नातं संपलं.
अशा वेळी गराड्यात असूनही जो विजनवास कपाळी येतो त्या काळासाठी जोडायचा असतो एक साथीदार. आपल्याशी संवाद करायचा कंटाळा न आलेला एखादा सखा. हिंमत असेल तर सखी. अशी एखादी व्यक्ती, परतीच्या प्रवासात भेटली तर एक नवी सहल सुरू होते.
'अंत' आणि 'एकांत' ह्यांपैकी माणूस एकांतालाच जास्त घाबरतो.
शब्द जोडण्याचा आटापिटा तेवढ्याचसाठी. आत्तापर्यंतच्या आयुष्यात एकांतवासाच्या भीतीने मी अनेक मरणं पाह्यली आणि त्याच्यावर मात करण्यासाठी अनेक माणसं जोडली. महापालिकेची सत्तावीस वर्षं नोकरी

केली ती मैफल समजूनच. लेखन, कथाकथन, दौरे, सहली, नाटक-चित्रपटातली लुडबूड, भावसरगम, स्वरयामिनी ह्या संगीत कार्यक्रमांचं निवेदन, ही सगळी उरस्फोड माणसांसाठीच.
सगळ्या चांगल्या चांगल्या माणसांची एकमेकांत ओळख व्हावी आणि सगळीकडे संवादाचा एक प्रचंड वाद्यमेळ निनादत राहावा ह्यासाठी खूप आयुष्य उधळलं. अनेक वाद्यवृंद माझ्यासभोवती निर्माण झाले. अनेक वाद्यवृंदांनी मला नेमकेपणाने वगळलंही. वाद्यवृंदांपेक्षा स्वर महत्त्वाचा. संगीतापेक्षा मी जिथं वादकांवर जास्त भाळलो, तिथं सुरांपेक्षा असुरांचे फटके जास्त खाल्ले. त्या फटक्यांनी माझ्या मनाच्या अनेक बासऱ्या पिंजून गेल्या पण मैफलीचा सूर अबाधित राह्यला.

जित्याची खोड मेल्याशिवाय जात नाही. स्वरांची जखम झालेल्या माणसाची मैफलींची खोडही मेल्याशिवाय कशी जायची? पण आता वाद्यवृंदात मन रमत नाही.
आता एखाद्या आर्त सुराची हाक पुरेशी वाटते. त्या उत्कट स्वराची प्रतीक्षा करण्यात खूप वेळ चांगला जातो. तो सूर कसा असेल ह्याचं रूप स्पष्ट नाही. तो कोणत्या दिशेने येईल? कोणत्या वेळेला? मुलतानी, मारवा, पूरिया, जयजयवंती, मालकंस ह्यांपैकी कोणत्या रागाचं आणि वेळेचं बोट धरून येईल? तो स्वर मला पेलेल का? षड्ज-पंचमातून गंधाराचा साक्षात्कार होईल का?
उत्तर मिळणं अशक्य आहे. मग तोपर्यंत काय करायचं? हेच करायचं. मैफलींचा शोध घेत फिरत राहायचं. कधी मोड तर कधी जोगिया.
कारण ही जित्याची खोड. ह्या जित्याला दुसऱ्या जित्याचीच खोड आहे. हा जीव म्हणूनच वाचनात फार रमला नाही. कोणताही अभ्यास वा व्यासंग ह्या जीवाला साधला नाही. आजूबाजूची चालती-बोलती माणसं हीच ह्या जीवाची लायब्ररी आणि लॅबॉरेटरी, म्हणूनच माणसांच्या ह्या प्रयोगशाळेत हा जीव जितका रमतो तितका अन्यत्र कुठेही रमत नाही.
महापालिकेतही हा जीव सत्तावीस वर्षं रमला ते उगीच नाही. इतकी प्रचंड आणि वैविध्याने नटलेली प्रयोगशाळा जगाच्या पाठीवर अन्यत्र मिळणं मुश्कील. इथं शेवटपर्यंत काम करण्याची इच्छा होती. पण एक पाण्याची म्हणून वाटलेली बाटली चक्क ॲसिडची निघाली. पोळलेल्या मनावर जी माणसं फुंकर घालतील असं वाटलं होतं त्यांनी फुत्कार सोडले.

मैफलीचा निरोप घ्यावा लागला.
भैरवीपूर्वीच.

पण ह्याच मैफलीने वादी, संवादी, विसंवादी, सुसंवादी स्वरांचा वर्षाव केला. तेच स्वर दशदिशांना शिंपडण्याचं भाग्य नियतीने दिलं. साहित्यशारदेच्या पालखीचं भोईपद मिळालं. व्यथांना पण कलाकृतीचा साज चढवता येतो ह्याचा साक्षात्कार झाल्यावर महापालिकेची 'मैफल' झाली. एकशेचाळीस वादकांचा भलामोठा वाद्यवृंद आणि त्याच्या तालावर नाचणारे इतर.
पालखीचे दांडे मग कधी टोचले नाहीत. शंकर वैद्यांच्या कवितेप्रमाणे मी मग पालखीत कोण आहे हेही डोकावून पाह्यलं नाही. आणि नंतरच्या वाटचालीत तर, वारकऱ्यांना गोळा करायला निमित्त म्हणूनच पालखीचा भोई राह्यलो. वारकऱ्यांनी माझ्या मैफलीत दिंडीचा वाद्यवृंद आणून बसवला त्यात वयाची पन्नास वर्षं चिंब झाली.
शब्दांना जीव लावणाऱ्या माझ्यासारख्या छोट्या लेखकाला शब्दांनी कधीच वाळीत टाकलं नाही. फारशी पात्रता नसताना, लिखाणात मर्यादा असतानाही वाचकांनी दुथडी भरून प्रेम दिलं. त्यापैकी काही वाचक प्रत्यक्ष भेटले. बाकीचे सांताक्लॉझप्रमाणे रांगोळी घालत आले.
अनेकांच्या पत्रांना मी उत्तरं पाठवली.
आजही पाठवतो. का?
ह्यामागे काही भूमिका आहे का?
एखादं शल्य?
एकोणीसशे सत्तर साल डोळ्यांसमोर आलं.
'ही वाट एकटीची' कादंबरीचा प्रकाशनसमारंभ. मी ही कादंबरी श्रीमती लता मंगेशकरांना अर्पण केली होती. पुस्तकाचा प्रकाशन समारंभ ठरला. अस्मादिकांच्या आयुष्यातला हा पहिला समारंभ. लताबाईंना मी पत्र पाठवलं. संगीताच्या दरबारात लतादिदी म्हणजे साक्षात् सरस्वतीचा अवतार. त्यांची पूजा स्वरांची. आपली शब्दांची. कादंबरी अर्पण करण्यामागे तीच भावना होती. मंगेशकर कुटुंबियांना मी अपरिचित नव्हतो. श्री. हृदयनाथ मंगेशकरांबरोबर साठ-सत्तर भावसरगमचे कार्यक्रमही त्या काळात केलेले. पण पत्राला प्रतिसाद नाही. पोच नाही. उपेक्षेचं हे शल्य खूप वर्षं ठसठसत होतं. वाचकांच्या पत्रांची दखल तेव्हापासून जास्त काटेकोरपणाने मी घेऊ लागलो. त्यापूर्वीही माझी अनेकांना पत्रं गेली होती. पण ह्या प्रसंगानंतर उपेक्षेचं हे दुःख, शक्यतो कुणालाही सहन करायला लावायचं नाही हे

मी ठरवलं.
अर्थात् असं ठरवूनही मी प्रत्येक वाचकाची इच्छापूर्ती केली आहे असा दावा नाही. शारीरिक, मानसिक, कौटुंबिक अशा अनेक अडचणी असतात. दमून जाणं, कंटाळा येणं, कधीकधी सगळंच व्यर्थ वाटणं. अशा अनेक अवस्थांपायी पुष्कळ पत्रं राह्यलेली पण आहेत. पण तरीही, त्यांचं प्रमाण कमीच.

आता अलीकडे आणखीन एका प्रसंगाचं दडपण असतं. कथाकथनाच्या निमित्ताने मी गावोगावी भटकतो. पत्र पाठवणारे वाचक प्रत्यक्ष गाठतात. 'मी तुम्हाला पाच-सहा पानी पत्र पाठवलं होतं. मी अमुक अमुक.' असं कुणी म्हटलं की धास्तावून मीच त्यांना विचारतो, 'उत्तर पाठवलं होतं ना?' त्यांच्याकडून 'होकार' येईतो चैन पडत नाही.
अनेक वाचकांनी एखादं पुस्तक वाचून होताच रात्री दोन-अडीच वाजताही पत्रं लिहिलेली आहेत. माणूस माणसाकडे काय मागतो?
चार शब्द.
त्यालाही तो महाग व्हावा?
लेखणीच्या जोरावर दुसऱ्या माणसाच्या भावनांना उधाण आणायचं. विचारांना चालना द्यायची आणि लिहिण्याचा हेतू सफल झाल्याचं कुणी आनंदाने सांगत आलं तर त्याची दखल घ्यायची नाही? ह्यासारखे विचार छळतात आणि दोन ओळी का होईना, लिहिल्या जातात.
आणि तरीही, गवांनी मला जेव्हा धोक्याचा कंदील दाखवला तेव्हापासून मी तोही विचार करायला लागलो, 'संपलं किती?' आणि 'उरलं असेल तर ते किती?'–ह्याचा तीन-चार दिवस मी विचार करीत होतो. विचार करता-करता मी स्वत:शीच हसलो. कोणताही खर्च करीत असताना आपल्याकडे एकूण जमा किती हा आकडा समजल्यावरच आपण खर्च कसा आणि किती करायचा हे ठरवतो. साध्या सिगारेटपासून हा हिशोब स्मोकिंग करणाऱ्यांचा चालतो. 'पाकिटात तीनच सिगारेट्स उरल्या. पुणं येईपर्यंत आता ह्या पुरवायच्या.'–अशी विधानं मी प्रवासात ऐकतो. आणि ह्याउलट, अत्यंत महागडी, न परवडणारी, खऱ्या अर्थाने ज्याची हानी भरून येत नाही अशी गोष्ट किती उरली आहे ह्याचा हिशोब नसताना आपण जी वारेमाप उधळतो ती गोष्ट म्हणजे आयुष्य. 'मन रमवणं' ह्या नावाखाली गप्पागोष्टी, दिवसचे दिवस पत्ते खेळणं, पार्ट्या, सिनेमेच सिनेमे बघत सुटणं, निंदानालस्ती, गॉसिपिंग, शॉपिंग, बुद्धीला चालना न देणारी नटनट्यांच्या भानगडींची

साप्ताहिकं वाचणं आणि ह्यांपैकी काहीही नसेल तर दिवसच्या दिवस लोळून काढणारे बहाद्दर मी पाह्यले आहेत.
आतापर्यंत मी माझं जे आयुष्य घालवलं ते कदाचित आणखी चांगलं घालवू शकलो असतो ह्याची जरी खंत असली, तरी ते मी वर सांगितल्याप्रमाणे घालवलं नाही ह्याचं नक्की समाधान आहे.

काय काय केलं ह्याची गंमत म्हणून आकडेवारीच देता येईल. सट्टा न खेळणाऱ्या माणसांनाही 'आकड्यांत' दिलेलं निवेदन आवडतं.
एकोणीसशे साठ सालापासून एकोणीसशे ब्याऐंशीपर्यंत माझी छत्तीस पुस्तकं प्रकाशित झाली. चार हजार सहाशे सव्वीस छापील पानं. ह्यासाठी सुमारे बारा हजारांवर हस्तलिखिताची पानं मजकूर लिहावा लागला.
गेल्या बावीस वर्षांत कथाकथनासाठी एक लाख सदतीस हजार किलोमीटर्स प्रवास केला. ह्या हिशोबात लंडन, अमेरिकेचा दौरा धरलेला नाही.
कथाकथनाचे अकराशेच्यावर कार्यक्रम झाले. प्रत्येक कार्यक्रमात सुमारे पाच छोट्या किंवा चार दीर्घ कथा सांगितल्या जातात. ह्याचा अर्थ आजवर साडेपाच हजारच्या आसपास कथा मी श्रोत्यांना ऐकवल्या. अडीच ते तीन तासांच्या एकपात्री कार्यक्रमात किती बोलावं लागतं ह्याचा अंदाजच सांगायचा झाला तर सुमारे अठरा हजार सहाशे शब्द प्रत्येक कार्यक्रमात बोलले जातात. ह्याचा अर्थ अकराशे कार्यक्रमांतून मी आजपर्यंत दोन कोटी, चार लाख, साठ हजार शब्द बोललो. भावसरगम आणि स्वरयामिनी ह्या संगीत कार्यक्रमांसाठी शंभराच्यावर प्रयोगांत निवेदनाचं काम केलं. आकाशवाणी व टीव्हीसाठी सव्वाशे कार्यक्रम. त्याशिवाय केवळ हौसेपोटी मित्रांची घरं सजवण्याची पन्नास-साठ कामं केली. 'इंटीरिअर डेकोरेशन' असा भपकेबाज शब्द वापरायचा, पण तशा ह्या लष्कराच्या भाकऱ्या. महापालिकेची सत्तावीस वर्षं नोकरी झाली. ह्या कालावधीत आर्किटेक्ट म्हणून डिझाइन केलेल्या सुमारे वीस-बावीस इमारती मुंबईत उभ्या आहेत. त्यात कूपर हॉस्पिटल, गोवंडी हॉस्पिटल, मंगेशकर नाट्यगृहासारख्या महत्त्वाच्या वास्तू आहेत.
इतका हिशोब करूनही एक मोठा आयटेम राह्यल्यासारखा वाटत होता.
पुष्कळ दिवस हिशोब न लागणारी मोठी रक्कम कोणती ते सापडत नव्हतं.
आणि एके दिवशी रवी हुदलीकरने जेव्हा विचारलं,
"वाचकांची तुला आजवर किती पत्रं आली असतील?"
तेव्हा उत्तर न देता मी म्हणालो,
"युरेका, युरेका."

“काय झालं?”
“हिशोब लागला.”
“कसला?”
“वेळेचा.”
त्यानंतर मी रवीला सगळाच हिशोब गंमत म्हणून सांगितला. गेल्या बावीस वर्षांत वाचकांच्यात आणि माझ्यात सुमारे साडेसाठ हजार पत्रांची देवाणघेवाण झालेली ऐकून तो थक्क झाला. डोक्यात गेले काही दिवस हिशोबच चालला असल्यामुळे मी रवीला म्हणालो,
“वाचकांच्या पाच हजार पत्रांपैकी मी किमान तीन-साडेतीन हजार पत्रांना उत्तरं पाठवली आहेत. ह्याचा अर्थ रवी, वाचकांनी आणि मी पत्रलेखनात आत्तापर्यंत दोन हजार एकशेपंचवीस तास घालवले आहेत.”
“आज तुला हा विचार करताना काय वाटतं?”
“मी त्या मानानं अत्यंत मामुली लेखक आहे. तरीसुद्धा वाचकांनी हा एवढा माझ्याशी संवाद केला. मग सगळ्या जगात, वेगवेगळ्या भाषेत, नट, गायक, अन्य कलावंत ह्या सर्वांच्यात केवढ्या प्रचंड प्रमाणावर संवादाची देवाणघेवाण होत असेल? माणूस माणसाशी बोलू इच्छितो ही सिच्युएशन फार लोभसवाणी आहे.”
“तुझ्याकडे असलेल्या पत्रांचं तू काय करणार?”
“काय करू?”
“प्रसिद्ध कर. हा आनंद इतरांना वाटून टाक. आतापर्यंत तुझ्या गोष्टींमुळे एका लेखकानं समाजाकडे कसं पाह्यलं हे समजलं. ही सगळी पत्रं एका लेखकाला समाजानं कसं पाह्यलं हे सांगणारी आहेत.”
“सगळी पत्रं छापता येण्यासारखी नाहीत.”
“मान्य आहे. त्यातली काही फार वैयक्तिक असतील, काही अत्यंत सामान्य असतील, पण त्यावरून तुला एखाद्या क्षणी फार वेगळं काहीतरी सुचलं असेल.”
मी पटकन् म्हणालो,
“आहे, आहे! नुकतंच एक पत्र आलंय. अनोळखी वाचकाचं आहे. पण मजेदार आहे.”
मी रवीसमोर एक पत्र ठेवलं.
प्रिय वपु,
नुकतेच, नरखेड नामक (कु) ग्रामातील एका साध्या पण टवटवीत किशोरीने, आपल्या पालकांमार्फत माझी दुःखे तिच्या अकाऊंटला ट्रान्स्फर

करून, तिची सुखे माझ्या A/C ला Credit करण्याचे Irrevocable undertaking स्वीकारल्याचे मला कळवल्याने त्या सुबक ठेंगणीचा माझ्यातला हा Interest असाच कायम राहावा, ह्या हेतूने प्रसंगी, माझी नोकरी आणि तिचे घरकाम ही दोन्ही Departments नीट सांभाळण्याचे आश्वासन तिला देण्याचे ठरवनू मी, विवाहाच्या Opening Entry ने गृहस्थाश्रमाच्या General Ledger मध्ये माझ्या आणि तिच्या सौख्याचे Saving A/C, प्रेमाचे Current A/C, विश्वासाचे Fixed Deposit A/C, स्नेहाचे Clearing A/C, प्रतिष्ठेचे Perpetual A/C, अपत्याचे Loan A/C, (नाइलाज आहे) आणि इतकेच नव्हे तर, अजाणतेपणी उद्भवणारी चहाच्या पेल्यातली वादळे शमविण्यासाठी परस्पर सामंजस्याचे Adjustment A/C, उघडण्याचे ठरवले आहे. माझ्या वैवाहिक जीवनाचा Trial Balance सदैव Tally राहावा असा आशीर्वाद तुळजापुरी येऊन द्यावा.

– प्रमोद.

रवी, ह्या व्यक्तीशी काहीही परिचय नसताना मी लगेच उत्तर पाठवलं.

प्रिय प्रमोद,
तुमचं बँकेचं Ledger Book मिळालं. बँकेत किती खाती असतात ते प्रथम समजलं. माझ्या कौटुंबिक बँकेत फक्त दोनच खाती आहेत. मी जमा करीत राहतो. कुटुंब खर्च करीत राहतं. घडू नये, पण तुम्हाला तोच अनुभव येणार. Saving, Current, Perpetual सब बकवास है!
कालांतराने टोमणा मारण्याचा Saving A/C, भांडणाचा Current A/C, ब्रह्मचर्यातील सुखद स्मृतींचा Fixed Deposit A/C, नवऱ्याच्या मैत्रिणींचा, नातेवाईकांचा Clearing A/C, एकमेकांच्या नावाने खडे फोडण्याचा Perpetual A/C, दिलेला शब्द पाळण्याचा Loan A/C, आणि शब्दाने शब्द वाढायला नको म्हणून मौन पाळण्याचा Adjustment A/C, हा तुमचा-आमचा संसार. तरीही मागं सरकायचं नाही. आणि एकच करायची ती गोष्ट अशी की तुमच्या नव्याने सुरू होणाऱ्या ह्या Branch मध्ये इकडचं तिकडे करणाऱ्या कोणत्याही युनियनला जागा द्यायची नाही. Go Ahead!

तुमचा,
वपु.

Pleasure Box ची कल्पना मनात घुसवून रवी घरी गेला.
पत्रांनी भरलेल्या ड्रॉवर्ससमोर मी बसलो. आणि पहिला विचार जो मनात आला तो हा, की मुळातच हा शब्दांचा प्रपंच निर्माण कसा झाला? मीच केला का?
फक्त मॅट्रिकपर्यंतचं आपलं शिक्षण. शाळेत, परीक्षेत चमकणं वगैरेच्या नावाने बोंब. डोळ्यांसमोर काजवे चमकलेले कुणाला दिसले नाहीत, हे नशीब!
मग विचारांचं धन पुरवणारी अलिबाबाची गुहा आपल्याला कशी सापडली? मी स्वत:ला कधीच 'ग्रेट' मानलं नाही. आजही समजत नाही. त्याचप्रमाणे आज मी स्वत:ला खूप सामान्य पण समजत नाही. तरीही गणितात कच्चा असताना मला हा यशाचा पाढा, थोडा का होईना, कसा पाठ झाला हे कोडं सुटलेलं नाही. एकोणीसशे छपन्न सालापासून माझं लेखन नियमितपणे सुरू झालं.
सत्तावन्न, अठ्ठावन्नच्या सुमारास श्री. विजय तेंडुलकरांचा परिचय झाला. एकूणसाठमध्ये 'हंस'चे अनंतराव अंतरकर प्रथम भेटले. 'हंस', 'मोहिनी'तल्या गोष्टींनी खरी प्रसिद्धी मिळाली.
१ नोव्हेंबर १९६० ह्या दिवशी पहिला कथासंग्रह प्रकाशित झाला. बासष्टमध्ये आणखी दोन संग्रह बाजारात आले. तरीही पायाखालची वाट स्पष्ट नव्हती. अशाच एका मन:स्थितीत विजय तेंडुलकरांचा 'द्वंद्व' कथासंग्रह वाचनात आला. त्या दिवशी जबरदस्त नैराश्य आलं. स्वत:च्या लेखनावरचा विश्वास उडाला. आपण कधीही लेखक होऊ शकणार नाही, असं वाटत राह्यलं. अगदी ह्याच स्वरूपाचे झटके गंगाधर गाडगीळ ह्यांची 'ज्योक' आणि अरविंद गोखले ह्यांची 'विघ्नहर्ती' ह्या कथा वाचल्यावर, दळवींचं 'बॅरिस्टर', कानेटकरांचं 'हिमालयाची सावली', दुर्गाबाई भागवतांचं 'व्यासपर्व', पुलंचा 'नंदा प्रधान', श्री. ना. पेंडसे ह्यांचं 'रथचक्र' आणि सरदेशमुखांचं 'बखर एका राजाची' वाचून आले. पण आज, मी हे झटके येऊनही, कितीही नाकारलं तरी स्वत:चा लौकिक, कीर्ती थोडीफार मला सावरते.
आजही ज्याला प्रतिभा, प्रतिभा म्हणतात ती प्रतिभावंत मंडळी माझ्या हिशोबी वेगळी आहेत. त्यात मी नाही. पण हे आज मान्य करताना मनावर कुठंही ओरखडा येत नाही. बासष्टमध्ये मात्र मी रक्तबंबाळच झालो होतो. त्याच मन:स्थितीत तेंडुलकरांच्या घरी गेलो. ते भेटले नाहीत. मग त्यांना पत्र पाठवलं. इतक्या वर्षांनीही त्या पत्रातले विचार ताजे वाटतात. कोणत्याही नवोदित लेखकाला तेंडुलकरांचे विचार आजही मार्गदर्शक ठरतील.

तेंडुलकर लिहितात–

२६, ऑगस्ट ६४

प्रिय वसंतराव,

सप्रेम नमस्कार,

तुम्ही स्वत: येऊन गेलात पण मी नव्हतो. तुमचे पत्र मिळाले. ताबडतोब उत्तर लिहीत आहे. तुम्ही पत्रात काढला आहे हाच सूर शं. ना. नवऱ्यांनी मध्ये मी डोंबिवलीस त्यांच्या घरी गेलो असताना काढला होता. तेव्हा मी स्वत: गोंधळूनही गेलो होतो आणि कळवळलोही होतो. (माझे क्वचित असे होते.) तेव्हा पोटतिडिकीने मी त्यांना म्हटले होते (आता तसे स्वच्छ सगळे आठवत नाही, पण) की, 'आपल्या उणिवांची इतकी खोल डांच कलावंताला असणे याचाच अर्थ त्याचा वाण शंभरकशी आहे, असा आहे. तुमचा सूर तुम्हाला अद्याप सापडला नसेल तर तो सापडेल. उशिरा सापडेल कदाचित, पण पराभव मान्य करू नका. आपल्याला अमुक एक केव्हाही जमणार नाही असे मुळीच म्हणू नका. सूर सापडावा म्हणून धडपडत राहा. स्वत:ला छळीत राहा, म्हणजे त्याच्या दिशेने जात राहाल. स्वत:ला कायम खुजे लेखू नका. असा complex निर्माण झाला तर तो फार नुकसान करील. स्वत:शी खूप प्रांजळ राहून स्वत:ला लिहावेसे वाटते ते कसून लिहिणे एवढेच खरे, असे काहीतरी ते होते. नकळत अधिकाराचा सूर उमटून गेला असे नंतर वाटले आणि मनाला ते खात राहिले. हे सर्व एवढ्याचसाठी लिहिले की तुमच्या या पत्राला उत्तर लिहिण्याचा वास्तविक पाहता माझा अधिकार नाही. पण उत्तर हवेच असेल तर जे नवऱ्यांना मिळाले तेच असणार.

१) मी तुमच्याहून फारसा उंच आहे असे मला वाटत नाही. परंतु माझ्याहून उंच माणसे मात्र मला प्रत्यही सापडतात. फार फार उंच. मला दिपवून टाकण्याइतकी. असलोच तर मीही खुजाच आहे. त्यात असलोच तर एखाद्या अंगुळाने तुमच्याहून कमी खुजा, पण जात तुमचीच. तेव्हा तुमचे खुजेपण दुसऱ्या खुज्या माणसाशी तोलू नका. खरोखरी उंच माणसे शोधा. कमी भरायचेच तर ते तेवढ्याच भारीच्या तुलनेने भरावे असे मला वाटते.

२) अनुभवांच्या वैचित्र्याने लेखन सुधारते असा ठोकताळा नाही. घ्याल त्या अनुभवात खोल चला. त्याचे वरवरचे अर्थ टाळा. आपल्या भोवतीच फार जबरदस्त अनुभव वावरत असतात.

३) 'दृष्टिकोन' ही स्वतंत्रपणे साध्य करण्याची बाब नव्हे. ललित साहित्यात

तो अंगचाच असावा लागतो. व. पु. काळे हाच एक दृष्टिकोन. इतर कोणताही काळे, पु. श्री. काळे, बाळासाहेब काळे अगर इतर कोणताही, कोणीही–यापेक्षा तो मूलत: निराळा असणारच. हा दृष्टिकोन–व. पु. काळे नामक...निव्वळ स्वरूपात, लेखनात, उतरला पाहिजे हेच महत्त्वाचे. त्यासाठी शैली, सुबकता, रंजकता यांचा ध्यास सोडला पाहिजे. आपल्यातून खूप आतून लिहिलं पाहिजे, फार *Raw* लिहिलं पाहिजे, फार फार खरं लिहिलं पाहिजे.

४) तुमचे हे पत्र खूप आशादायी आहे. तुम्ही भेटलात की तुमच्याकडून काहीतरी वेगळं लिहिलं जाईल असा दिलासा वाटू लागतो तो उगीच कसा म्हणता येईल? तूर्तची अस्वस्थताच जोपासा. कंटाळा येणे यालाही अर्थ आहे. आणखी कंटाळा येऊ द्या, उबग येऊ द्या. म्हणजे मग जे बाहेर उमलेल ते वेगळं आणि खरं असेल.

तुमचा,
तेंडुलकर

'वाचकांचा प्रतिसाद'–तोही एका अनोळखी वाचकाचा प्रतिसाद. ह्या नशेचा अनुभव, निराळ्या भाषेत सांगायचं झाल्यास, 'पहिला प्याला' हातात पडला २९।११।६२ रोजी. हा 'पहिला प्याला' एका डॉक्टरनेच हातात दिला आणि तेव्हापासून जाणवत गेलं की 'पहिला प्याला' हा 'एकच प्याला' ठरू शकत नाही. पत्राची ही चटक एवढी का? पत्र म्हणजे हुंकार. फोनवर जेव्हा आपण काही बोलतो तेव्हा पलीकडच्या तीरावरच्या माणसाने 'हं हं' करीत राहावं ही अपेक्षा. तो हुंकार थांबला की वाटतं, टेलिफोन मध्येच बंद पडला की काय?

आपला शब्द 'पल्याड' पोहोचल्याचं आपल्याला समजणं ही माणसाची गरज 'अन्न, वस्त्र, निवारा' ह्या तीन गरजांच्या खालोखाल समजायला हवी.

वाचकांच्या पत्रांचा आनंद एवढ्यासाठीच. अनुकूल, प्रतिकूल, स्तुती, टीका वगैरे तपशिलांचा भाग झाला. प्रतिसाद दिल्याशिवाय 'क्ष' व्यक्तीला राहवलं नाही हे महत्त्वाचं.

प्रथम पत्र आलं ह्याचा आनंद आणि पाठोपाठ एक धक्का. आपण जे लिहिलं ते कुठंतरी पोहोचू शकतं? ऐंशी वर्षांचा वयस्कर गृहस्थ संपादकांच्या मार्फत आपल्याला गाठायचा प्रयत्न करतो? नवल आहे.

सप्रेम नमस्कार,

माझा आपला परिचय नाही, परंतु आपल्या यंदाचे 'माहेर' मासिकाचे दिवाळी अंकात 'C/o मी' हा लेख वाचून काही कल्पना मनात आली आहे तरी आपली भेट व्हावी अशी इच्छा आहे. माझे वय ऐंशी वर्षांचे असून वृद्धापकाळामुळे बाहेर जाववत नाही तर आपणास एखादे दिवशी फुरसद मिळाल्यास भेटून गेल्यास आनंद वाटेल. कळावे.

–बिवलकर

'माहेर' मासिक वाचून कुणी पत्र पाठवेल, ही मी कल्पनाच केली नव्हती. खरं तर मी ती कथा 'मेनका' दिवाळी अंकासाठी पाठवली होती. 'माहेर' नव्याने सुरू झालेलं मासिक. 'मेनका'चा वाचकवर्ग 'माहेर'पेक्षा संख्येने जास्त असणं स्वाभाविक होतं. कारण 'हंस', 'मोहिनी', 'किर्लोस्कर', 'दीपावली', 'स्त्री' ह्यांसारख्या प्रथितयश मासिकांच्या गर्दीतही 'मेनका'ने आपलं वेगळं स्थान स्थापन करून यशस्वी केलं होतं, इतकंच नव्हे तर केवळ दोन वर्षांतच त्यांनी 'माहेर'ची घोषणा केली. मला मात्र माझी कथा 'मेनका'त यावी असं वाटत होतं. सिनियर ॲडव्होकेटने एखाद्या अशिलाची केस ज्युनिअर लॉयरकडे सोपवल्यावर जसं वाटतं, तसं मला तेव्हा वाटत होतं. मी तसं व्यक्तही केलं. त्यावेळेला पु. वि. बेहेरे ह्यांनी मला कळवलं, 'मेनका प्रकाशनच्या कोणत्याही निर्मितीला तुम्ही गौण मानू नका' आणि त्यांच्या ह्या विधानाचं प्रत्यंतर आणून देणारं, डॉ. बिवलकरांचं हे पत्र. 'माहेर' त्यानंतर 'मेनका'इतकंच नव्हे, तर केव्हा केव्हा ते 'मेनका'लाही मागं सारण्याइतकं लोकप्रिय झालं. सरकारी नोकरीतलं स्थैर्य झुगारून देऊन चोवीस तास परीक्षा घेणारा व्यवसाय पुविंनी स्वीकारला. तेव्हापासून थेट आजतागायत अथक परिश्रम करून पु. विं.नी मेनका प्रकाशनाचा लौकिक वाढता ठेवला आहे.

बिवलकरांचं पत्रच 'माहेर' मासिकात नंतर छापून येईल असं मला वाटलं. पण स्वतःच्या प्रकाशनांची भलावण, स्वतःच्याच मासिकांतून करायची प्रथा पुविंनी कधीच सुरू केली नाही. अनेक लेखक-लेखिकांना त्यांनी लिहितं केलं. सभासंमेलनं, साहित्यिक वादविवाद इत्यादींपासून ते अलिप्त राह्यले. मी तर त्या काळातली 'माहेर'ची मुखपृष्ठं सांभाळून त्यांचा संग्रह केला होता. माझ्यातल्या चित्रकाराला तर 'मेनका', 'माहेर'चे लेआऊट्स, गोष्टींची चित्रं ह्यांनी सतत आकर्षित केलं. त्यांनी माझं प्रत्येक पुस्तक जास्त जास्त देखणं करून, माझे सगळे लाड पुरवले. संपादन आणि प्रकाशन हा धर्म मानणारे

पुवि म्हणजे दुसरे अंतरकरच.

'हाथी चाले अपनी चालसे, कुत्ता भुकत है तो भुकवानू दे' असं माझे वडील सांगत असत. तेच दर्शन मला पुविंच्यात दिसलं.

न ठरवता हे 'प्लेझर बॉक्स' माझं पन्नासावं पुस्तक आणि मेनका प्रकाशनने प्रकाशित केलेलं 'रौप्यमहोत्सवी' पुस्तक आहे.

कथेला लेखी प्रतिसाद देणारे पहिले डॉ. बिवलकर. तेव्हापासून आजतागायत, जास्तीत जास्त पत्रं आली ती सगळी प्रकाशनं 'मेनका'चीच आहेत. 'प्लेझर बॉक्स'चं जास्तीत जास्त श्रेय पुविंनाच आहे.

डॉ. बिवलकरांच्या घरची भेट आजही आठवते. त्यांचा चेहरा आता आठवणं शक्य नाही. १९६२ साली ते ऐंशी वर्षांचे होते. 'शतायु भव' हे आशीर्वाद बिवलकरांना त्यांच्यापेक्षा वडील माणसांनी दिलेले खरे ठरले असतील तर गेल्याच वर्षी बिवलकरांनी शतक संपवलं असेल.

मी भेटलो. त्यांचं कार्ड दाखवलं. वयाच्या मानाने बिवलकर ॲक्टिव्ह वाटले. कान, डोळे शाबूत होते. बिवलकरांनी भेटण्याचा उद्देश सांगितला.

"तुमच्या कथेत तुम्ही जी समस्या मांडली आहे, त्यातून सध्या माझा मुलगा आणि हे घर जात आहे.''

–मी बघत राह्यलो.

"तुम्ही माझ्या घरावरून कथा लिहिलीत असं मी म्हणत नाही, पण...''

"ती गोष्ट माझ्याच मित्राची आहे. सध्या घडत आहे.''

बिवलकर पटकन् म्हणाले,

"इथं तेच चाललंय.''

"आपले चिरंजीव काय करतात?''

"वकिली.''

"लग्न कधी झालं?''

"त्याचं लग्न होऊन पाचच वर्षं झाली आहेत. दोन वर्षांचा त्याला मुलगा आहे आणि आमचा हा वकील आणखी एका पोरीच्या प्रेमात पडलाय. तुमच्या कथेत ह्याच स्वरूपाचा ट्रँगल आहे. तुमच्याजवळ सोल्युशन पण असेल असं वाटलं म्हणून भेटायला बोलावलं.''

माझ्यापेक्षा वयाने पन्नास वर्षांनी मोठ्या असलेल्या बिवलकरांना, खाली वाकून नमस्कार करून मी बाहेर पडलो. दुसरं काय करणार?

माझं वय तेव्हा तीस.

माझा एक विवाहित दोस्त, दोन पोरांचा बाप. आणखी एका मुलीपायी

वेडापिसा झालेला. त्याच वेळी त्याचा स्वत:च्या बायकोवर, मुलांवर तेवढाच जीव. प्रेयसीच्या आणि त्याच्या भेटीगाठी माझ्या खोलीवर. माझ्या साक्षीने ती दोघं अनावर व्हायची आणि एकमेकांना जबर संयमाचे डोसही पाजायची. त्यांची ती ओढाताण पाहून मीच घायाळ झालेलो.

कधी तो म्हणायचा, 'वसंत, कोडं सोडव.'

कधी ती म्हणायची, 'वसंत, उत्तर सांग.'

ह्या परिस्थितीवर उत्तर असतं का? असलेलं उत्तर वेळ निघून जाण्यापूर्वी मिळतं का? आणि मिळणारं उत्तर मानवणारं असतं का?

लग्न झालेल्या पुरुषाला दुसरी विवाहित स्त्री आवडणं किंवा एखाद्या स्त्रीला दुसरा पुरुष आवडणं ही परिस्थिती समर्थनीय नसली तरी अटळ आहे का? युगानुयुगं, देशोदेशी ह्या कहाण्या घडत आहेत. नियती अथवा परमेश्वर (कुठे आहे बापडा कुणास ठाऊक!) ह्यांनी पण हे हेरलेलं आहे. विश्वामित्राचा तपोभंग असो, भस्मासुराचं भस्म करण्याचं काम असो वा सुंदोपसुंदीत दोघांचा बळी घेणं असो, एकच अक्सीर इलाज–

'स्त्री.'

शब्द जन्माला येण्यापूर्वीपासूनच्या ह्या कहाण्या. त्यानंतर माणूस बोलू लागला. म्हणून काय झालं? तर परस्त्री का आवडते ह्याचं समर्थन करू लागला. कहाणीत फरक नाही.

म्हणूनच वाटतं, ह्या स्वरूपाच्या समस्येवर उत्तर नसतं. असतात फक्त कारणं आणि उपाययोजना.

कारणांचा मागोवा घेता येईल का? मी जीवनाचा भाष्यकार नाही. तरी आज माझ्या वैचारिक कुवतीनुसार जे वाटतं, जाणवतं ते जरी धूसर असलं तरी असं आहे. अन्न, वस्त्र, निवारा ह्या प्राथमिक गरजा झाल्याच. त्या सर्वश्रुतच आहेत. चौथी गरज संवादाची. जुळणाऱ्या संवादाची. माणसाच्या आयुष्यात त्याच्या संसाराचा प्रारंभ वयाच्या चोवीस-पंचविसाव्या वर्षी होतो. मिळालेलं शिक्षण, व्यवहार आणि व्यवसाय ह्याला पूरक आहे की कुचकामी हे अजमावण्याचा हाच काळ असतो.

कौटुंबिक कटकटी तर 'सावधान'च्या चार तांदळांबरोबरच शिरावर येतात. परमार्थ, अध्यात्म, साधना ह्या मार्गांकडे वळलेली माणसं भलत्या ठिकाणी, वा वाट्टेल त्या माणसाच्या हातचं अन्नसेवन करीत नाहीत. त्यांच्या शास्त्राप्रमाणे, अन्नाबरोबरच यजमानाचे स्वभावदोष, वृत्ती, वास्तूचं पावित्र्य वा अपावित्र्य ह्या गोष्टींचं सेवन होतं आणि असलं अन्न ग्रहण करणाऱ्या व्यक्तीच्या वृत्तीही निर्लेप राहत नाहीत. देहातीत अवस्थेतलं म्हणून काही

एक विश्व अस्तित्वात असेल तर त्या अतिंद्रिय जगतातले संकेत इतके सूक्ष्म असणं रास्त आहे. मग तोच न्याय नवपरिणितांवर पडणाऱ्या अक्षतांना लावता येईल का? संसाराचे चटके-फटके खाल्लेले शे-दोनशे हात, त्या हातांनी हाताळलेल्या अक्षता खरोखरच मंगलाक्षता असतील की संसारातील विसंवादाच्या ठिणग्या असतील?

अर्थात कल्पनाशक्ती इतकी ताणून धरण्याचं कारण नाही.

स्त्री आणि पुरुष मुळात एकत्र येतात ती निसर्गाची एक जबरदस्त गरज भागवण्यासाठीच. ती लग्न करतात ह्याचं कारण, विवाहसंस्थेला पर्याय नाही हे. शरीराच्या, निसर्गाच्या सगळ्या भुका शांत, तृप्त होईतो मेंदू गप्प बसतो. विचार करणं हीच भूमिका त्याच्याकडे असते. विचार म्हणजेच विवेक. म्हणजेच थांबणं. हे थांबणं त्याच्या अंगाशी येतं. त्याच्या आणि तिच्याही. घरात पाळणा हलू लागतो. पाळणा हलण्यासाठी वैचारिक तादात्म्याची गरज कुठे असते?

संसार असा बहरण्याचा काळ आणि स्वत:चीच वैचारिक भूमिका निश्‍चित कशी आहे ह्याची चाहूल लागायचा काळ एकच असावा. बुद्धिमत्तेचं जबरदस्त वरदान लाभलेल्यांच्या बाबतीत, स्वत:च्या व्यक्तिमत्त्वाचा मागोवा घेणं झपाट्याने चालू असतं. लैंगिक गरजा हे अशांचं साध्य नसून 'साध्या'साठी लागणाऱ्या अनेक साधनांपैकी तेही एक साधन असतं. अशा संसारात सूर फार झटपट जुळतात तरी, नाही तर विरतात. आपण म्हणायला मोकळे, 'दोघं इतके विचारी आहेत, तरी असं का व्हावं?' खरं तर अशा माणसांचंच हे असं होतं. आयुष्यात, संसारात ज्यांना काहीही घडलेलं चालतं, त्यांच्यासमोर काही समस्या नसतात. कॉफी की चहा इतक्या साध्या, ऐहिक गोष्टींपासून ज्या माणसांना विशिष्ट गरजा आहेत, आवडनिवड आहे, त्यांच्या समस्या रोज जाग आल्यापासून सुरू होतात. त्यात पुढे मग दुधाचं प्रमाण किती, टेंपरेचर किती, ब्रँड कोणता...

एक न संपणारी किंवा कुठून सुरू झाली ह्याचा पत्ता लागू न देणारी मुंग्यांची रांग. ही रांग जेव्हा वैचारिक भूमिकेपर्यंत जाऊन पोहोचते आणि अग्रहक्क मागू लागते तेव्हा डोक्याचं वारूळ झाल्यास नवल काय? विचारांचा शोध विचारच घेत राहतात. जोपर्यंत स्वत:च्या वृत्तीचा शोध स्वत:लाच लागलेला नसतो तोपर्यंत ठीक चाललेलं असतं. सगळ्यांचंच.

तो शोध संपला, नक्की काय हवं होतं ह्याचा शोध लागला की समानधर्मीयांचा शोध सुरू होतो. कारण स्वत:च्या व्यक्तिमत्त्वाचा, निश्चित गरजांचा पत्ता लागला म्हणजेच संवादाची भूक वाढत जाते.

'गरजा आणि व्यक्तिमत्त्व' हे शब्द खूप ढोबळ आहेत आणि काटेकोरसुद्धा. 'काहीतरी हवं असणं' असं साधेपणाने म्हणता येईल. स्वत:चं स्वत:ला सापडणं हे महत्त्वाचं. कोणत्याही गरजा कमी लेखायचं कारण नाही. स्वत:चा पत्ता स्वत:ला सापडला म्हणजे मग वायफळ शब्दांनी भरलेला संवाद खपत नाही. शब्दही नेमके हवे असतात. नेमकेपणाला सगळंच 'नेमकं' लागतं. हा अभिप्रेत असलेला नेमकेपणा कधी एकाच व्यक्तीत एकवटलेला गवसतो. कधी तो विखुरलेला आढळतो. निरनिराळ्या व्यक्ती निरनिराळ्या कारणांसाठी आवडतात आणि म्हणूनच प्रत्येकाशी जुळणारे संवादही वेगवेगळे असतात. ह्या सर्व धडपडींतून चालतो तो पूर्णत्वाचा वेध. ते स्थळ सापडलं की माणसं तिथं स्थिरावतात. दोन पुरुष एकत्र आले किंवा दोन स्त्रिया तर ती समस्या होत नाही. एक बाई आणि एक पुरुष म्हटलं की मामला संपला.

वास्तविक, नंतरच्या काळात एकत्र येण्याची प्रोसेस माझ्या मते विरुद्ध असते. ऐन तारुण्यात प्रथम शरीराच्या गरजा आकांत करीत असतात, जिथं वैचारिक भूमिकेचा मागोवा क्वचित घेतला जातो. नंतरच्या परिस्थितीत (जिथं जिथं ती उद्भवते तिथं तिथं!) प्रथम माणसं विचारांनी तादात्म्य पावतात. आणि मग कधीकधी, काही काही व्यक्तींच्या बाबतीत वैचारिक अंतर उरलं नाही की मग कोणतंच अंतर खपत नाही. मैत्रीची देवाणघेवाण सगळ्या स्तरांवर होते. संवादाची भूक ही जिवंतपणाची साक्ष आहे. माणूस आणि जनावर ह्यात हाच फरक आहे. शब्दांचा शोध हा तेवढ्यासाठीच 'अणू'च्या शोधापेक्षा महान शोध आहे.

अण्वस्त्रांचा वापर विध्वंसासाठी न करता शांततेसाठी करायचा आहे हे वारंवार एकमेकांना बजावलं जात आहे ते शब्दांच्याच जोरावर. शेवटी अण्वस्त्रांपेक्षाही ज्या राष्ट्राजवळ जास्त बलवान शब्द आहेत तोच देश वरचढ ठरणार आहे.

शब्दांची देवाणघेवाण, संवादाची ही भूक...हीच एक न संपणारी रांग.

एकोणीसशे बासष्ट साली बिवलकरांच्या घरातून ही रांग माझ्यापुरती सुरू झाली. ह्या रांगेला स्थल-काळाची मर्यादा नाही. एकोणीसशे ऐंशी सालातही तोच यक्षप्रश्न मी सोडवावा म्हणून मध्यप्रदेशातून एका भगिनीचं पत्र येतं. 'किर्लोस्कर' दिवाळी अंकात 'यशस्वी होशील म्हणा' ही कथा प्रकाशित झाली होती. वाचकांना आवडलेल्या साहित्यात 'ललित'च्या पाहणीनुसार ही कथा पहिली आली. नोकरी करणाऱ्या विवाहित 'सुषमा'च्या आयुष्यात

तिच्याच ऑफिसातला 'देवकुळे'साहेब डोकावतो.

भावनात्मक, वैचारिक पातळीवर तारा जुळतात अशा नेहमीच्या वळणाची ती कथा. दूरदर्शनवर 'कोंडी' नाटकात ज्या कथेची निर्मात्याने वाट लावली, ती कथा. त्या कथेवर एका भगिनीने पत्रातून विचारलं, 'सुषमाच्या वैराण जीवनात केवळ सावली निर्माण करावी ह्या हेतूनं देवकुळ्यांची आणि तिची जवळीक दाखवलीत की असे देवकुळे असतात? प्रत्यक्ष आयुष्यात जर एखादीला असे देवकुळे भेटले तर तिने काय करावं?'

मी तिला कळवलं,

प्रिय ललिता,

तुमचं पत्र मिळालं.

पत्र बोलकं आहे आणि बोलायला लावणारं आहे. पण त्याच वेळेला काय बोलायचं असा संभ्रमही निर्माण करणारं आहे.

जसा कथेतला 'सुषमा' आणि 'देवकुळे' ह्यांची जास्तीची जवळीक हा कथेतला भाग नाजूक आहे तसा तुमच्या पत्रात तुम्ही विचारलेला प्रश्नही. समाजाने तर नेहमीच भावनाप्रधान आणि भित्र्या माणसांचा छळ केलेला आहे. अर्थात कधीकधी मला वाटतं, स्वत: माणूसच इतका कमकुवत मनाचा असतो की मळलेली पायवाट सोडायचं धाडस तो करीत नाही.

तुम्ही-आम्ही ज्या समाजाला टरकून आहोत तोच समाज ठणठणीतपणे इतर सुखांमागे पळणाऱ्या माणसाचं कौतुक पण करतो. नाट्य-चित्र क्षेत्रांत वावरणाऱ्या कलावंतांची प्रेमप्रकरणं नुसतीच समाजाकडून बघितली जात नसून, त्या प्रेमप्रकरणांच्या कुतूहलाने, कौतुकाने चविष्ट चर्चाही केल्या जातात.

तुमच्या-आमच्यासारखी माणसंसुद्धा जास्तीत जास्त कुणाला घाबरतात? समाजापेक्षाही आपण आपल्याच नात्यातल्या माणसांना घाबरतो. ह्या नात्यात अगदी जवळची म्हणजे पती, पत्नी, मुलंबाळं यांचा विचार आपण प्रथम करतो. आणि हे अत्यंत स्वाभाविक आहे.

स्वत:चं सगळं ठणठणीत असताना, आणखीन एखादी व्यक्ती आवडायचं कारणच काय? असल्या प्रश्नांना उत्तरं नसतात.

आपोआपच मग असा एखादा तंतू निर्माण झाला, तर तो अखेरपर्यंत चोरीचाच मामला असतो.

ह्या वाटेवरची सगळी वळणंच फसवी आणि म्हणूनच की काय, तितकीच आकर्षकही.

पण,
तरीही एका अनाकलनीय tension व्यतिरिक्त तुमच्या पदरात काहीही पडत नाही. समाजरचना दिवसेंदिवस बदलत आहे. चार भिंतींतच वावरणारी बाई, सर्व जगात फेरफटका करू लागली आहे.
स्त्रियांचा सहवास टाळू म्हणता टळणार नाही इतक्या स्त्रिया संख्येने, सर्वत्र झालेल्या आहेत.
कामानिमित्त परिचय, मग माफक गप्पा, त्यातून मैत्री, शक्य झालं तर family friendship आणि पुढे जरा ह्या मैत्रीला वेगळं वळण लागलं की मग...ह्या तऱ्हेच्या चाकोरीतून, पुण्या-मुंबईच्या कचेऱ्यांतून कहाण्या घडतात. जिंकणारे थोडे, होरपळणारे जास्त. आणि जिंकणं म्हणजे तरी काय? मोहच होऊ न देणाऱ्यांना 'जिंकलेलं' म्हणायचं की डावपेच लढवीत, चुकवाचुकवी करीत माफक प्रमाणात प्रेम करत राहणाऱ्यांना, 'जिंकलेलं' म्हणायचं?
ट्रिप्स, नाटकं, स्पर्धा, ड्रिंक्स पार्ट्या आणि स्त्री-पुरुष ह्या विषयांभोवती फिरत राहणारी नाटकं, कथा, कादंबऱ्या आणि चित्रपट.
आयुष्य त्यात जास्तीत जास्त complicated आणि complex होत चाललेलं. लायक माणसांची गळचेपी, नालायकांचे सत्कार, बुद्धिवाद्यांची उपेक्षा आणि स्वार्थी व निर्बुद्ध लोकांची सत्ता ह्या सर्वांतून जे एक तऱ्हेचं frustration भावनाप्रधान माणसाला येत असेल, त्यासाठी त्याने थांबावं कुठं?
भक्तिमार्गाच्या कुबड्या सर्वांनाच सावरत नाहीत. माणसाला पहिला आधार बोलणाऱ्या माणसाचा वाटतो.
त्याला संवाद हवा असतो. माना अगर मानू नका, पण opposite sexबरोबर हा संवाद पटकन् जमतो.
त्याबद्दल स्त्रीने पुरुषाला आणि पुरुषाने स्त्रीला आरोपीच्या पिंजऱ्यात पण उभं करू नये आणि 'माफीचा साक्षीदार' म्हणत मनाचा खोटा मोठेपणा दाखवण्याचाही प्रयत्न करू नये आणि क्षमाही करण्याचा आव आणू नये. तुम्हाला इच्छा होते, मग मला झाली तर? अशी स्पर्धेची आव्हानात्मक भाषाही काय उपयोगाची?
आयुष्यात असं काहीतरी घडणं हा एक जायबंदी, परावलंबी करून टाकणारा अनुभव असतो. त्यात सापडलेली व्यक्ती जर निगरगट्ट नसेल तर ती फक्त सोसणारी व्यक्ती असते. अशा परिस्थितीत जोडीदाराने फक्त वाट बघायची असते.
किनाऱ्यावर थांबायचं असतं. पोहणारा किंवा बुडणारा दमला तर हात

देण्यासाठी.

तसं घडत नाही. म्हणूनच एखाद्या सुषमेला देवकुळे भेटतात. बाकीच्या सुषमा भेटू पाहणाऱ्या देवकुळ्यांना चुकवतात, दोघांचं मन मारून. अशा वेळी एवढंच म्हणायचं,

It is better to have loved and lost than never to have loved at all!

किंवा

यह जिंदगी बहोत खुबसूरत है
हमे जीना नही आया
हर बातमे नशा था
हमे पीना नही आया!

पत्रोत्तराची आता मी वाट पाहावी काय?

तुमचा
वपु

'निरपेक्ष प्रेम.' ह्या प्रकारच्या प्रेमाबाबत माणसाला नक्की काय म्हणायचं आहे हे सांगणे कठीण आहे. काही ना काही, दुसऱ्या व्यक्तीतलं आवडल्याशिवाय माणसाला संवाद करावासा वाटतच नाही. कधीकधी कॉमन आवडीनिवडी, कधीकधी एखाद्याची विद्वत्ता, कलानैपुण्य तर कधीकधी त्या व्यक्तीचं देखणेपण ह्यांपैकी कशाची ना कशाची मोहिनी पडल्याशिवाय मैत्री होत नाही. त्या जडलेल्या मैत्रीमधून जोपर्यंत आनंद होत राहतो तोवरच ती मैत्री टिकते. 'आनंदनिर्मिती' ही जोपर्यंत किमान गरज आहे, तोपर्यंत ते प्रेम 'निरपेक्ष' कसं म्हणायचं? संवाद मात्र 'निरपेक्ष' असू शकतो. तिथंही 'प्रतिसादा'ची अपेक्षा असते. नाही असं नाही. पण त्यापलीकडे तिथं आणखी कोणताही हेतू नसावा. प्रभाचं पत्र आलं आणि मला तसंच वाटलं. निरपेक्ष संवादापलीकडे ते पत्र आणखी काहीही मागत नव्हतं. पण तसा तो संवाद साधतानाही प्रभाला किती प्रश्न पडावा? संसारातल्या व्यथा 'इनलँड' लेटरच्या आतल्या भागावर लिहून झाल्यानंतर, पान उलटल्यावर तिला प्रश्न पडला की हे तिने मला का कळवलं?

सांगली

श्री. व. पु. काळे,
सप्रेम नमस्कार,
आताच तुमचे नवे 'झोपाळा' पुस्तक हातात आले. त्यातील 'एक क्षण

प्लेझर बॉक्स । २३

भाळण्याचा' ही गोष्ट वाचली आणि आपल्याला पत्र लिहावे अशी ऊर्मी मनात उसळून आली व लगेच पत्र लिहायला घेतले.
जीवनातील अनेक प्रश्न असे उभे राहतात की ते या जन्मी सुटणार नाहीत असे नैराश्य येते आणि कुठेच मार्ग सापडत नाही अशी परिस्थिती येते. अशा वेळी नुसते सुखसंवाद करायला एखादं स्थान हवं असतं. तेही माणसाला मिळू नये का? 'पार्टनर'मधल्या 'श्री'सारखी कुणाला तरी हाक मारावीशी वाटते की, 'पार्टनर ये आणि या दोऱ्या तोडून टाक.' पण आता एखादा पार्टनर मिळण्याची आयुष्यातली वेळही निघून गेलेली आहे. मी एक विवाहित स्त्री, एका मिळवत्या मुलाची आहे. घरी सर्व सुखसोयी व चैनीत राहता येईल अशी आर्थिक परिस्थिती आहे. एका लायब्ररीत नोकरीला असल्यामुळे थोडीशी प्रतिष्ठा आहे. कामाच्या चोखपणामुळे वरिष्ठांच्यात प्रिय आहे. आयुष्यात कधी घडेल असा नुसता भासही नव्हता अशी गोष्ट घडल्यामुळे अध्यात्ममार्गाकिडे वळले आहे.
तरीही मी एकटी आहे. एकाकी आहे.
फक्त माझे दोर अजून सुटलेले नाहीत. मी अजूनही बांधलेली आहे आणि या जन्मी ते दोर तुटतील असे वाटत नाही. तुम्ही लेखक भाग्यवान की तुमचे मनोविचार तुम्ही मांडू शकता. आमच्या मनात विचारांचा सागर अक्षरश: तांडवनृत्य करीत असतो. पण तो शब्दांवाटे बाहेर येत नाही. तोही विरंगुळा दुर्दैवाने नाही.
आतापर्यंत लिहिलेले पत्र वाचले आणि मला प्रश्न पडला, जो प्रश्न तुम्हालाही पडेल, की मी हे पत्र का लिहिले? माझी अपेक्षा काय आहे? उत्तर नाही देता येत. द्यायचेच झाले तर 'एक अंत:प्रेरणा' याशिवाय दुसरे उत्तर नाही. तुमच्याकडून कसलीही अपेक्षा नाही. तुम्ही पत्राचे उत्तर पाठवावे, हीही योग्यता नाही. मनात एकच चिमुकली आशा मात्र आहे, की कधी काळी भेट झालीच तर आपल्याशी बोलायला निश्चित आवडेल. माझ्या आयुष्यात निर्माण झालेल्या पेचप्रसंगावर छोटीशी हळुवार फुंकर घालणारे एखादे वाक्य तुम्ही मला लिहून द्याल तर तो मी माझा सन्मान समजेन.

आपली स्नेहेच्छू,
सौ. प्रभा.

मी स्वत: घर, नातेवाईक, कुटुंबसंस्था हे मानणारा माणूस आहे. नवराबायकोत सुसंवाद असू शकतो आणि विसंवादही. दोन्ही अवस्था मला समजू शकतात. पण तरीही, असं एखादं पत्र आलं की मी गलबलतो.

जीवाचा साथीदार म्हणून 'क्ष' व्यक्तीला पसंत करायचं. त्या व्यक्तीबरोबर आयुष्य घालवायचं. त्याला शरीरही अर्पण करायचं. पण 'मनाची कवाडं' उघडी करायला मात्र तिथं वाव नसावा, हीच माणसाची केवढी शोकांतिका? ह्याला संसार म्हणायचं!

प्रभाताईंना मी उत्तर पाठवलं, उपाय पाठवू शकलो नाही.

प्रिय सौ. प्रभा,

स. न. वि. वि.,

तुमचं पत्र मिळालं.

तुमच्या विचारांचा तुम्हाला पाठपुरावा करावा, असं वाटून तुम्ही पत्र पाठवलंत ह्याचा आनंद वाटला.

मी घरी येण्यापूर्वी सौ.ने परंपरेनुसार तुमचं पत्र फोडलेलं होतं. आमच्यात तसा आपपरभाव नाही. कामावरून आल्यावर नाममात्र श्रमपरिहारानंतर मी उत्तर लिहायला बसलो आहे.

प्रत्येकाचं असणं हे जसं त्याचं स्वत:चं असणं असतं, त्याप्रमाणे प्रत्येकाच्या समस्या पण Ownership च्या असतात. समस्या आणि जखमा पण.

समोरचा माणूस फक्त फुंकर घालण्याचं काम करतो. ठणका हा आतून बाहेर पण फुंकर बाहेरून आत. समस्या ह्या वयाच्या कोणत्याही वळणावर पडतात. त्या सोडवण्याची आपली उमेद मात्र ओसरत जाते. अशी उमेद ओसरत असते, त्याचप्रमाणे फुंकर घालणारे सहप्रवासी पण कमी होत जातात. नवे प्रवासी जोडण्याची ताकद राहत नाही, कारण पूर्वीच्या प्रवाशांसाठी आपण खूप राबलेलो असतो.

अशा एका वळणावर, तुम्ही मला पत्र पाठवलंत. मला ते आवडलं.

माणूस समाजाजवळ फार मोठाली स्वातंत्र्यं मागत नाही. त्याला त्याची गरज पण नसते. आकाशाला गवसणी घालणारी व्यक्ती स्वातंत्र्य मागतही नाही. ती ते कार्य करून मोकळी होते. तुम्हा-आम्हाला फक्त शब्द हवेत. संवाद हवा. आणि माझ्या मते बोलू शकणाऱ्या आणि इच्छिणाऱ्या माणसाला ते स्वातंत्र्य, ती सवलत मिळायलाच हवी.

जनावरापेक्षा एक जास्तीची शक्ती आणि भूक नियतीने माणसाला दिली. त्या शक्तीचा माणसाने उपयोगच केला पाह्यजे. तुम्ही जरूर भेटा. मोकळेपणी बोला. आयुष्यातील एखादी व्यथा दुसऱ्याला समजणं ह्यात कोणतीही मानहानी नाही. व्यथा ज्या व्यक्तीपायी वा प्रसंगापायी निर्माण होते, त्याकडे त्या मानहानीचं उत्तरदायित्व जातं.

स्फोट करू शकणाऱ्या वा स्फोटात रूपांतर होऊ शकणाऱ्या प्रत्येक यंत्रामध्ये एक *safety valve* असतो. माणूस नावाच्या एका अवाढव्य, अनाकलनीय यंत्राचा *safety valve* शब्द आणि संवाद हा आहे. तेव्हा मुंबईला आलात तर कधीही फोन करा आणि भेटा. घरच्या फोनबरोबरच ऑफिसचा फोन देतो. तुम्ही कुठंही फोन करू शकता.

कळावे,

तुमचा
व. पु. काळे
२०/५/८०

माझ्या ह्या उत्तरानंतर प्रभाचं पत्र नाही. हा संवाद इथंच थांबला. सांगलीला मुद्दाम जाऊन शोध कोण घेणार? माझ्या पत्राने प्रभाचं समाधान झालं की नाही, याची कल्पना नाही. मर्यादित प्रमाणातही, प्रभाला घरात व्यक्तिस्वातंत्र्य नसेल तर पत्रातून झालेली ही संवादाची देवाण-घेवाणही (तीही एकुलती) तिला जाचक ठरली असेल. माझं उत्तर, हे प्रभाला, स्टेशनवर गाडी आल्याचा जो आनंद असतो, त्या आनंदासारखं वाटलं असेल. पण नुसती गाडीच पोहोचली आणि त्या गाडीतून हवा असलेला 'आप्त' जर येऊ शकला नसेल तर प्लॅटफॉर्मवरच्या माणसाला काय वाटतं? मग Right Time आलेल्या गाडीचं कौतुक वाटतं का?

प्रभाताई, माझं पत्र तसंच वाटलं का हो?

पहिल्यावहिल्या भेटीत माणसं किती जवळची व्हावीत, ह्याला काही हिशोब असतो का?–गणित असतं का? मैत्री म्हटलं की खरं तर हिशोब, गणित वगैरे व्यावहारिक शब्द टिकतच नाहीत. तरीही, पटकन् हेच शब्द पुढाकार का घेतात?

कारण असलंच तर हेच असावं, की गणित आणि सायन्स ह्या दोन विषयांत 'नेमकेपणा' असतो. दोन गुणिले तीन म्हणजे सहाच.

ह्या नेमकेपणात माणसाला एक शाश्वतीचा आधार गवसतो. इतर सगळ्या विषयांत अघळपघळपणा जास्त. इतिहास म्हटलं की, 'खरं किती, खोटं किती' ह्या शंका सुरू. कारण कोणती व्यक्ती इतिहास लिहीत आहे, त्यावरच सत्याचं मोजमाप अवलंबून.

'भाषा' हा विषय तर सर्वांत दिशाभूल करणारा. ज्या वाणी-लेखणीच्या सामर्थ्यावर संपूर्ण जगाचा कारभार चाललेला आहे, त्याच विषयावर प्रचंड

घोळ सर्वत्र माजलेला आहे. माणसा-माणसातली भावभावनांची देवाणघेवाण निव्वळ शब्दशक्तीवर चालली असताना, शब्दांचं खरं सामर्थ्य कितीजणांना कळलं? चक्रव्यूह रचणं सोपं. अभिमन्यूला मारणं तर त्याहून सोपं. पण योग्य ती शब्दरचना सुचणं कितीतरी अवघड. भल्याभल्या शिकल्यासवरल्या माणसांना ते साधत नाही. 'अर्थमन्यू' मारला जातो आणि 'मला तसं म्हणायचं नव्हतं'चा आक्रोश 'शब्दक्षेत्रा'वरच घुमत राहतो.
म्हणूनच गणित आणि सायन्स ह्या विषयांत जी शाश्वती आहे त्याचा आधार वाटतो.
मैत्री तरी दुसरं काय देते?–कसलेही हिशोब न ठेवता जी गणिताप्रमाणे नेमकेपणा देते, ती मैत्री.
नाशिकला कार्यक्रम ठरला तो नेहमीप्रमाणेच. पण ह्यावेळी इनामदार नामक एका रसिकाचं पत्र आलं. 'ह्यावेळी हॉटेलात न उतरता माझ्या घरी उतरा.' अशी कळकळीची विनंती.
नाशिकला मी हॉटेलातच उतरलो. पण इनामदारांनी दुपारी माझ्यावर हल्लाच केला. मी ऐकलं नाही. मग ते म्हणाले,
''कमीत कमी फिरायला चला. माझ्या एका मैत्रिणीकडे जाऊ. ती तुमची चाहती आहे.''
आम्ही मीराकडे गेलो.
मीराकडचा ग्रंथसंग्रह पाहून मी शरमिंधा झालो. परमार्थ, अध्यात्म, वेदांत, शास्त्र, कला, काव्य, कथा, कादंबऱ्या... थोडक्यात म्हणजे महाराष्ट्र सरकारने 'उत्कृष्ट वाङ्मयनिर्मिती'त बक्षिसं वाटण्यासाठी साहित्यात जेवढे प्रांत जाहीर केलेले आहेत, त्या प्रत्येक प्रांतातली पुस्तकं इथं सीमारेषेचा घोळ न घालता नांदत होती. त्या मीरेला एका कृष्णातच सर्वस्व दिसत होतं. ह्या मीरेला मात्र 'जिथं जिथं साहित्य, सौंदर्य, संगीत, प्रतिभा, सुगंध, मैत्री ह्यांचा प्रत्यय येईल तिथं तिथं 'श्रीकृष्णाचा' वास जाणवत होता.
गप्पा आणि स्वागत ह्याचा प्रारंभ सांकेतिक होता.
''चहा की कॉफी?''
''खरं तर दोन्ही नको. हॉटेलवर परतलो की जेवण होईलच.''
मीरा आत गेली. इनामदार मोकळेपणी वावरत होते. मी ग्रंथपरिवार बघण्यात दंग होतो.
'घ्या!' ह्या शब्दाने मी भानावर आलो आणि धक्काच बसला. इनामदारांच्या मैत्रिणीने चक्क दहिभात कालवून आणला होता. लोणचं, पापड, टोमॅटो, गाजर, कांदा असं सॅलड.

अन्नाला रुची असली तरच ते पूर्णब्रह्म असतं. नाहीतर 'ब्रह्म' आठवतं. जेवण झालं. अनेक घरांतून मी असा जेवलेलो आहे. पण ह्या पहिल्याच भेटीत कालवलेल्या दहिभाताने एक अनुबंध जोडला गेला.

त्यानंतर नाशिकच्या प्रत्येक कार्यक्रमावेळी आमचं हॉटेल वास्तव्य संपुष्टात आलं. 'चेक इन' कधीही केलं तरी 'चेक आऊट'चा पाठीत बसणारा दणका आणि ठणका निकालात निघाला. कधी इनामदारांच्या घरी तर कधी मीरा कुलकर्णीकडे मुक्काम. मीराकडे सतत कुणा ना कुणा कवीची, गायकाची, विचारवंताची बैठक असायची. वसंत व्याख्यानमालेतला कोणताही विषय तिला वर्ज्य नव्हता. इनामदारांना मीराच्या मैत्रीपल्याड कशातही रस नव्हता. मीराला आयुष्यातल्या प्रत्येक कलेचं वेड होतं. इनामदार एकसुरी होते. आपल्या मैत्रीव्यतिरिक्त मीराला कोणतेही छंद असता कामा नयेत, हा त्यांचा अट्टाहास होता. त्यातूनच इनामदार काही प्रमाणात डिक्टेटर होत होते. श्री. कुलकर्णींना मी मीराच्या घरी पाह्यलं ते हार घातलेल्या तसबिरीसकटच. दिवसाचे आठ-नऊ तास आर.टी.ओ.च्या ऑफिसात नोकरी केली की उरलेल्या दिवसातला एकही क्षण रिकामा ठेवायचा नाही हे मीराचं व्रत. विचार करण्यासाठी, विचार म्हणण्यापेक्षा विवंचना करण्यासाठी क्षण आणि मन रिकामं ठेवायचंच नाही, हा तिचा अट्टाहास.

इनामदार अघळपघळ, लाघवी, निष्कपटी. पण एरवी सात्त्विक वृत्तीचे असलेले इनामदार मीराच्या मैत्रीबाबत तामसी का होत होते, हे उमगलं नाही.

वैवाहिक आयुष्यात इनामदारांचा पतंग कधीच कापला गेला होता. अनेकदा मीराने स्वत: अपमान सोसून इनामदारांच्या बायकोची मनधरणी केली होती. माझ्या उपस्थितीत तर एकदा मीराने इनामदारांना सरळ सरळ 'तुम्ही इथं येण्याचं बंद करा' असं स्पष्ट सांगितलं.

त्या मुक्कामात इनामदार मला स्टेशनवर सोडायला आले. मी त्यांना त्यांच्या बासरीवादनाच्या छंदाचा पाठपुरावा करायला सांगितलं. 'मला माझं काय चुकतं ते सांगा' असं इनामदारांनी कळवळून सांगितलं. मी त्यांना लिहिलं,

प्रिय इनामदार,

फार अवघड शस्त्रक्रिया करण्यासाठी आज लेखणी राबवावी लागणार.
व्याधी दूर व्हावी ह्या एकमेव अपेक्षेने इलाज करायचा असतो.
मैत्रीची वीण पक्की व्हावी ही ह्या शस्त्रक्रियेमागची भावना. त्याच भावनेपोटी तुम्ही माझ्याकडे केस सोपवलीत. अपयश देणारी केस Private

Practitioner घेत नाहीत. *General Hospital* कडे पाठवतात. माझ्या शुद्ध हेतूबाबत माझ्या मनात संदेह नाही, म्हणूनच तुमची *Chronic case* मी स्वीकारली. ह्या केसमध्ये ९०% इलाज तुम्हीच करायचा आहे. औषध, पथ्य, आहार सगळं तुम्हाला माहीत आहे.

प्रश्न आहे आचरणाचा. *Implementation* चा भाग आला की सगळेच थकतात. इथं माझ्यासारखा तुम्हाला काय सांगणार?

तुमच्या-माझ्या वृत्ती अत्यंत भिन्न आहेत. म्हणूनच माझे विचार तुम्हाला पटणार नाहीत.

लेखन-कथनातून आवडलेल्या वाक्यांना टाळ्या देणं सोपं असतं. त्या खोट्या नसतात. मनापासून असतात. तरीही ती वाक्यं *X* व्यक्तीने *Y* वर फेकलेली असतात. तिरसट व्यक्तीवर लिहिलेल्या कथेचं तुम्ही कौतुक करता, कारण त्यातल्या नायकाचं नाव असतं 'खांबेटे.'

त्याऐवजी मी त्या माणसाचं नाव 'इनामदार' ठेवलं तर तुम्ही त्या तिरसटपणाला खळाळून प्रतिसाद द्याल का? ते असो.

तुमच्याशी संवाद होतो, म्हणून हे पत्र.

तुमच्या पत्नीशी बोलणं अशक्य आहे. त्यांनी शब्द ऐकायचा ठरवलं तर त्यांना तो समजेल. पण त्यांचं शब्दांशीच युद्ध आहे. जो शब्द नाकारतो तो विचारच नाकारतो. मी त्याबद्दल त्यांना दोष देत नाही. 'एक गॅलन डब्यात दोन गॅलन पाणी का मावू नये?'–इतपतचा निरर्थक वाद तुमच्या बायकोलाही समजेल. पण डब्याचं झाकण काढायचंच नाही अशी हटवादी भूमिका असेल तर गॅलन तर विसराच पण 'थेंब'ही आत जाणार नाही. नाहीतर ज्ञानेश्वरीचा व्यासंग करणाऱ्या मीरेचं म्हणणं त्यांना का समजू नये? मीरासारखी मैत्रीण सगळ्या संसाराची मैत्रीण होऊ शकते, स्वत:लाही त्या मैत्रीतून समृद्धी मिळू शकते हे तुमच्या पत्नीला समजणार नाही. कारण डब्याचं झाकण काढायचंच नाहीए. म्हणूनच तुमच्यासारख्या माणसाला मीराची मैत्री, बायकोऐवजी नको आहे तर बायकोसहित हवी आहे, हेही तिला कळणार नाही.

मीराऐवजी, तिच्या सहवासाशिवाय मी क्षणभर जगू शकणार नाही असं तुम्ही डोळ्यांत पाणी आणून सांगता. ती उत्कटता मी जाणतो आणि मीरालाही ते माहीत आहे. मी तुमचं मीरासाठी तडफडणारं मन पाह्यलं आहे, पण त्याच वेळेला तुमचं तिच्याबरोबर होणारं अत्यंत अरेरावीचं वागणंही पाह्यलं आहे. इथं मी प्रचंड गोंधळात सापडलो आहे. ह्या संदर्भात–म्हणजे मित्रमैत्रिणी, स्त्री-पुरुष मैत्रीत मी कशाची अपेक्षा करतो ते सांगतो.

तुमचं काय चुकतं, मला काय काय खटकलं ह्याची चर्चा तुम्हाला वाचवणार नाही आणि स्पष्ट लिहायचं ठरवून मलाही ते जमणार नाही. कारण माझी ती वृत्ती नाही.

त्यापेक्षा मैत्री म्हटलं की काय असावं, काय नसावं ह्याचं चिंतन करावं.

तुमच्यावर माझा मीराइतकाच लोभ आहे आणि खऱ्या प्रेमाची व्याख्या Love decides what is wrong instead of who is wrong अशी आहे.

ह्या पत्राच्या निमित्ताने what is wrong? चा शोध घेता आला तर मैत्रीच्या परीक्षेत मी स्वत: पास होतो की नाही ह्याची मलाही पारख करवून घेता येईल.

मैत्री म्हणजे आधार. सुरक्षितपणा.

Opposite Sex ची मैत्री एक वेगळीच देणगी देणारी गोष्ट. त्यात एकसुरीपणा नसतो. समाजातल्या जवळपास प्रत्येक व्यक्तीला अशी मैत्री हवी असते. त्या मैत्रीचं वेगळं आकर्षण प्रत्येकाला खुणावत राहतं.

मैत्रीत पहिली Priority मित्राच्या सोयीला असावी. त्याच वेळेला स्वत:च्या अस्मितेचा बळी न देता ती सोय सांभाळता यावी.

स्वत:ची अस्मिता कधी टिकवता येते? तर मित्राच्या अस्मितेची जेव्हा सखोल जाणीव असते तेव्हा. ती जाणीव असली म्हणजे चारचौघांत आपल्या मित्राशी वा मैत्रिणीच्या बाबतीत कसं वागायचं, बोलायचं हे आपोआप समजतं. आयुष्यभर माणूस समानधर्मीयाच्या शोधात असतो. Birds of the same feathers flock together म्हणतात, ते उगीच नाही. मैत्रीत न पटणाऱ्या गोष्टींकडे दुर्लक्ष करण्याची शक्ती मिळवायची असते. वेगवेगळ्या प्रसंगी आपलं वर्तन कसं होतं आणि तीच परिस्थिती मित्र कशी हाताळतो इकडे भान हवं. त्याचं चुकलं तर कान पकडण्याचा अधिकार मिळवायचा असतो आणि त्याचं बरोबर वाटलं तर अनुकरण करण्याचा मोठेपणा कमवावा लागतो.

कुणी कुणासाठी किती त्याग केला ह्याचा हिशोब आला की आंब्याच्या झाडाने आपला मोहर येण्याचा काळ संपला हे जाणावं.

मोहरून जाणं ही अवस्था मैत्रीत महत्त्वाची. ही अवस्था टिकवायची असते. दोघांची वाढ जोपर्यंत होत राहते तोपर्यंत मैत्रीतला मोहर कायम टिकतो. गुणांची, विद्वत्तेची, व्यासंगाची, कलेची, ह्या सगळ्या प्रांतात मित्र वा मैत्रीण उंच व्हायला हवी, म्हणजेच त्या सगळ्याची वाढ व्हायला हवी.

ज्या एका विशेष कलागुणाने वा व्यासंगामुळे आपल्याला मित्र वा मैत्रीण आवडली आहे किंवा आपण समोरच्या व्यक्तीला आवडू लागलो आहोत

त्या त्या प्रांतात आपली आणि मित्राची गुणवत्ता वाढली पाहिजे. आणि त्यासाठीच स्वत:चा छंद आपण जोपासला पाह्यजे. संपूर्ण दिवसातला किती वेळ आपण निव्वळ उनाडण्यात घालवला ह्याचा विचार हवा. काही प्रसंगी मैत्रीपेक्षा छंद मोठा ठरायला हवा. तसं झालं तर स्वत:बरोबर मैत्रीची अस्मिताही टिकते. नाहीतर नादी लागलेला माणूस आणि आपण ह्यात फरक काय?

मैत्रीतही स्वत:चे असे वेगळे तास हवेत. त्या कालावधीत मित्राचीही लुडबूड नसावी. त्या कालावधीत भले तुम्ही नुसते लोळत राहा. तो निष्क्रिय राहण्याचा अवधी मैत्रीत मिळायला हवा. त्या एकांतात मग आपोआप मानापमानाच्या व्याख्या तपासता येतात, ठरवता येतात.

एकदा असे केवळ स्वत:चे क्षण वेगळे ठेवले की प्रसंगी छंद बाजूला ठेवून मित्रासाठी वेळही देता येतो. कटाक्षाने ही पथ्यं सांभाळली की नंतर ही देवाणघेवाण एक सहजावस्था होते. निखळ मैत्रीतली एक विलक्षण ताकद जर कोणती असेल तर त्यातली सहजता. त्या सहजतेमधूनच सुरक्षितपणाची साय आपोआप धरते. साय दुधातूनच तयार होते आणि दुधावर छत धरते. साय म्हणजे गुलामी नव्हे. सायीखालच्या दुधाला सायीचं दडपण वाटत नाही.

मैत्री तशी असावी. दुधापेक्षा स्निग्ध. सायीची नंतरची सगळी स्थित्यंतरं– म्हणजे दही, ताक, लोणी, तूप–ही जास्त जास्त पौष्टिकच असतात. तसं मैत्रीचं घडावं.

मैत्रीचा प्रत्येक टप्पा हा व्यक्तिमत्त्वाचा नवा उत्कर्षबिंदू ठरावा. ज्यांच्या मैत्रीमुळे प्रगती खुंटते ती मैत्री संपण्याच्याच लायकीची असते.

ह्याच दृष्टिकोनातून ज्या ज्या संसारात पतिपत्नीचं नातं मैत्रीसारखं राह्यलं ते ते संसार टिकले. संसारात रुसवे-फुगवे हवेत. चेष्टा-मस्करी हवी. जोडीदाराच्या व्यासंगात साथ हवी, त्याचप्रमाणे हक्काने 'आता तुमच्या एकूण एक गोष्टी माझ्यासाठी दूर ठेवा' असं अतिक्रमण पण हवं. केवळ स्वत:चं स्वास्थ्य आणि ऐषाराम जोपासण्यासाठी जोडीदाराला गुलाम करायचं नसतं.

समाजातल्या कोणत्याही व्यक्तीच्या व्यथा ज्याला बघवत नाहीत त्याला निकटवर्तीयांचे अश्रू पुसता येणार नाहीत का?

पण अश्रू पुसायला कासावीस झालेल्या रुमालाचं तुम्ही पायपुसणं करायला लागलात तर? साखळी ओढल्याप्रमाणे जर जातायेता अश्रुपात व्हायला लागला तर त्याचा दर्जा टाकीच्या पाण्यासारखाच होणार.

तुम्हाला समाजातलं दु:ख बघवत नाही. एखाद्या कवीप्रमाणे तुमचं मन हळुवार
आहे. नोकरी संपली की तुम्ही अनेकांच्या मदतीसाठी धावता. रुग्णांची सेवा
करता हे मला माहीत आहे. एका फार मोठ्या दिवंगत कलावंताच्या वयोवृद्ध
पत्नीची तुम्ही रोज सेवाशुश्रूषा करीत आहात. मीरा त्याही कामात तुमच्या
बरोबरीने राबते हे मी पाह्यलं आहे.

लोकांचं दु:ख ज्याला बघवत नाही, त्याला पत्नीचा टाहो समजणार नाही
असं कसं होईल?—तो तुम्हाला समजतोय. तुमचं सांत्वन तिला कळत नाही,
हा प्रॉब्लेम आहे. तुमची अस्मिता जास्त दुखावली जाते.

अस्मिता टिकवणं आणि दुसऱ्याची जोपासणं ही निकट गरज मैत्रीप्रमाणे
संसारातही असते. पण मी नेहमी सांगत आलो त्याप्रमाणे, त्यासाठी प्रथम
जमेची बाजू प्रथम दिसायला हवी. आयुष्यात माणसं तरतात कधी?

तर जमेची बाजू जास्त असल्याशिवाय माणूस तरत नाही.

ही जमेची बाजू कमी पडत असेल तर वाढवायची असते. ही बाजू वाढवणं
म्हणजे, गाणं येणाऱ्याने नाच शिकायचा असं नाही. तुम्ही गाणंच
वाढवायचं. तुम्ही स्वयंपाक, स्वयंपाकघर, घरदार ह्यातच रममाण होणाऱ्या
असाल तर तेच काम जास्त सुबक करायचं.

जगातलं सर्वांत महत्त्वाचं नातं मैत्रीचं. पतिपत्नी, आई-बाप, मुलगा-मुलगी,
सून-जावई ह्या सगळ्यांशी मैत्रीचं नातं ठेवावं ही माझी धडपड आहे. असते.
कारण हे एकमेव नातं असं आहे की तिथं Dictatorship नसते.

Possession ची भावना नसते तर Belonging चा सूर असतो.

हुकूमशाहीचा सूर उमटला रे उमटला की जाणावं दूध नासणार आहे.

मित्रामित्रांच्या वा दोन स्त्रियांच्या दोस्तीबाबत बघणाऱ्यांच्या डोळ्यांचा नंबर
कमीजास्त होत नाही.

पण एक स्त्री आणि एक पुरुष म्हटलं की रामायणातल्या लंकेतले नागरिक
आणि महाभारतातले कौरव एकत्र येतात. पांडवांप्रमाणे क्रमाक्रमाने,
जाणिवेने, पौरुषत्वाने द्रौपदीची जबाबदारी न उचलता, निव्वळ घटकाभर
करमणूक म्हणून द्रौपदीच्या निऱ्यांना हात घालणाऱ्या कौरवांनी समाज
भरलेला आहे.

म्हणूनच स्त्री-पुरुष मैत्री म्हटलं रे म्हटलं की ती Sex relations साठीच
असते, अशा रबरी शिक्क्यासकट माणसं गृहीत धरतात. शिक्का सतत
ओला ठेवतात. म्हणूनच त्या मैत्रीची शान सांभाळणं हे अश्वमेधाचा वारू
सांभाळण्याइतकं जोखमीचं असतं.

मद्यपान हे बदनाम ठरतं, कारण पिणाराच त्याची शान ठेवत नाही.

एक प्रगल्भ, नि:स्वार्थी मैत्रीण भेटणं म्हणजे जगण्याचं प्रयोजन सापडण्यासारखं आहे.
बायकोत काय नसतं ते अशा मैत्रिणीत असतं?–ह्यासारख्या प्रश्नांची उत्तरं कशी द्यायची?
माझ्या मते अशी मैत्रीण जी हवीशी वाटते ती बायकोच्याऐवजी हवी असते, हा समज चुकीचा आहे. तिला बायकोनेसुद्धा स्वीकारावं ही गरज असते. तसं झालं नाही की होणाऱ्या यातना फक्त मैत्रिणीला समजतात. बायकोला समजत नाहीत. नि:स्वार्थी मैत्रीण मित्राचा संसार उधळला जावा, पण आपली मैत्री टिकावी अशी कधीच अपेक्षा करीत नाही. पण ही धडपडही बायकोपर्यंत पोहोचत नाही. मैत्रीण मित्राच्या पत्नीची मर्जी आणि प्रतिष्ठा सांभाळते, पण तो समंजसपणा पत्नी दाखवत नाही. बायकोचं मन धाब्यावर बसवून मैत्री जपणारे महाभाग किती टक्के असतात आणि किती टक्के स्त्री-पुरुष, त्याच्या वा तिच्या मैत्रीला तिलांजली देतात, ह्या टक्केवारीत जाण्यात अर्थ नाही. समजूतदारपणाच्या बाबतीत संसारातल्या साथीदारापेक्षा मैत्रीतला जोडीदार वरचढ ठरला ह्याचा आनंदही चिरकाल उरत नाही, कारण समजूतदार घटकालाच अन्याय सहन करावा लागला हे शल्य पुसता येत नाही.
तुम्ही स्वत:ला सामान्य समजता. तुम्ही सामान्य का राह्यलात? बासरीवादनाचा छंद तुम्ही का वाढवला नाहीत? संगीताचा मला जो थोडाफार कान आहे त्याला साक्ष ठेवून सांगतो, केवळ दोन वर्षं रियाज केलात तर उत्तम बासरीवादक व्हाल. सौभाग्यवतींचाही सूर आपोआप बदलेल. ह्याचा अर्थ तुमची आणि मीराची मैत्री खपवून घेतली जाईल असा नाही. अनेक कलावंत व्यक्तींचे संसार मी पाह्यले आहेत. तिथंही ह्या सर्व उचापतीत आपला जोडीदार फक्त 'चालू' आहे असं मानलं जातं. आयुष्यभर तीच संभावना होत राहते. ज्या एका दैवी वा स्वकष्टार्जित प्रतिभेवर जोडीदाराला लोकप्रियता मिळते, लोकसंग्रह वाढतो त्या प्रतिभेचाच किंवा अन्य Qualities चा राग केला जातो. ते उदरनिर्वाहाचे साधन असूनही विलक्षण छळ केला जातो. अशा अवस्थेत तुमचा जीवनोन्मेष, अस्मिता, निर्मिती अबाधित राहावी म्हणून धडपडतात, तुमच्याच इतकी कासावीस होतात, ती दोस्तीतील माणसं. तुमच्यातल्या केवळ व्यक्तीवर ती प्रसन्न नसतात. तुमचं व्यक्तिमत्त्व चिरंजीव ठरणं ह्यात त्यांच्या मैत्रीचा गौरव असतो.
संसारातल्या जोडीदाराला तुमच्या 'वलया'चे व्यावहारिक फायदे जरूर हवे

असतात. कारण त्याच्या जोरावरच त्यांचं पायघड्यांवरचं जीवन चिरकाल टिकतं. मैत्रीतली माणसं तुमच्यासमोर पायघड्या पसरत नाहीत. ती माणसं वाटेवरचे काटे दूर करतात आणि पदयात्रा निर्वेध करतात. त्यांना तुमच्याइतकंच अवलोकन करण्याचं वेड असतं. भोवतालचं भान असतं. आयुष्य उत्कटतेने जगण्याची ओढ असते. व्यक्तीचे गुणदोष पोटात घालण्याचं औदार्य असतं, पण व्यक्तिमत्त्वाला गालबोट लागलेलं खपत नसतं. अशा मित्रमैत्रिणी तुमची अस्मिता, प्रतिमा सांभाळताना, तुमच्यापेक्षा जास्त कडवा संघर्ष तुमच्या अपरोक्ष इतरांशी मांडतात.

मैत्रीण वा मित्र आणि संसारातला जोडीदार ह्यात ही एवढी तफावत निदान मला तरी जाणवली आहे. पत्नीपेक्षा मैत्रिणीत जास्त काय आहे, ह्याचं उत्तर देण्याचा हा प्रयत्न आहे. शरीरसुखासाठीच विवाहबाह्य मैत्री ठेवली जाते असं जोडीदाराने मानणं म्हणजे शरीरसुख, जोडीदार, मैत्री, आयुष्य सगळ्यांची विटंबना आहे आणि तेवढाच विचार करणाऱ्या व्यक्तीच्या निर्बुद्धतेचा कळस आहे.

देणाऱ्या व्यक्तीजवळ देण्यासारख्या जेव्हा असंख्य अलौकिक गोष्टी असतात तेव्हा शरीरसुख ही वेगळ्या संवादरूपानेच प्रकट होणारी एक ऊर्मी असते. समुद्राजवळ लक्ष्मी, कौस्तुभ, पारिजात, सुरा, धन्वंतरीपासून चौदा रत्नं देण्याची शक्ती असताना, त्याच्या अंतर्मनाची ही ताकद न जाणणाऱ्या अल्पमतींना, समुद्राच्या लाटाही मैत्रीतून मिळतात ह्याचाच जास्त विषाद वाटतो. हे दुर्दैव समुद्राचं की लाटा क्षणमात्र झेलून, समुद्राचा तळ ढवळून मोती मिळवण्यासाठी धडपडणाऱ्याचं की, काठावर बसून फक्त लाटांनी मिठी मारलेली पाहून तेवढंच लक्षात ठेवणाऱ्याचं?

अंतर्मनाचा तळ ढवळणाऱ्याने माझ्या मते तूर्त काठावरच्या माणसाला काठावर पास होण्याइतपत मार्क आणि महत्त्व द्यावं.

प्रश्न आहे तो वेगळा.

समुद्राकडून किती घ्यायचं ह्याचा विचार कधी करायचा? काठावरच्या माणसाला लाटा चुकवून फक्त तळातले मोती हवे आहेत.

समुद्र तुमच्याकडे काय मागतो? तर तरंगण्याचं सामर्थ्य तुम्ही कमवावंत. वादळवाऱ्यातही शिडं, डोलकाठ्या सांभाळण्याचं कौशल्य. ते कौशल्य मिळवण्यासाठी अस्मितेची जपणूक. वेळेचा विनियोग उत्कर्षासाठी करणं. मैत्रीतलं स्वातंत्र्य जपणं. मित्राच्या व्यासंगाबद्दल आदर ठेवणं आणि स्वत:च्या समवेतच सातत्याने मित्राचा, मैत्रिणीचा उत्कर्ष, समृद्धी कशी होईल, ह्याचाच केवळ विचार करणं.

ही दृष्टी ज्या पत्नीने मिळवली वा पतीने मिळवली तिचा वा त्याचा साथीदार नंदनवन इथंच तयार करील.

ह्या सर्व प्रकट चिंतनात (Loud thinking) खुद्द मी कुठं बसतो ह्याचा मी विचार करतोय. तुम्ही तुमचं स्थान शोधा. मग कुणी दुरावेल ही दहशत उरणार नाही.

बायकोही नाही आणि मैत्रीण तर नाहीच नाही.

तुमचा
वपु

गाडीतल्या ओळखी विसरण्यासाठीच असतात, असं कुणीतरी कुणाला तरी म्हणालं होतं. पण 'विवेक' नावाचा कुणी एक, आता पटकन् चेहराही समोर येत नाही, असा एक-हे मानायला तयार नाही. त्याने लग्नाचं आमंत्रण पाठवलं. त्याच्या समाधानासाठी ह्या चार ओळी–

प्रिय विवेक,
पुणे-मुंबई प्रवासातली ओळख. तुम्ही तुमच्या विवाहाच्या मंगल प्रसंगी माझी आठवण ठेवलीत. पण निरनिराळे कार्यक्रम एकाच दिवशी वळवाच्या पावसासारखे कोसळले. काय स्वीकारावं, काय नाकारावं हे ठरवणं कठीण. प्रत्येक ठिकाणी जाण्यासाठी मन धावत होतं. हे मनाचं प्रकरण छान आहे. जागा न सोडता ते हजारो मैल भटकतं आणि सगळ्यांना भेटतं. पण शरीर त्यापैकी एक-दोन ठिकाणीच जाऊ शकतं. तेव्हा मनाने मी येऊन गेलो. दोन प्लेट्स आइस्क्रीम चापलं. आता प्रत्यक्ष भेट तुम्ही 'वगैरे वगैरे' आटपून आलात म्हणजे सवडीने.

तुमचा
वपु

एखादा विवेक. प्रवासातल्या ओळखीत, लग्नाचं आमंत्रण पाठवून मोकळा होतो, तर असाच, एक विश्वास नावाचा वाचक, पत्र लिहितो पण पेटीत न टाकता स्वतःच्या घरातच ठेवतो. का?

१२/५/१९८२

प्रिय व. पु.,
सप्रेम नमस्कार,
आपल्यापर्यंत येणारं हे पहिलंच पत्र. यापूर्वी लिहिलेली सर्व पत्र आपलीच

आठवण म्हणून न पाठवता तशीच जपून ठेवली.

व. पु., मला नाटकाची जाम आवड! एक वेष उतरवून दुसरा वेष कधी घालतोय असं हपापल्यासारखं होतं. एक-एक रोल करताना रंगपटाचं भयंकर आकर्षण. मला रंगपटातला प्रत्येक वेष आयुष्यात एकदा तरी अंगावर चढावा ही सुप्त इच्छा. आयुष्यात सालं काहीच नसतं असं जेव्हा वाटायला लागलं होतं–बोचायला लागलं, तेव्हा वपु अक्षरशः तुमच्या 'कथांनी' मला समजावलं–गोंजारलं.

वपु, प्रत्येक वेळी मी तुम्हाला पत्र लिहिलंय पण तुमचं उत्तर येणार नाही आणि तुमच्याविषयी वाटणाऱ्या आदराला कुठेतरी धक्का लागेल या भीतीने प्रत्येक पत्र जुन्या कागदपत्रांत जपून ठेवलं. पण हे पत्र मुद्दाम तुम्हाला पाठवीत आहे. कारण दि. २६ मे १९८२ रोजी माझा विवाह ठरला आहे. आपल्या सर्वांत जवळच्या माणसाला आपल्या मनातलं केव्हा एकदा सांगतो असं होतं म्हणून हे पत्र.

आपण यावं ही आग्रहाची विनंती.

आपला
विश्वास

प्रिय विश्वास,

तुमच्या-आमच्या वृत्तीचा स्थायिभाव कोणता? तर विचारलेल्या प्रश्नाला नकारच येणार ह्या खात्रीपायी वा भीतीपोटी, आपण प्रश्नच विचारला नाही ह्या समाधानात वावरणारे तुम्ही-आम्ही. म्हणूनच लिहिलेली पत्रं तुम्ही मला पाठवली नाहीत. तरी सांगतो, वैवाहिक जीवनात असं करू नका. हे आयुष्य इतकं बेभरवशाचं आहे की कधीकधी चांगलंसुद्धा घडतं. अनपेक्षितपणे बायकोही चांगलं वागते असा तुम्हाला अनुभव येईल...यावा.

रंगमंचावरील एका महान नाट्यात तुमचा प्रवेश होत आहे. एकपात्री संपला. द्विपात्री सुरू होत आहे. तुमचं नाटक किती पात्रांचं करायचं हे तुम्हीच ठरवणार आहात. तरीही, मी म्हणेन, रंगमंचावर प्रवेश करणारं प्रत्येक पात्र तुमच्या कलाकृतीचा आनंद वृद्धिंगत करो.

तुमचा
वपु
२१/५/८२

असाच कोणी एक तरुण. परिचय फार नाही. पण त्याच्या लग्नाच्या दिवशी त्याला चारच ओळी का होईना, पण माझ्याकडून पत्रासारखं काही हवं होतं.

कथालेखनाप्रमाणे कधीकधी एखाद्या पत्राच्या बाबतीत, तंबोऱ्याला चटकन् 'जवारी' लागते ती अशी.

प्रिय अरुण,
एखादी सहल असो वा नव्या हॉटेलात, नव्या गावात किंवा नव्या चित्रपटाला जाण्याचा योग असो. नव्याची ही यादी खूप वाढवता येईल. प्रश्न तो नाही. एका शब्दात सांगायचं झालं तर कोणत्याही नव्या 'अनुभवा'ला सामोरं जाताना प्रत्येकाच्या मनात एकमेव इच्छा असते, तो अनुभव चांगला असावा. अपेक्षापूर्ती करणारा ठरावा.
ब्रह्मचर्याश्रमातून गृहस्थाश्रमाकडे वाटचाल करताना प्रत्येकजण हेच मनातल्या मनात म्हणत असतो.
गृहस्थाश्रमाचं हेच एक प्रचंड रहस्य आहे. तंबोऱ्याच्या मधल्या दोन तारांप्रमाणे जर षड्ज जमले तर प्रत्येक सुख दुप्पट होतं आणि प्रत्येक व्यथा निम्म्याने कमी होते. दोन तारांपैकी एक अकारण चढणार असेल वा वेळोवेळी उतरणार असेल...जाऊ दे. आज तरी ह्या कुशंका नकोत. ह्यात नियतीची मेख इतकीच की 'तारा कशा?'–हे सालं तंबोरा विकत घेतल्यावरच कळतं.
म्हणूनच, कुणाचीही मंगलपत्रिका घरात येऊन पडली की पत्रिकेवरच्या गणपतीबाप्पांना मी विचारतो, 'बाप्पाजी, ह्या दोन जीवांच्या पाठीशी उभा राहणार आहेस की पाठीमागे लागणार आहेस?', 'कार्य सिद्धीस नेण्यास श्री समर्थ आहे' असं हे माफक अपेक्षेने पत्रिकेवर छापत आहेत. मी सांगेन, 'विघ्नहर्त्या, नुसतं कार्य सिद्धीस नेऊ नकोस. रिसेप्शनचं आइस्क्रीम संपल्यावर आम्ही जाणार आहोत. तू थांब. आणि ह्या नवपरिणितांचा अख्खा संसार सिद्धीस ने.

वपु

वर्तमानपत्रं अथवा मासिकांतून कुणाचा फोटो वगैरे छापून आला की काय वाटतं? दिलीपचं पत्रच 'काय वाटतं' ते सांगतं. छायाचित्रांचं नातं आपण कायम वाईट बातम्यांशी जोडलेलं असतं. म्हणूनच 'मेनका' मासिकात वपुंचा फोटो पाह्यल्यावर दिलीपचं तातडीने पत्र आलं. माझ्या छायाचित्राचं केवळ निमित्तच. बाकी दिलीपला आपलंच मन उघड करायचं होतं.
'तुमच्या पुस्तकातली, कथेमधील पात्रं आपल्याला प्रत्यक्ष भेटतात असं तुम्ही म्हणता. मला मात्र हवी असलेली माणसं फक्त पुस्तकातच भेटतात.' असं

म्हणत दिलीप लिहितो,

२/३/१९८१

श्री. व. पु.,

मार्च महिन्याचा 'मेनका' हातात पडताच त्यातील तुमचा फोटो पाहून 'स्स्...' वगैरे सदरे वाचणारा मी, तुम्हाला वाचू लागलो. आणि माझ्या पाटीवरील चऱ्यांमध्ये आणखी एकाची भर पाडून घेतली. लहानपणी काकांनी आणलेली झुंजारकथा चोरून वाचणारा मी, आज स्वतःचं एक छोटसं वाचनालय काढलंय. त्यातून मिळणाऱ्या पैशात पुस्तकं घेत असतो. स्वतः वाचत असतो, त्यात विसरत असतो आणि त्यातच सापडणाऱ्या अनेक माणसांना आपली माणसं मानून आणखी माणसं शोधत पुन्हा वाचत राहतो.

सर्व नातेवाईक असूनही मी एकटा आहे. ह्यात काय ते समजा. वाचनाचा नाद नसता तर मी काय असतो ह्याचा विचार करण्यातही मी अनेकदा वेळ घालवतो. त्यातही कंटाळा आला की बागेतील फुलांना पाणी घालून ती फुलवीत राहतो. नाहीतर वाऱ्याच्या वेगाने स्कूटरवरून रस्ता तुडवीत फिरत राहतो. सुदैवाने नोकरी पण चांगली आहे. फॅक्टरीतून बाहेर पडताच त्याचा विचार संपतो. मग असे का?

शब्दांचे सामर्थ्य तुम्ही म्हणता तसे असते कबूल. पण माझ्या वाट्याला आलेले शब्द समजून घेण्यासाठी आलेले नसतात, तर माझ्या पाटीवर चरे पाडण्यासाठी आलेले असतात. मग पुस्तकांतील माणसांच्या शब्दांनी मी ते बुजविण्याची धडपड करतो. व. पु. तुम्ही मला पत्र लिहाल? आणखी एक मागणी. वपु, पंचवीस तारखेस तुमचे 'घर हरवलेली माणसं' हे पुस्तक मला तुम्ही vpp ने पाठवाल का? त्यातील माझ्या माणसांना मला भेटायचंय. ते पुस्तक तुमच्याकडून मिळताच घरासकट माणसं सापडल्याचा आनंद मला मिळणार आहे.

आपला,
दिलीप

३१/३/१९८१

प्रिय दिलीप,

तुमचं पत्र मिळालं. एखाद्या मान्यवर व्यक्तीचा फोटो वर्तमानपत्रांत आला की छातीत प्रथम 'स्सस्'-होणं, ही अत्यंत स्वाभाविक प्रतिक्रिया होय. कारण जिवंत माणसाविषयी, फोटोसकट चांगलं बोलणं वा लिहिणं ही भारतीय

परंपरा नाही. महाराष्ट्रीय तर मुळीच नव्हे. तेव्हा तुमचा 'ठोका' चुकला, नवल नाही.
फुलांच्या किंवा वेगाच्या सहवासात एकटेपण बुडवणाऱ्या माणसाचं मन अत्यंत संवेदनाक्षम असणं अपरिहार्य आहे. संवेदनाक्षम मन लाभणं हा एक शापही आहे. आणि वरदानही. शाप भोगायचे असतात तर 'वर' उपभोगायचे असतात. पण तरीही एक लक्षात ठेवा.
हळवं मन लाभलेला माणूस, माणूस म्हणून जन्माला येतो आणि मरताना तो माणूस म्हणूनच मरतो. मन नावाची वस्तू जिथं जन्मालाच येत नाही ती सगळी माणसाच्या आकाराची जनावरंच.
म्हणूनच तुमची चरे पडलेली पाटी जतन करा. कोऱ्या करकरीत पाटीपेक्षा ती भाग्यशाली पाटी आहे.

तुमचा,
वपु

दिलीपसारखा कोणी एक अपरिचित त्याची व्यथा मला कळवतो. फुलझाडांचं संगोपन करताना, झारीतल्या पाण्याबरोबर, डोळ्यांतले चार पोरके अश्रूही त्यात मिसळत असतो.
स्वत: संगोपन केलेल्या झाडाला जेव्हा पहिलंवहिलं फूल आलं असेल तेव्हा दिलीपसारख्या हळव्या माणसाचे डोळे पुन्हा भरून आले असतील. अशा वेळी अश्रुबिंदू मोठा समजायचा की नव्या फुलावरील दवबिंदू? दवबिंदूंच्या रूपाने, दिलीपच्या अश्रुबिंदूंना निसर्गाने दिलेला तो प्रतिसाद असेल का? दिलीपच्या डोळ्यांतही पुन्हा पाणी का यावं? निव्वळ आनंदामुळे. आता फुलांच्या सुगंधाच्या रूपाने, वाऱ्याच्या झुळुकीच्या मदतीने आपली व्यथा दशदिशांना वाटली जाईल.
दिलीप काय किंवा श्रीकांत काय? नावं वेगळी. वृत्ती तीच. दिलीप स्वत:ला भन्नाट वेगात झोकून देतो, तर श्रीकांत स्वरांची शाल उबेसाठी पांघरतो. ह्या अशा हळव्या मनाच्या माणसांचं कसं होणार ह्याची जरी चिंता वाटली तरीही, इथंच 'माणसं' दिसतात. आयुष्यात काहीतरी करून दाखवणारी माणसं ही 'अश्शीच' असतात.
नाहीतर समाजात गेंड्याची कातडी पांघरून वावरणारी माणसं कमी आहेत का? आहार, निद्रा, मैथुन एवढ्याच त्यांच्या गरजा. ह्या गरजांना धक्का लागू नये म्हणून ही माणसं पात्रता नसताना फक्त स्पर्धा करतात. कुणाशी? तर स्वत:च्या हिंमतीवर मार्ग शोधणाऱ्या स्वयंप्रकाशी प्रतिभावंताशी. कष्टांवर

भक्ती करणाऱ्या माणसांशी. लोकप्रियतेचं वरदान लाभलेल्या सेवाभावी जोडीदाराशी. काही संसारांतून गृहिणी अशा असतात, तर काही संसारांतून स्वत:ला कुटुंबप्रमुख म्हणवून मिरवणारे पुरुष तसे असतात. जोडीदाराचे पाय खेचणं, स्वत:च्या स्वास्थ्यासाठी, कार्यरत असलेल्या पार्टनरचाच अंत बघणं हे अशा, लोळून दिवस काढणाऱ्या महाभागांचं जीवितकार्य.

दिलीपसारखा हळवा माणूस, सुगंधी झाडांची जोपासना करतो तर हे महाभाग संशयाची रोपं लावीत बसतात. श्रीकांतसारखा माणूस लताची तबकडी हृदयाशी धरतो, तर काही संसारांतून ती किंवा तो, टेलिफोनवरचं संभाषण चोरून ऐकण्यात धन्यता मानतो. टेलिफोनची तबकडी कानाशी धरतो किंवा दाराआडून श्रवणभक्ती करतो. म्हणूनच श्रीकांतसारखा माणूस जेव्हा आर्ततेने पत्र पाठवतो तेव्हा नाव-गाव, पत्ता एवढंच माहीत असलेल्या त्या अनोळखी माणसालाही मनापासून पत्र पाठवावंसं वाटतं.

१३/१/१९७६

श्री. काळे,

स. न. वि. वि.,

वपु, माझं भेटकार्ड पाहिलंत? तुम्हाला आवडलं का? निश्चितच आवडलं असणार. पण हे मी तुम्हाला का पाठवलं? या चित्रातून जो निरागस सात्त्विक आनंद मिळतो, तोच आनंद, तेच मुलायम समाधान तुमच्या कथा वाचताना, त्यापेक्षा ऐकताना मिळतं.

जो माणूस जीवनाला कंटाळलाय, वैतागलाय त्याला एवढंच विचारावंसं वाटतं, 'राजा, तू कधी लताचं गाणं ऐकलंयस? 'रसिक बलमा' किंवा 'ओ बसंती' डोळे मिटून तंद्रीत ऐकलंयस आणि जर ऐकत नसलास तर ऐक. पुन:पुन्हा ऐकत राहा! तुला जगावंसं वाटेल. आणि असं वाटत असतानाच तू वपुंच्या कथा ऐक. तुला कधीच मरावंसं वाटणार नाही.'

मी दहा वर्षांचा होतो तोपर्यंत माझे बाबा मला रोज गोष्टी सांगायचे आणि असेच गोष्टी सांगता सांगता निघून गेले. माणूस मरतो म्हणजे परत येत नाही हे मला तेव्हा कळलं. नंतर आजोबांनी सांभाळलं. माझ्या आईसकट पाचजणांना गाडीत घालून ओढताना वृद्ध माणूस शांत झाला. तेव्हा मी सतरा वर्षांचा होतो. आजोबांच्या आशीर्वादाने बँकेत नोकरी लागली. तीन वर्षं दीडशे रुपये पगारावर काम केलं. आज तीनशे मिळतात. मी सर्वांत मोठा. दोन बहिणींची लग्नं व्हायची आहेत. भाऊ लहान आहे. एका अंधाऱ्या, ओलसर खोलीत आम्ही राहतो. हे एवढं सांगून बोअर

करायचं कारण एवढचं की, अशा काळातही मला धैर्य आलं, उत्साह आला. वर्षानुवर्षे आमच्या घरात कुणी येत नाही, जात नाही. कारकुनाच्या घरात काय मिळणार? माझी करमणूक किंवा उत्साह मग मी वाचून शोधू लागलो. अरविंद गोखले, गंगाधर गाडगीळ, अत्रे, पु. ल., भावे, मोकाशी, शिरीष पै आणि मुख्य म्हणजे व. पु. काळे. वाचता-वाचता तीन वर्षं झाली. या दरम्यान मला जो आनंद मिळाला, आपल्या प्रयत्नांना अर्थ आहे, हे जाणवून ज्यांनी दिलं, त्यांच्याशी मला कृतज्ञ राहिलं पाहिजे. नवीन संक्रमण येत आहे, ते संक्रमण तुम्हाला आम्हाला चांगलं जावं एवढीच इच्छा.

आपला
श्रीकांत

१८/१/१९७६

प्रिय श्रीकांत,

तुमचं संक्रांतीचं निरागस भेटकार्ड आणि भेटकार्डाहून निरागस, भावदर्शन घडवणारं पत्र मिळालं. नोकरी सांभाळून, आजवर जागरण करीत, इतर मोहांकडे पाठ फिरवीत, लेखणी जी काही राबवली, ती दगदग वाया गेली नाही, हे तुमच्या पत्रात पुन्हा जाणवलं. परमेश्वराने थोडं प्रतिभेचं देणं दिल्याने, कीर्ती मिळाली, पैसा मिळाला, आनंद तर नक्कीच मिळाला. ज्या व्यक्तीला मी पाहिलेलं नाही, भौगोलिकदृष्ट्या जो अनेक मैलांवर आहे त्याला प्रेरणा देणारा मी, त्याच्या आणि माझ्याही नकळत काहीतरी लिहून बसलो आहे ह्याचं ज्ञानच किती चैतन्यदायी आहे, हे आता मी तुम्हाला कसं सांगू?

तुमच्या पत्रात मला कुठेही अतिशयोक्ती वाटली नाही. ज्या लताचा तुम्ही उल्लेख केलात तिचा आवाज मला कैकदा झपाटून गेला आहे. 'रसिक बलमा'मधलं 'मां' आठवा.

परवाचीच हकीकत. कामावरून दमून आलो होतो आणि घरी येताच प्रभा अत्रे यांची कलावती रागातील ध्वनिमुद्रिका ऐकली. त्या क्षणी मी प्रभाताईंना फोन केला. 'आमच्या आयुष्यात तुम्ही फार मोठा आनंद निर्माण केलात.' हे त्यांना कळवल्यावरच मला शांत वाटलं. तशी तुमची भावना Correct perspective म्हणतात तशी समजली. माणसामाणसाचं हे फार छान आहे. इथं दुतर्फा संवाद आहे. ज्या परमेश्वराने मला ही थोडीफार देणगी दिली त्याबद्दल काय करायचं?

कधीकधी घरातल्या तसबिरीसमोर उभं राहून मी म्हणतो, 'एकदाच भेट. मी

काही मागणार नाही. मला फक्त कडाडून मिठी मारून Thank You म्हणायचं आहे.'

अर्थात माझी ही इच्छा कधीच पुरी होणार नाही हे मला माहीत आहे. पण अमाप असं काही देणाऱ्याने पडद्यामागे राहावं हे मला सहनच होत नाही, त्याला काय करणार?

तुम्ही खूप दगदगीचा काळ बघितलात. नुसता बघितलात असं नाही तर त्या सर्व दऱ्या पार करून तुम्ही त्यातून बाहेर पडलात. हे सर्व करीत असताना तुमच्यातला माणूस जागा आहे, जिवंत आहे. इथंच तुम्ही दारिद्र्याचा, भूतकाळाचा पराभव केलेला आहे. तुम्ही अन्य मार्गाने जीवनात आनंद निर्माण केलात. आनंद देणाऱ्याला 'दाद देणारा' कृतज्ञताभाव जोपासलात. ही खूप मोठी मानसिक ताकद कमावलीत असं माझं प्रांजळ मत आहे. वारंवार होणाऱ्या आघातांनी माणसं कातावतात, चिरचिरी होतात, उदास होतात आणि जगावर रागावलेली असतात किंवा जगाला भिऊन असतात.

माणुसकीला ग्रासून टाकणाऱ्या ह्या सर्व पिशाच्चांशी सामना देऊन तुम्ही कणखर मनाने आनंद शोधत आहात. स्वरांतून, शब्दांतून चैतन्य मिळवीत आहात, हे नुसतं कौतुकास्पद नाही तर भविष्यकाळातल्या यशाची ही नांदी आहे. ही जिगर अशीच ठेवा. सौंदर्य ठायी ठायी भेटत राहील. आनंदाच्या नव्या जागा सापडतील. जग खूप मोठं आहे. माणसंही चांगली भेटतील, तुमच्या आजोबांसारखी आणि बाबांसारखी. तुमच्याजवळ शोधणारी नजर आहे. तेव्हा घरातला अंधारही जाईल आणि ओलही जाईल.

ओल गेली तरी ओलावा जोपासा.

भैय्या, यह दिन भी जायेंगे!

तुमचं पत्र भेटकार्डासह संग्रही ठेवत आहे. हे पत्र मिळाल्याचं कळवा. तुमच्या घरातील सर्व मंडळींना सा. न. इतरांना सदिच्छा. आशीर्वाद शब्द वापरत नाही, तो तुम्हा सर्वांच्या वतीने त्याच्याकडे मागतो.

तुमचा
वपु

पुण्याला डेक्कन जिमखान्यावर, कोणे एके काळी कुस्त्यांचा फड पडत असे. लहानपणी व्यायामाचं वेड वगैरेच्या नावने एकूण आनंदच होता. म्हणूनच 'कुस्त्या' वगैरे प्रकाराचं मला तसं आकर्षण नव्हतं. एक रुपया तिकीट ही पण परवडणारी बाब होती. तरीही केव्हातरी, चार मित्रांच्या पाठोपाठ, कुंपणाच्या तारा वाकवून, इतर थोराड माणसांच्या खांद्यावरून एक फड

पाह्यल्याचं मला आठवतं.
एकमेकांना भिडलेले दोन्ही पैलवान कुस्ती संपेतो शेवटपर्यंत संपूर्ण दिसले नाहीत. कधी त्यांचे दंड, कधी मांड्या, कधी नुसता जल्लोष. त्यात भर म्हणजे, आपण कुणाच्या बाजूने ह्याचा तर पत्ताच लागला नाही.
अनोळखी वाचकांची पत्रं वाचताना तसंच होतं. लिहिणारा संपूर्ण दिसत नाही. दोन उंच माणसांच्या डोक्यांमधून चित्रपट जसा थोडा थोडा दिसतो– किंवा कुस्ती, तसं होतं. वाचकाच्या आयुष्यातल्या घटना समजत नाहीत. त्या घटनांचा परिपाकच केवळ पत्ररूपाने पोहोचतो.
'राव' नावाच्या एका वाचकाचं पत्र वाचताना तस्संच घडलं...
काजवा मधूनमधूनच दिसतो तसं.

अहमदनगर

श्री. व. पु. काळे यांस,
स. न. वि. वि.,
माझे हे आपणास पहिलेच पत्र आहे. यापूर्वी आपण मला ओळखत असण्याचे काहीच कारण नाही. परंतु मी स्वत: मात्र आपल्या कथांचा एक नियमित वाचक आहे. 'ऐक सखे' या आपल्या पंचविसाव्या कथासंग्रहाच्या निमित्ताने मी आपले अभिनंदन करतो. तसेच आपल्या साहित्यिक व वैयक्तिक जीवनाची भरभराट चिंतितो. तुमच्या साहित्याचे टीकात्मक समीक्षण करण्याचा मला काहीच अधिकार पोहोचत नाही. कारण तेवढी माझी पात्रता नाही. तरीही मला काय वाटते हे कळविण्याची माझी इच्छा आहे. तुम्ही आपल्या अनुभवांशी प्रामाणिक आहात असे वाटते. खरा लेखक नेहमीच तसा असतो. उच्च-मध्यमवर्गीय समाजाचे यथातथ्य दर्शन तुमच्या लेखणीतून घडते. त्यांची दु:खं, व्यथा, त्यांचे आनंद, महत्त्वाकांक्षा यांच्याशी आपण एकरूप झालेले आहात.
परंतु माझी तुमच्याकडून एवढीच अपेक्षा नाही. कारण पांढरपेशांचा वर्ग म्हणजेच काही जग नाही. केवळ प्रातिनिधिक चित्रण तुम्ही करू नका. निरनिराळ्या वर्गांचे, समाजांचे, त्यांच्या वास्तव दु:खांचे, इच्छांचे, व्यथांचे, आनंदाचे चित्रण तुम्ही करा. कारण तुमच्या लेखणीत ती ताकद आहे. तुमची 'ही वाट एकटीची' ही कादंबरी मला अत्यंत आवडली. तसेच 'जावडेकर, आता बोला' ही कथाही! साध्या क्षुल्लक वाटणाऱ्या घटनांमधून कथा फुलत असते. कथा म्हणजे मनाला सर्वस्वी वेगळा असा अनुभव देणारे माध्यम होय. अरविंद गोखले, गंगाधर गाडगीळ, चारुता सागर, विजया राजाध्यक्ष इत्यादी कथाकारांबद्दल मला म्हणूनच आदर व प्रेम वाटते. त्यांच्या

लिखाणाला काही मर्यादा असतीलही–परंतु तरीही मराठी लघुकथेच्या इतिहासात त्यांचे महत्त्वाचे स्थान आहे. अनेक मराठी कथालेखक व प्रामुख्याने लेखिकांचे वाङ्मय वाचले म्हणजे त्यांच्या अनुभवांचे थोटकेपण कळून येते. त्यांच्या अनेक गोष्टी कल्पित, हास्यास्पद वाटतात व कथेचा मुख्य हेतू हरवून जातो. याबाबतीत तुमचे वेगळेपण जाणवल्यापासून राहत नाही.

आता माझ्याबद्दल दोन शब्द. मी वीस वर्षांचा कॉलेजच्या शेवटच्या वर्षाला असणारा तरुण आहे. अर्थात कॉमर्सचा पदवीधर होईन. पण मला मराठी साहित्यात रस आहे. मी एक संवेदनशील वृत्तीचा, बराचसा नास्तिक वृत्तीचा तरुण आहे. घरचा एकंदर बऱ्यापैकी आहे. परंतु तरीदेखील जीवनाबद्दल मीही विचार करतो तेव्हा माझा संदर्भ मला सापडत नाही. अनेक माणसं अनेक गोष्टींत सुख शोधत असतात. परंतु मला कशातच अंतिम सुखशांती दिसत नाही, घटनांचे अर्थ लागत नाहीत आणि या धावपळीचे अर्थ कळत नाहीत. आपण कोण? आपल्या जगण्याचा हेतू काय? आपली नाती, विचार, महत्त्वाकांक्षा यांचे ओझे उरावर घेऊन जन्मभर का वणवण करायची हे कळत नाही. अर्थात् या प्रश्नांची उत्तरे माहीत नाहीत हे मला माहीत आहे. ही परंपरा आहे–हे असेच चालते...याला काही इलाज नाही. सगळ्यांना गौतम बुद्धाप्रमाणे अंतिम ज्ञानप्राप्ती होणार नाही. तरीही या प्रश्नांचे डंख कधीकधी मनाला अस्वस्थ करून सोडतात. जीवनाची क्षणभंगुरता, नश्वरता मनात एक प्रकारची उदास खिन्नता निर्माण करते. आपले जीवन हे एक पोकळ शून्य वाटू लागते. तरीही मी अनेक गोष्टींत रस घेतो. काव्य, संगीत, साहित्य, खेळ व मित्र या सगळ्यांत असून मी नसल्यासारखा असतो. आपल्यापुढे मनातील ही वेदना उघड करावीशी वाटली म्हणून हे लिहिले. इतर कुठे हे मला उघडपणे बोलता आले नसते. कारण असा विचारच कुणी करीत नाही. आपल्या पत्राचीही मला अपेक्षा नाही. तसदीबद्दल मनापासून क्षमा मागतो.

आपला,
राव बी. पी.

प्रिय रा. रा. राव,

सस्नेह नमस्कार,

विचार करायला लावणाऱ्या पत्रांपैकी तुमचं पत्र. पत्रातली भाषा प्रौढ, तयार, सुसंस्कृत आणि जाणकाराची वाटली. 'मॅच्युअर्ड' हा एकच शब्द वापरावा अशी. वाचत गेलो आणि पहिली सुखद ठेच 'मी वीस वर्षांचा तरुण' ह्या

शब्दाला लागली.
ठेच हा शब्द मी जाणीवपूर्वक वापरलाय. कारण वयाच्या विसाव्या वर्षी मी एवढी प्रगल्भ वाक्यरचना करू शकलेला मुलगा पाह्यलेला नाही.
तुमच्यासारखा एखादाच. शाळा आणि कॉलेजातून मी अनेक कार्यक्रम केले. पण आभाराचे चार शब्द जुळवताना विद्यार्थ्यांची तारांबळ पाहिली, पाहत आलोय. मनात आलेले विचार नेमक्या शब्दांत मांडणं अनेकांना साधत नाही. तुम्हाला तो नेमकेपणा साधला आहे. आणि कदाचित ह्याच नेमकेपणाची तुम्हाला आयुष्याकडून, अवतीभवती वावरणाऱ्या माणसांकडून अपेक्षा असेल. ही अपेक्षा पूर्ण न झाल्यामुळे होणारी तगमग तुम्ही शब्दाशब्दांतून मांडली आहे. पण राव, एकच सांगतो, सध्या तरी हा विचार काढून टाका. आपली पट्टी मुळातच वरची आहे. आयुष्य हे समूहगीतासारखं आहे. समूहगीत गायचं म्हणजे सर्वांना लावता येतील ते सूर आणि झेपेल ती पट्टी निवडावी लागते. एकट्याने गायचं तेव्हा आपल्याला हवा तो सूर आपला आहेच. तो कोण हिरावून नेतोय?
मुळातच घर उंचावर बांधलं की गावातली घाण जास्त दिसणारच. पण इतरांपेक्षा आकाशही जास्त दिसतं. उगवणारा व मावळणारा सूर्य आपल्या साक्षीने उगवतो. मावळतो. रातराणीचा सुगंध आपल्याला जास्त येतो. तुमच्यासारख्या माणसांनी हे लक्षात ठेवणं जरूरीचं आहे की लोक तुमचं देणं लागत नाहीत.
कारण तुमच्या मागण्या पूर्ण करण्याची त्यांची हिंमत नाही. त्यांना इच्छा नाही असं मी म्हणत नाही, हिंमत नाही. तुम्हीच त्यांना काही ना काही द्यायचं आहे. कारण त्यांचं लक्ष तुमच्यावर आहे तेही तुमचं घर उंचावर आहे म्हणून.
आपल्या जगण्यामागचा हेतू, संदर्भ, आयुष्यातील अंतिम सुख ह्यांपैकी आता काहीही शोधू नका. हरवलेली वस्तू शोधायची असते. इथं काही हरवलं आहे असं नाही. तुम्हाला मला पत्र लिहावंसं वाटलं, तुम्ही लिहिलंत. हे जेवढं सहज घडलं तितक्याच सहजतेने सगळं करा. आयुष्यातला प्रत्येक आनंद लुटा. तुम्हाला वाचनाचं वेड आहे. हेच केवढं महान वरदान आहे. विसाच्या वयातील किती मुलांना असं वेड आहे? तेव्हा हे वेड असंच असू दे. माझ्यापेक्षा शतपटीने प्रतिभावंत मंडळी आहेत. त्यांचं वाचा. तुमचा आणि माझा जन्म फार चांगल्या काळात झाला आहे. ज्ञानपीठ बक्षीस मिळवणारे खांडेकर आपण पाह्यले. लता मंगेशकरांचा बहारीचा काळ, त्याला आपण साक्ष आहोत. आनंदाच्या दाही दिशा आहेत. फक्त नजर फिरविण्याची

खोटी! गर्दीत असून गर्दीचा न होणं हा शाप नाही. ते वरदान समजा! गर्दीमध्ये अलिप्त झाल्यावरच गर्दीकडे तटस्थ होऊन बघता येतं, गर्दीला काय म्हणायचं हे समजू लागतं. तुमच्या पत्रातला निराशेचा सूर मला फार आशादायक वाटला. तुम्ही अस्वस्थ जरूर व्हा, फक्त अगतिक होऊ नका. असेच वारंवार स्वत:वर, जगावर चिडा, पण 'फक्त बोटं मोडू नका.' हिरिरीने कॉमर्स व्हा. माझा बछडा पण यंदा कॉमर्स होईल. केव्हातरी मुंबईची सफर करा. भेटा आणि तोपर्यंत असेच सगळ्यांवर रुसलात की पत्र पाठवा.

तुमचा,
वपु

संसारात मनाजोगता जोडीदार मिळणं ही एक 'फॅण्टसी' वाटावी एवढी दुर्मिळ गोष्ट आहे. आवडीनिवडी, आचारविचार, दृष्टिकोन, छंद, कितीतरी गरजा असतात. छोट्या छोट्या इच्छा असतात. जोडीदाराशी संवाद न होणं ह्यासारखा नरक नाही. मी तशा दर्शनाने अस्वस्थ होतोच होतो, पण एके दिवशी मी कमालीचा बेचैन झालो ते स्वातीचं पत्र वाचून.

ठाणे.
२७/१/१९८१

॥ श्री ॥

प्रिय वपु यांस,
सा. न. वि. वि.,
दि. २२ जानेवारीला आपले कथाकथन आमच्या सायन्स कॉलेजमध्ये आयोजिले होते. आपण सांगितलेल्या कथा फारच सुंदर होत्या. मी आपली चाहती आहे. मला आपले सर्वच लिखाण आवडते.
त्या दिवशी आपण सांगितलेली 'कलंदर बाप' ही कथा फारच आवडली. प्रत्येकाला अशा एका कलंदर बापाची आवश्यकता भासते. पण सर्वांचेच बाप कलंदर नसतात. आपल्या अवतीभवती असणाऱ्या मित्र, नातेवाईक वा कुटुंबातील कोणीतरी 'बाप' भेटले पाहिजे. त्या कथेतील तुमचे दोन्ही बाप मला आवडले. वपु, आजवर मी ऐकत आले होते की विनोदनिर्मिती दु:खातून होते. पण त्या दिवशी विनोदातलं दु:ख कुठंतरी टोचलं. या अनुभूतीबद्दल मी आपणास धन्यवाद देते.
मी त्या दिवशी भेटले नाही. मोह झाला होता, पण वाटलं अशा कलानिर्मितीनंतर कलावंत निर्मितीच्या धुंदीत असतो. तो एका वेगळ्याच

जगात असतो. अशा वेळी त्याला disturb करण्याचे पाप माझ्याकडून होणार नाही. वपु, आम्हाला फार गरज आहे ती आपली. आपण आमचे 'कलंदर बाप' आहात. आम्हा लेकरांसाठी तरी देव आपणास उदंड आयुष्य देवो. आपण असंच लिहीत राहा. झऱ्यासारखं अखंड. काही वेळा भद्रे गोष्टीतच भेटतात याची खंत वाटते. आपणास कधीही भद्यांची गरज न लागो ही देवास विनंती. कळावे, लोभ असावा.

आपली,
स्वाती

प्रिय स्वाती,
तुझं निरुत्तर करणारं पत्र मिळालं. निरुत्तर का? तर कुणी भावनांना हात घातला की ह्या कथाकथनकाराची वाचा बंद होते आणि लेखणी गतिशून्य होते.
तू मला 'कलंदर बापा'ची जागा दिलीस. आणि माझा खूप मोठा गौरव केलास. साहित्य अकादमीच्या बक्षिसापेक्षा मोठं बक्षीस दिलंस.
तू विचारशील, 'माणसाला बक्षिसाची एवढी अपूर्वाई का वाटते?'
तर त्याचं एक कारण, बक्षीस म्हणजे प्रतिसाद.
माणसाला प्रतिसाद हवा असतो, दुसरं काही नाही.
मी पूर्वी एक धडा वाचला होता. गोपाळ नावाचा एक मुलगा. तो जंगल पार केल्याशिवाय शाळेत जाऊ शकत नसे. त्याला जंगलाची भीती वाटे. आई त्याला म्हणाली, 'भीती वाटली की 'दादा' म्हणून हाक मार.' आणि मग त्या आईने कृष्णाच्या मूर्तीला बजावलं, 'तुला हाकेला 'ओ' द्यावी लागेल.' त्या दिवसापासून खरोखरच गोपाळने 'दादा' अशी हाक मारली की त्याचा दादा 'ओ, मी आहे हं' असं म्हणायचा.
कोणताही कलावंत किंवा माणूसवेडा माणूस असाच असतो.
प्रत्येकाच्या मनात असंच एक जंगल असतं. एकटेपणाची जाणीव झाली की हाक मारावी आणि त्या हाकेला प्रतिसाद मिळावा असं त्याला वाटतं.
तुझं पत्र मला तसंच वाटलं. माझ्या मुलीचं नावही 'स्वाती'च आहे, ह्यात काय ते समज.

तुझा,
वपु.

लेखक आणि वाचक ह्यांचं नातं कोणतं? गायक आणि श्रोते ह्यांचा एकमेकांत संबंध काय? अभिनेते, अभिनेत्या आणि प्रेक्षक ह्यांचा ऋणानुबंध

असतो का? असतो! ह्या सगळ्यांचा ऋणानुबंध, न तुटणाऱ्या गरवारे नायलॉनच्या दोरखंडासारखा असतो. तो म्हणजे 'आनंदाचा ऋणानुबंध' हा अक्षय्य टिकणारा संबंध. लेखकांना टोप्या घालणारे संपादक, प्रकाशक भेटतात, अभिनेत्यांना निर्माते भेटतात, गायकाला कॅसेटवाले भेटतात. कलावंतांना राजरोस टोप्या घालून त्यांचा आवाज, अभिनय आणि लेखण्या विकून ही दुकानदार मंडळी गबर होतात. मस्तवाल होतात.

पण लेखक-वाचक, गायक-श्रोते, अभिनेते-प्रेक्षक ह्यांची एकमेकांपासून फारकत करण्याचं सामर्थ्य ह्यांच्यापैकी एकालाही नाही. आनंद दशदिशांना वाटून टाकणं हे दैवी कार्य. म्हणूनच हे कार्य करणाऱ्या कलावंतांच्या आड येण्याची ह्यांची हिंमत नाही. व्यवहारात बुडणं हा कलावंतांचा स्थायिभावच. ह्या दुःखावर फुंकर घालण्याचं सामर्थ्य अशाच 'मनोहर' संवादात असतं.

२५/१०/१९८१

श्री. व. पु. काळे,

स. न.,

अशी अनोळखी पत्रं आपणास बरीच येत असतील. त्यात आणखीन एकाची भर. प्रथम आपलं अभिनंदन करावंसं वाटलं म्हणून पत्र लिहायला घेतलं. सोबत दिवाळीनिमित्त शुभेच्छाही पाठवीत आहे. मी स्वतः सैन्यात अधिकारी असल्यामुळे माझा पेशा सांगायला नकोच. सध्या मी अशा ठिकाणी आहे की जिथे मराठी भाषा तर राहूच द्या, पण मराठी मासिकं, वर्तमानपत्रं मिळणं म्हणजे सूर्यदर्शनाइतकं दुर्मिळ आहे. त्यात अचानक माझ्या पत्नीने मला तुमची 'भदे आणि बदली' ही टेप पाठवली. खरोखरच तुमच्या ह्या नवीन उपक्रमाबद्दल अभिनंदन तर करावंसं वाटतंच, पण इथं चौदा हजार फूट उंचीवर व. पु. काळे हे स्वतःच्या शब्दांत आपल्या दोन गोष्टी 'मला' सांगत आहेत ही भावना, आनंद इतका प्रबळ होता की तुम्हाला पत्र लिहिल्याशिवाय राहवलं नाही. मी जेव्हा जेव्हा peace stations ला जातो त्यावेळी नाट्य, संगीत, वाचन यांची आवड भागवून घेतो. जमतं तेव्हा थोडंफार लेखनही करतो. इथं इतक्या 'लांब + वर' आजूबाजूला विस्तृत, बर्फाळ पर्वतराजी, सुस्तावलेली हिरवीगार सृष्टी आणि अत्यंत नीरव-भयाण शांतता-लेखकाला अत्यंत पोषक, परंतु एक-दोन महिन्यांसाठीच ठीक. नेहमीचंच झालं की या सृष्टीसौंदर्याचंदेखील अजीर्ण होतं. कधी तरी, कुठे तरी 'माणूस' (हिरवा पोषाख न घातलेला) दिसेल ही भावना बळावते. आपली भाषा ऐकू येईल ही आशा वाटू लागते. एखादी मराठी ओळ वाचायला

मिळेल म्हणून डोळे आसुसतात. पण शक्य होत नाही. मराठी ओळ वाचायला मिळते ती पत्रातून.
आपल्यासारख्या लेखकाला एक दिवाळीचं कार्ड पाठवायचं म्हटलं तर तेही उपलब्ध नाही. मग शेवटी हातभट्टीवरच भागवावं लागतं.
आपला पत्ता माहीत नसल्यामुळे हे पत्र सुचलं त्या पत्त्यावर पाठवीत आहे. मिळेल अशी आशा आहे. आपल्या व्यवसायामुळे उत्तराची आशा असली तरी अपेक्षा करणं योग्य होईलसं वाटत नाही. अपेक्षाभंगाच्या दुःखापेक्षा अनपेक्षित पत्रातच अधिक रस आहे. नाही का?

आपला,
मनोहर

६/११/१९८१

प्रिय मनोहर,
तुमचं पत्र वाचल्यावर मला माझ्या भावना तुमच्यापर्यंत पोहोचवता येतील असं वाटतच नाही.
वास्तविक, 'मेजर' शब्दासमोर 'मनोहर' शब्द बसतच नाही. पण त्यालाही इलाज नाही. 'बसवराज', 'भीमसेन', 'मल्लिकार्जुन' ही जबरदस्त नावं लाभलेली माणसं बेचैन करणारी ठुमरी गाऊ शकतात तर 'मनोहर'ने मेजर का होऊ नये?
अर्थात भीमसेनांचं गाणं खरोखर 'बलभीमा'सारखं आहे. त्यांची तान मशीनगन्सच्या फैरीसारखी असते. त्यावेळी मागच्या दोन तंबोऱ्यांना संगिनीचं रूप येतं.
त्याचप्रमाणे 'मनोहर' जरी मेजर असले तरी त्यांचं कविमन ओळीओळीतूंन प्रकट होताना मी पाह्यलं. 'लांब+वर' आणि 'हातभट्टी' हे दोन शब्द खूप काही सांगून गेले. मी ड्रिंक्स घेतो. फॉरिनची ड्रिंक्स (इम्पोर्टेड) आवडतात. स्वदेशी परवडतात. 'हातभट्टी'चा विचारही शिवत नाही. पण तीही घेणारे सांगतात, 'हातभट्टी' कडक असते.
तुमचं ग्रीटिंग कार्ड तसंच आहे 'कडक'. कडक हे विशेषण कॉलेज-रोमिओज ज्यांच्या संदर्भात वापरतात, त्या अर्थाने. तुम्ही तिथं चौदा हजार फुटांवर. हा लादलेला एकान्त तुम्हाला किती छळत असेल आणि तुमचाच अन्त बघत असेल ह्याची मला कल्पना आहे.
मीही एकान्तात रमणारा माणूस नाही. मला आजूबाजूला नित्य माणसं हवीत. गर्दीतच मला माझा एकान्त सापडतो. माणसाशी रंगणाऱ्या संवादातच मला

प्लेझर बॉक्स । ४९

हिमालयाची उत्तुंगता जशी अनुभवाला येते, तसाच कोसळणारा प्रपातही मला संवादातच सापडतो.

कितीही 'जिवंत जिवंत निसर्ग' म्हटलं, तरी चालत्या-बोलत्या नैसर्गिक सौंदर्यातल्या जिवंतपणाची त्याला सर नाही.

तुमच्या पत्रातील ओळीओळींतून मला ते रितेपण जाणवत होतं.

मन बेचैन झालं, अस्वस्थ झालं ते ह्या विचारांनी, की मी जेव्हा मला आवडणाऱ्या नातेवाइकांत, मित्रमैत्रिणींच्या वर्तुळात माझा जीव रमवीत असतो, तेव्हा कोणीतरी एक 'मनोहर' माझ्यासारख्या असंख्यांना, हे असंच दिलखुलास जगता यावं म्हणून विजनवास पत्करतो.

अशा असंख्य मनोहरांपैकी एका मनोहरबरोबर हा संवाद जुळला. आणखीन किती राह्यले?

तुमचा,
वपु.

माझ्या पत्राला मेजर मनोहर आठल्यांनी तातडीने पत्र पाठवलं. त्यांनी लिहिले, 'वपु, तुमचं म्हणणं पटलं. 'मेजर आणि मनोहर' हे दोन शब्द एकत्र म्हणजे 'गोंडस रेडा' किंवा 'सुदृढ रोगी' असं म्हणण्यासारखं आहे.'

'नाट्य, लेखन, अभिनय, संगीत ह्या ललितकलांची हौस मनात ठेवून सैनिकाचा पोषाख चढवणं म्हणजे, पत्नीच्या गळ्यात हात टाकताना 'ठेवलेली'ला डोळा मारण्यासारखं आहे' असं मनोहर म्हणतात. त्यानंतरचं त्यांचं दोन पानी दिलखुलास पत्र वाचणं हा एक निखळ आनंदाचा भाग होता. साधी, साधी वाटणारी माणसं, किती सुरेख शब्दांत मनोगत व्यक्त करू शकतात!

भावना उत्कट असल्या की शब्द मुकाटपणे भावनांचा भार वाहायला मान लववतात. केवळ लेखकांनाच हे साधतं असं म्हणण्यात काही अर्थ नाही. 'वर्षा'सारख्या भाबड्या मुलीला मात्र वेगळं वाटतं. मग तिचीही समजूत घालावी लागते.

श्री. व. पु. काळे यांस,
सा. न. वि. वि.,

परवाच तुमचे 'रंगपंचमी' हे पुस्तक वाचले. त्यात कळले की आपला वाढदिवस २५ मार्चला असतो व म्हणून हे पत्र लिहीत आहे.

आपल्या वाढदिवसाबद्दल हार्दिक शुभेच्छा. आम्हाला असे वाटते की उत्कृष्ट लेखन ही वाट आपल्या एकट्याचीच आहे. आपली सुंदर पुस्तके अशीच

खूप वाचायला मिळोत ही अपेक्षा. आपली स्वाक्षरी मला कृपया पाठवाल का? पाठवलीत तर धन्य होईन. (व संदेशही) कळावे.

आपली एक वाचक,
(इ. ९ वीतील विद्यार्थिनी)
कु. वर्षा चंद्रकांत दीक्षित.

बेटा वर्षा,
ह्या चित्रातल्या चिमणीएवढी तू. चिमण्यांना सगळं जग चांगलं वाटतं. कुणाचंही घर स्वतःचं वाटतं. तशीच तू. तुला वपु काळे हा लेखक great वाटला. राजा, थोडी मोठी हो. म्हणजे वपुसुद्धा कुणासमोर वाकला आहे हे तुला समजेल.
असं वाटतं, तू चिमणी, तुला मीच आकाशासारखा वाटलो ना? मग हा साबणाचा रंगीबेरंगी फुगा मी फुंकर मारून जबदरदस्तीने फोडायलाच हवा का? खरं तर नको. पण वाटलं, चिमणीला नसेल उमज. आकाशाला आपण 'आकाश नाही' हे माहीत असेल तर? वर्षा बेटा, मी आहे ढग. विराट आकाशतला इवलासा ढग. चिमणीपेक्षा मोठा असेन. पण ढगच. विराट आकाश-अवकाशांना मी ढगही नव्हेच. मीही चिमणीच. मग चिमणीने संदेश कसा द्यायचा?

वपु काळे

'समजूत' आणि 'सांत्वन'. का कुणास ठाऊक, हे दोन्ही शब्द उपरे वाटतात. परस्वाधीन आणि लंगडे वाटतात. ह्या दोन्ही शब्दांची योजना आणि शब्दांनुसार कृती एका ठराविक घटनेनंतर करावी लागते. पंचनाम्याप्रमाणे. संघर्ष, बेबनाव आणि कशाचा कशाचा वियोग ह्या तापदायक आणि दुःखद घटना प्रथम घडतात, त्यानंतर तुम्ही-आम्ही हे लंगडे शब्द आधाराला घेऊन धावाधाव करतो. सांत्वनाच्या शब्दांनी सांत्वन मुळीच होत नाही हे माहीत असूनही आपण शब्द वापरीत राहतो.
अशाच एका अनोळखी माणसाचा आक्रोश माझ्यापर्यंत आला. पत्रातूनच. आणि मलाही व्यथित करून गेला. मृत्युशय्येवर शेवटचा श्वास घेताना, तिच्याजवळ आपलं पुस्तक होतं हे समजल्यावर कोणत्याही लेखकाची काय अवस्था होईल?
कोजागिरीचं चांदणं वरून बरसत असताना पायाखाली वणवा पेटावा तशा मनःस्थितीत मी आजही ते पत्र वाचताना असतो.

१७/८/१९८१

प्रिय व. पु.,

परवा तुमच्या कथाकथनाच्या कॅसेट्‌स ऐकल्या. अडीच तास आनंदात गेले. वेळेचं असं सार्थक करणाऱ्या गोष्टी थोड्या. सोबत दैनिक 'तरुण-भारत'चा एक अंक पाठवीत आहे. त्यात एक टिपण आहे, तुम्ही ते वाचावं ही इच्छा. आता सांगितल्यावाचून राहवत नाही अशी एक आठवण. तीन महिन्यांपूर्वी माझी पत्नी लिव्हर कॅन्सरने गेली. चाळिशीत. तुमच्या कथा वाचण्याचं तिला वेड होतं. म्हणायची, किती वेगळं आणि सुंदर लिहितात! पाच-सहा वर्षांपूर्वी इथं 'नाथ पै' व्याख्यानमालेत तुमच्या कथाकथनाचा कार्यक्रम झाला होता. त्यावेळी ती माहेरी गेली होती.

पुढं तिच्याजवळ मी त्या कार्यक्रमाचं वर्णन केलं. एक सुवर्णसंधी हुकली म्हणून खूप हळहळली. तुमचं कथाकथन तिला ऐकायचं होतं. तिच्या आवडत्या लेखकाला तिला पाहायचं होतं.

परवा तुमच्या कथाकथनाच्या कॅसेट्‌स ऐकताना राहून राहून तिची आठवण येत होती. माझी ती रात्र जागेपणातच हरवली. सवडीने पत्राची पोच द्यावी. तशी अपेक्षा असली तरी आग्रह नाही.

आपला,
रघुनाथ.

२१/८/८१

प्रिय रघुनाथ,

काळजाला थेट हात घालणारं पत्र. आज सकाळी ते पत्र मी वाचलं. आता रात्रीचे दहा वाजलेत. तरीही तुमचं पत्र डोक्यातून जातच नाही. माझ्या घरातली प्रत्येक व्यक्ती अशीच हेलावून गेली. वरच्या चार ओळी काल लिहिल्या. आज २१ तारीख.

सकाळी जाग आली आणि पहिली आठवण आपल्या पत्राची झाली. तुमच्या सौ.ना मी बघितलेलं नव्हतं. कल्पनेने अनेक चेहरे मी डोळ्यांसमोर आणत राह्यलो.

आता कोणताच प्रश्न विचारण्यात अर्थ नाही. पण रघुनाथ, तुमच्या सौ.च्या आजारपणात आपण मला एखादं पत्र जरी पाठवलं असतं तरी मी बेळगावला एका दिवसासाठी का होईना, पण नक्की आलो असतो. एक गप्पागोष्टींची कोजागिरी जागवली असती. आता मला भेटण्याची त्यांची इच्छा जशी अपुरी राह्यली तशीच माझीही.

माझे वडील अत्यंत साधे. आर्थिक परिस्थिती जिकिरीची, पण चेहऱ्यावरचं समाधान पाहून इतरांनी तृप्त व्हावं. मुंबई शहरात ट्रॅम्स होत्या तो काळ. एक आणा हे जास्तीत जास्त भाडं. दादर ते म्युझियम एक आण्यात. पण वडिलांच्या खिशात तेवढा आणाही नसायचा. एकदा पैसे असतील खिशात असं समजून ट्रॅममध्ये चढले. वय साठ-पासष्टच्या आसपास. मग कळलं खिशात पैसे नाहीत. त्यांनी कंडक्टरला पोस्टाचं कार्ड होतं जवळ ते घेशील का म्हणून विचारलं. आणि त्या मोठ्या मनाच्या कंडक्टरने ते कार्ड घेऊन वडिलांना प्रवास करू दिला.

ही घटना मला अनेक वर्षांनी समजली. खूपदा वाटतं, नेमका तो कंडक्टर एकदा तरी भेटावा.

कसं शक्य आहे?

तुमच्या सौभाग्यवती आता कशा भेटणार? तुमच्या चार ओळींनी मी इतका बेचैन झालो. तुमचं काय होत असेल?

आपण भेटूया. तुम्ही तुमच्या सौ.बद्दल खूप बोला. वारंवार आठवणी काढून मन रितं करायचं आणि पुन्हा आठवणींनी भरायचं. पूर्वी ती वाळूची घड्याळं असायची तसं. एक भांडं भरत राहायचं, दुसरं रिकामं करायचं आणि...तेच करत राहायचं. पत्र पाठवा.

वपु.

२७/८/१९८१

प्रिय वपु,

तुमचं एकवीसचं पत्र सव्वीसला मिळालं. आज सत्तावीस. रात्रीचा दीड वाजला आहे. मघाशी वाचत होतो गडकऱ्यांचं 'राजसंन्यास.' कितव्यांदा कुणास ठाऊक. वाचन थांबवलं आणि तुम्हाला पत्र लिहायला घेतलं. काय लिहू, कसं लिहू हा विचार. सुचायचं कारणच काय? तुमच्या पत्रावरून मला जाणवलं की मी जे लिहीन ते तुम्ही वाचाल. माणूस शोधणारे तुमच्यासारखे कलावंत दुर्मिळ असतात. वपु, माझ्या पत्राला ज्या ओलावलेल्या अंत:करणाने तुम्ही उत्तर पाठवलंत त्यात सगळं काही आलं. वपु, मी एक चूक केली. आता वाटतं, आपल्याला ते शक्य होतं. ती मुंबईला टाटामध्ये महिनाभर होती. सकाळी नऊपासून रात्री नऊपर्यंत मीही तिच्यासोबत राहत होतो. नंतर मग एल्फिन्स्टन रोडला लोकल पकडून बोरिवलीला जात होतो. असं हे महिनाभर चाललं होतं. मुंबईतल्या त्या मुक्कामात एक कार्ड तुम्हाला टाकलं असतं तर तुम्ही टाटामध्ये आला असतात. तिने तुम्हाला पाहिलं असतं,

काही बोलली असती–चांदणं सांडावं तसं हसली असती. अखेर तुम्ही तिचे आवडते लेखक होतात. पण योग नव्हता, पुढं होता हा दारुण दुःखभोग! मी वर म्हटलं, 'चांदणं सांडावं तसं हसली असती.' अगदी खरं आहे ते. समाचाराला येणाऱ्या नातेवाइकांशी, परिचितांशी ती अशीच हसायची. सुरुवातीला रुपेरी घंटानादासारख्या किणकिणत्या स्वरात बोलायची. पुढं हा आवाज हळूहळू मंद होत गेला. पण जायच्या आधी दोन दिवसांपर्यंत ओठांवरचं ते प्रसन्न हास्य कायम होतं...अन्ननलिकेला कॅन्सर झाला होता. बेळगावहून विमानाने मुंबईला घेऊन गेलो. बायोप्सी वगैरे झाल्यानंतर तिसऱ्याच दिवशी डॉक्टरांनी तिला ॲडमिट् करून घेतलं. त्यानंतर चार-पाच दिवसांनी ऑपरेशन झालं. ऑपरेशन यशस्वी झालं असं डॉक्टर म्हणाले. होय! ऑपरेशन यशस्वी झालं होतं. ती खाऊपिऊ लागली होती. महिन्यानंतर तिला डिस्चार्ज मिळाला. जाताना 'तुम्ही तातडीने आणलंत म्हणून तुम्हाला तुमची बायको परत मिळाली' असंसुद्धा डॉक्टर म्हणाले. चेकअप्साठी पुन्हा पंधरा दिवसांनी तिला टाटामध्ये जायचं होतं. बोरिवलीला तिच्या बहिणीकडे तिला घेऊन राहिलो. तिथं अधूनमधून पोटात खूप दुखत असल्याची तक्रार ती करायची.

आणि तो दिवस उजाडला. टाटामध्ये पुन्हा जाण्याचा. गेलो. डॉक्टरांनी तिची तपासणी केली आणि गंभीर मुद्रेने सांगितलं–'लिव्हरमध्ये स्प्रेडअप् झालाय. काही करता येण्यासारखं नाही. तिला घेऊन जा...' पुन्हा मुंबई ते बेळगाव विमानप्रवास. रविवारच्या दिवशी घरी घेऊन आलो. गुरुवारी रात्री दोन वाजता ती गेली. एक चैतन्याने रसरसलेलं शरीर कणाकणाने मरताना मी पाहिलं. अखेरच्या दोन दिवसांतल्या तिच्या त्या यातना मला घेता आल्या असत्या–तुमच्या त्या भदेसारख्या? आकांत...आकांत केला जीवाने! एक सुकुमार सुंदर शरीर डोळ्यांदेखत जीवघेण्या वेदनांनी तळमळत होतं आणि मी काहीच करू शकत नव्हतो. माझे डॉक्टर स्नेही काहीच करू शकत नव्हते आणि देवघरातले देव हे शांतपणे पाहत होते!

ती गेली. अखेरचा निरोपही न घेता. हास्याचं एखादं फूल तरी तिने 'जाताना माझ्या दिशेने फेकायचं होतं!' आपल्या किणकिणत्या स्वरातलं एखादं वाक्य तरी उच्चारायचं होतं! निदान जाणिवेने केलेला एखादा पुसटसा स्पर्श तरी? नाही वपु, यांपैकी काहीच घडलं नाही. ती जाणार हे सगळ्यांनीच ओळखलं होतं, फक्त माझ्याशिवाय.

ती कशी होती? रूपवती, गुणवती, बुद्धिमती. तिचं चालणं, बोलणं, पाहणं, हसणं या साऱ्या क्रिया तिच्या देवदत्त लावण्याचे लीलाविभ्रम होते.

आम्रवृक्षाच्या मोहराचा वास तिला वेड लावून जायचा. पहिला पाऊस अंगावर घेताना ती फुलून जायची. 'बरखा बहार आयी, रसकी पुकार लायी' किंवा 'आयेगा आनेवाला' ही लताच्या स्वरातली गाणी कानावर आली की म्हणायची, 'देव किती कंजूष आहे! एखादीलाच असा दिव्य स्वर देतो!' सिनेकलावंत नर्गीस आणि दिलीपकुमार हे तिचे आवडते. 'नटसम्राट'मधली डॉ. श्रीराम लागूंची भूमिका बघून ती म्हणाली होती, 'हे नाटक मी कितीही वेळा पाहीन!', ना. घ. देशपांडे, श्री. ना. पेंडसे आणि व. पु. काळे हे कविता, कादंबरी आणि कथा ह्या क्षेत्रातले तिचे मानदंड...खूप सांगता येईल वपु. आठवणींना कधी अंत असतो का? घरातल्या वस्तू-वस्तूत तिच्या आठवणी साठल्या आहेत. मनात तर ती भरून राहिली आहे. रसरसून फुललेल्या सोनचाफ्याच्या झाडावर अवचित वीज कोसळावी तसं काहीसं झालं आहे. अवघ्या दोन-अडीच महिन्यांतला खेळ. हसतं, बोलतं, वाचतं, नाचतं, गातं माणूस कॅन्सर इतक्या तडकाफडकी नाहीसं करून टाकतो? आता कुठं पाहायचं ते कमळासारखं फुललेलं फूल? कुठं ऐकायचा तो किणकिणता, रुणझुणता स्वर? आणि मनावरचं मळभ क्षणभर दूर करणारं ते लक्सच्या फेसासारखं शुभ्र सुगंधी हास्य? छायाचित्राच्या रूपाने त्याची तेवढी सोबत उरली आहे. वपु, मी फार लिहिलं का? कुणास ठाऊक! खरं म्हणजे खूप खूप लिहिता येण्यासारखं आहे. ती गेली आणि मला अनेक पत्रं आली. त्यात माझ्या परिचयाचे पुण्या-मुंबईचे लेखक, पत्रकार, माझे स्नेही यांच्या पत्रांचा भरणा अधिक आहे. त्या सर्वांत तुमचं पत्र वेगळं आहे. खूपच काही सांगून जाणारं आहे. स्नेहभावाला आवाहन करणारं आहे. दिवाळी अंकाचं काम संपलं की मुंबईला येईन. येण्यापूर्वी कळवीन. त्यावेळी आपण भेटू-बोलू.

तिला तिचा आवडता लेखक पाहायचा होता. निदान त्याचा आवाज तरी ऐकता आला असता तरी तिला आनंद वाटला असता. ते आता अशक्य आहे. मी तुमच्याकडे येईन तेव्हा माझ्या चेहऱ्यावर, माझ्या बोलण्यातून तुम्ही तिला पाहू शकाल.

खरं म्हणजे ती गेलेली नाहीच. असंख्य आठवणींच्या रूपाने ती माझ्या सन्निधच आहे...आणि सदैव राहणार आहे.

तुमचं आणखी एक पत्र यावं.

तुमचा,
रघुनाथ.

आमच्या या पत्रव्यवहारानंतर ते गृहस्थ मला प्रत्यक्ष भेटायला आले.

उत्कटतेची तार पत्रातून इतकी ताणली गेली होती की त्यानंतरचा संवादाचा टप्पा प्रत्यक्ष भेटीचा होता. त्या भेटीत त्यांनी पत्नीच्या आजारातली एकूण एक स्थित्यंतरं सांगितली.

"वपु, रविवारी मुंबईच्या डॉक्टरांनी तिला डिस्चार्ज दिला. मी तिला गावाला घेऊन गेलो. ती त्या मानाने ठीक वाटत होती. चार-पाच दिवस मध्ये गेले. त्या दिवशी रात्री दहापर्यंत मी तिच्याजवळ होतो. मग ती म्हणाली, 'मला आता एकटीला राहू दे.' मी तिच्या खोलीबाहेर गेलो. रात्री दीड-दोनला आत गेलो. ती गेली होती. तिच्या अवतीभोवती पुस्तकं होती. 'कर्मचारी' कथासंग्रहावर हात पडलेला होता."

अश्रूंनी धरणाच्या झडपा उघडून मनसोक्त वाहून घेतलं. मलाही रडवलं.

ह्या घटनेला आज सहा-सात वर्षं लोटली आहेत. रघुनाथचं दुःख अद्यापि ओलं आहे.

कुणाचा कोण, कुठल्या कुठं राहणारा, फक्त लेखणीमुळे जोडला जातो, एक दिवस शोधत येतो, मनमुराद रडून घेतो आणि शांत वाटून निरोप घेतो. कुठेतरी वाचलेल्या ओळी जाता-येता आठवतात...

एक लेखणी काय काय देते...?
यादी करणं मुश्कील आहे.
पण,
जिवंतपणीच मुक्ती देते.
साथ देते, साथी देते.
सोबत देते. सोबती देते.
चिंतेतून चिंतन देते.

एक लेखणी काय काय देते...
अश्रू पुसण्याची प्रेरणा देते.
अश्रू झाकण्याची किमया शिकवते.
प्रवास घडवते, प्रवासी जोडते.
जगण्याचं गणित सोपं करते.
जनावरातला माणूस दाखवते.
माणसातलं जनावर प्रकाशात आणते.

एक लेखणी काय काय देते...

योजनंच्या योजनं वितळवून टाकते,
संवादाचा पूल दशदिशांना जोडते.
'अनोळखी' हा शब्दच पुसून टाकते.
रक्ताचे नाते ठिसूळ करते.
शब्दांचेच नाते चिरंतन ठरते.
एक लेखणी काय काय देते...

चित्रा नावाच्या कुण्या एका नर्सचं पत्र. अनेक मैल तुडवून एक रसिक घरी येतो, पत्निवियोगाची कहाणी सांगतो. ह्याउलट चित्रा मुंबईतलीच. ती भेटायला वगैरे आली नाही. पण पत्रातली भाषा किती जवळीक साधणारी. नुसती जवळीक नाहीतर एक वेगळा हक्क व्यक्त करणारी.

७/७/८१

॥ श्री ॥

ती. रा. रा. वपुंस सा. न.,
आज तुमच्याशी थोड्याशा गप्पा मारायला हे पत्र लिहिते आहे. म्हणा नं, मुली तू लाख बसशील गप्पा मारायला, पण मला कोठे तेवढा वेळ आहे! अं हं! पण आज नाहीच मी तुमचे ऐकणार. एवढे आमच्यातलेच एक होणारे तुम्ही, आमच्यात नेहमी-नेहमी डोकावता. 'पार्टनर' होऊन मेडिकल स्टोअरमध्ये, 'कर्मचारी' होऊन कधी लोकलच्या डब्यात, तर कधी सरकारी कचेरीत, कधी बसमध्ये नि कधी चौपाटीवर. मग आम्ही मात्र तुमच्याशी एवढे अलिप्त राहून सुखाने तुमची दखलसुद्धा न घेता जगायचे? अं हं! स्वस्थच बसवत नाही. म्हणून आज तुमच्याशी गप्पा मारायला बसले. कोण बरं ही! (तुमच्या मनातील प्रश्न.) त्याचे उत्तर सांगू? मी कोण नाही? आजपर्यंतच्या तुम्ही रेखाटलेल्या प्रत्येक कथानकात माझा एक एक पैलू उमटतोच. मी कोण नाही? पेशाने तुमच्या 'दुर्वास'मधून डोकावलेली सिस्टर (अर्थात नर्स) आहे. मी तुमच्या 'धर्म'मधील दमलेली 'उषा' आहे. 'ही वाट एकटीची'मधील विद्युल्लता (अर्थात तेवढी तल्लख, वीज वगैरे नाही) आहे. रोजच्याच जीवनात साध्या-सरळ सुखाची अपेक्षा करणारी 'किरण' आहे. तुमच्या 'स्वर'मधील पुष्पा (वर्णाने, वाणीने नव्हे!) सुद्धा मी आहे. एवढे तुम्ही मला जाणता. मग मला काहीच अधिकार नाही तुमच्याशी गप्पा मारायचा? असो!

(हं! तर काय म्हणत होते मी..! वपु, कसे हो इतके छान लिहिता? अगदी आमच्या मनात उतरून, आमची लय, चाल ओळखून? साधे पण तितकेच उद्‌बोधक, सरळच पण बौद्धिक. म्हणा नं पोरी, काय ग तोच तोच मजकूर गप्पांत आणतेस? मला माझ्या असंख्य वाचकांकडून, असंख्य पत्रांतून तोच तो मजकूर वाचून कंटाळा आलाय. पण त्या असंख्यांचे अतोनात नि उत्कट प्रेम व भक्ती ध्यानात घ्या. असो!) आजच तुमचा 'स्वर' वाचून संपवला. अजूनही त्याची धून मनाच्या गाभाऱ्यात झंकारते आहे. 'ठुमरी'ने सुरुवात करून 'मोले घातले बोलाया' म्हणत, पण खरे तर तुम्ही मोले लावले हसाया! 'अर्थ'च्या धुनीतून 'वसावसा'चा वसा देत पुढे मि. जठार यांची छटा दाखवून मध्ये 'धर्म'वर वगैरे थांबवीत चक्क 'एका मिठीच्या कथेत' गोवून अलगद 'जिद्दी'वर आणलेत. एक क्षण समजलंच नाही की येथे आपली सम संपतेय ते. पण अखेर पुस्तक मिटावेच लागले. असो!

मी आपणाला जास्त बोअर करीत नाही. (म्हणा नं बरं झालं लवकरच लक्षात आलं ते.) माझे नाव : चित्रा. बस्स! बाकी काही सांगण्यासारखे नाही. (म्हणजे मुळातच नाही.) वपु, ह्या पत्राच्या उत्तराची अपेक्षा करू का? मला समजते की किती थकत-दमत असाल तुम्ही, नि रोजच्या लिखाण-वाचनात जर हे पत्र अडचण आणत असेल तर व्हेरी सॉरी (पण लिहिल्याशिवाय राहवलेच नाही) तेव्हा तुमची कामे बाजूला सारून उत्तर देणाच्या भानगडीत पडू नका. जर पत्र आलेच तर मी स्वत:ला धन्य समजेन. असो!

घरातील थोरांस नम. लहानांस आ.

आपली कृपाभिलाषी,
चित्रा

प्रिय चित्रा,

तुमचं पत्र मिळालं. पत्राला उत्तर पाठवण्यापूर्वी काही दिवस विचारात घालवले. कोणत्या विचारात? जर, जितक्या मोकळेपणाने तुम्ही पत्र लिहिलंत तितक्या खुल्या दिलाने मी तुमच्या पत्राला दाद द्यावी का? वास्तविक, हा विवेक, हा माझा मनोधर्म नव्हे.

झाडाच्या बुंध्याला जरा धक्का लागला तर पारिजातकाचा सडा घालणारं मन घेऊन जन्माला आलेला मी. म्हणूनच हे मन जेव्हा कोमेजतं तेव्हा पारिजातकाचं फूल ज्या वेगाने कोमेजतं त्याच गतीने कोमेजतं. माझ्या ह्या प्रतिसाद देण्याच्या वृत्तीचा काही मैत्रिणींनी गैरफायदा घेतला. 'रसिक' हे

बिरुद मिरवणारी व्यक्ती 'स्त्री' आहे की 'पुरुष' ह्याचा मी आजवर विचार केला नाही. प्रवासाला निघाल्यावर 'हा डबा कुणाचा?' एवढ्यावरच हा भेद राहतो किंवा एवढ्यापुरताच, हे मी मानतो. पण माझ्या ह्या मानण्याचाही, केव्हातरी कुणीतरी गैरफायदा घेतला तेव्हा मी, वृत्ती नसताना व्यावहारिक बनलो.

'मैत्रिणी' हा शब्द मी जाणिवेने वापरला. ज्यांची व माझी नावापलीकडे ओळखही नाही, पण जिथं वैचारिक वेव्हलेंग्थ जुळली त्या सर्वांना मी मित्र वा मैत्रिणी मानलं आणि तरीही, त्याच वेळी, माझं पत्र येणं, वा पत्राला उत्तर देणं, ही कुणीही गौरवाची बाब म्हणून मिरवावी, हे मला अभिप्रेत नाही.

हा निव्वळ एक संवाद आहे. संवादाच्या भूमिकेतून आणि भुकेतून हा पत्रप्रपंच!

तुमचा पत्ता वाचला. तीव्रतेनं जाणवलं, तुमचा माझा पेशा एकच. कसा? नर्सेस, हॉस्टेल ह्यावरून जाणलं, तुम्ही कोण. अप्रत्यक्षरीत्या मीसुद्धा स्वत:ला रुग्णांची सेवा करणारा, असं मानतो. महापालिकेत मी गेली दहा-पंधरा वर्षं आर्किटेक्ट म्हणून काम करत आहे. हॉस्पिटल, मॅटर्निटी होम्स, डिस्पेन्सरी, म्हणजेच निमसरकारी भाषेत बजेट नं. ६ च्या खाली येणाऱ्या सर्व इमारतींसाठी आराखडे बनवण्याचं काम माझ्याकडे आहे. ह्या पेशापायी गेली काही वर्षं मी सातत्याने इस्पितळं आणि डॉक्टर्स, डीन्स ह्यांच्या सहवासात आहे. ह्यात नर्सेस नाहीत.

ही इष्टापत्ती समजावी का, हे ठरवता येत नाही. कारण सतत हसतमुख असणारी, पेशंटबरोबर दिलखुलासपणे वागणारी नर्स मी फक्त हिंदी चित्रपटांतून पाह्यली. प्रत्यक्षात नाही. ऑब्व्हियसली, आय हेट मूव्हीज. तुम्ही कशा आहात हे माहीत नाही. रूपाने नव्हे, वृत्तीने!

हसणारी व्यक्ती देखणीच दिसते. पुरावा हवा असेल तर आमची मोलकरीण 'कोंडाबाई.' तिला बघायला या. तोंडावर देवीचे व्रण, एक डोळा रजेवर गेलेला. पण बाई विलक्षण हसतमुख. आमच्या मुलांनी तिला मोजके इंग्रजी शब्द शिकवले. ती त्याचा सर्रास वापर करते. घरात कुणाचाही वाढदिवस असला की बिनदिक्कत शेकहँड करून म्हणते, 'हॅपले बर्‍डे.'

म्हणूनच चित्रा, जरा उसंत मिळाल्यावर, आत्ता रात्री साडेअकरा वाजता, मी शब्द आणि भावना ह्यांची सांगड घालायचा प्रयत्न करतोय. तुमच्या पत्राने मला दमवलं नाही. मी थकतो मात्र लवकर. कारण रोजचं ब्लडप्रेशर नेहमी ११५-१७० च्या आसपास असतं. डायस्टॉलिक सातत्याने ११० च्या वर

आणि जास्तीत जास्त १४० पर्यंत वाढतं.
जगात कोणत्याही दोन माणसांत विसंवाद दिसला, माणसं अकारण गर्वाने इतरांचा अवमान करू लागली, कर्तव्याची एकाही सुशिक्षित सहकाऱ्याला जाणीव नसली की आपला पारा चढतो. फार कशाला, ज्या माणसांनी वर्षो न् वर्षे माझ्या सहवासात घालवली त्यांनाही हा जीव कोणता संवाद साधण्यासाठी धडपडतोय हे जर उमगलं नाही, तर आमचं डायस्टॉलिक नव्वदच्या खाली का राहावं?
पण मग, कोणती तरी अनभिज्ञ चित्रा, 'मी बोअर करीत नाही ना?'–असा अकारण प्रश्न विचारून प्राजक्ताचा सडा घालते.
आणि मी उत्तर लिहायला बसलो. माझं बी. पी. तेव्हा नॉमर्लवर येतं. जास्त काय लिहू?

तुमचा,
वपु काळे.

चित्राचं त्यानंतर पत्र नाही. अपेक्षाही नव्हती. आपल्या उत्तराचा वाचकांकडून वेगळा अर्थ घेतला जाईल का ह्याची कधीकधी धास्ती मात्र वाटते. पण तरीही, वरवरच्या पातळीवरचा, जुजबी पत्रव्यवहार मला कधी करावासा वाटला नाही.
आपल्या पत्राचा, एखाद्या शब्दाचा वाचकाकडून वेगळाच अर्थ घेतला जाईल का, ह्याची धास्ती वाटते; असं विधान मी केलं.
चित्राच्या बाबतीत तसं घडलं नाही. तिचं नंतर पत्र आलं नाही. पण केव्हातरी ती ज्या हॉस्पिटलमध्ये नोकरी करीत होती, त्याच हॉस्पिटलच्या मेडिकल कॉलेजमध्ये माझा कार्यक्रम होता. माझ्याबरोबर रवी हुदलीकर होता. एकाएकी सणक आली, चित्रा कोण? ह्याचा शोध घ्यावा. आम्ही वसतिगृहावर गेलो. मेट्रनकडे चौकशी केली. चित्रा भेटली. मोकळ्या गप्पा झाल्या. आम्ही निरोप घेतला.
त्याही घटनेला दोन वर्षांहून अधिक काळ लोटला. नंतर भेट नाही. धावती गाडी पकडताना फूटबोर्डवरची एखादी व्यक्ती आपल्या कमरेभोवती हात टाकून आपल्याला सावरते. आपण 'थँक्स' म्हणतो. त्या कोण्या एका दिवसातल्या प्रवासाला, एका अनोळखी माणसाचा हातभार लागतो. इतकाच आधार काही मोजक्या मैलांच्या प्रवासासाठी पुरेसा असतो. त्याप्रमाणे ह्या आयुष्याच्या प्रवासातही हे असे छोटे छोटे आधार पुरेसे असतात.
चिकटून-चिकटून काढलेली असंख्य टिंबं म्हणजे रेघ अशी जर भूमितीत रेघेची

व्याख्या असेल, तर आयुष्य म्हणजे तरी काय?

असंख्य क्षणमालिकांची रेघच. ह्या पल्याड कोण कुणासाठी किती काळ थांबतो? निर्मितीक्षम मन केवळ उत्कटतेचा शाप घेऊन वावरत नाही. उत्कटतेला उ:शाप मिळाला की पाठोपाठ कुतूहलाचा व्यूह रचलेला असतो. कुतूहलापलीकडे आणखी काही नसलं की तो क्षण फूटबोर्डवर सावरणाऱ्या माणसापुरताच असतो. सावरण्याची कृती परिचयाची, व्यक्ती अपरिचयाची. चित्राच्या बाबतीत तसंच झालं.

योगायोगाने चित्रा भेटली. इतर शेकडो पत्रलेखक अद्यापि भेटलेले नाहीत. भेटतील असं वाटत नाही. माझंही काही अडलेलं नाही. वाचकांचं आणि पत्रलेखकांचंही अडायचं काही कारण नाही. तरीसुद्धा नामके वास्ते मला पत्रव्यवहार करावासा वाटला नाही आणि मोकळा पत्रसंवाद करताना, वाचणारी व्यक्ती एखाद्या शब्दाला बुजेल का? असाही प्रश्न पडल्याशिवाय राह्यला नाही.

कारण आपल्या समाजात 'प्रिय' शब्दालाही बुजणारी माणसं आहेत. जी माणसं खरोखरच बुजतात त्यांचा प्रश्न नाही. कारण त्यांच्या त्या वृत्तीवर त्यांच्या स्वत:जवळच काही औषध नाही. 'औषध' हा शब्द मी जाणिवेने वापरत आहे. अशाच एका डॉक्टरांच्या सौभाग्यवतींना अत्यंत औपचारिक मजकुराचं पोस्टकार्ड पाठवताना मी 'प्रिय सौ.' असा मायना डॉक्टरीणबाईंच्या नावामागं लिहिला. तिचे यजमान मेडिकल व्यवसायातले. कॉलेजच्या शिक्षणाच्या काळापासूनच ह्या व्यवसायातल्या स्त्री-पुरुषांची सगळीच भीड चेपली गेलेली असते. तरीही हे महाशय बिथरले. पोस्टमार्टेम किंवा डिसेक्शनचे तास संपल्यावर हा इसम नक्की गोमूत्र पीत असावा. ही जर अर्थात उपजत वृत्ती असेल तर मानसशास्त्रानुसार 'पर्सनॅलिटी पॅटर्न' म्हणून अशा व्यक्तींचा विचार करायचं कारण नाही. तिथं औषध नाही. स्वत:भोवती परंपरेचेच कोश गच्च आवळून, फुलपाखरात रूपांतर होऊ न देण्याचा अट्टाहास जी माणसं आयुष्यभर करतात, त्यांच्यापासून समाजाला कसलाच उपद्रव होत नाही. अशा माणसांच्या परिवाराला, त्या माणसांनी घातलेल्या भक्कम तारांच्या काटेरी कुंपणाचा जो जाच होईल तो होईल. तो जाच त्यांच्या अंगवळणी पडला तर ती माणसं किमान टाचा उंच करूनसुद्धा कुंपणापल्याड बघत नाहीत. पण त्या कुंपणांच्या तारा लांबूनही ओरखडे उठवायला लागल्या तर 'टाचा' घासतच जिणं घालवायचं. तिथंही औषध नाही.

पण 'प्रिय' शब्दाचं भांडवल करणारी माणसं भेटली तर? तर खरं तर तिथंही

औषध नाही. 'तुका म्हणजे ऐशा नरा । मोजुनि माराव्या पैजारा ।।' –म्हणजे फिजिओथेरॅपी. त्यासाठी स्वत:ची वृत्ती तशी असावी लागते.

पण आपणही जन्मापासून सहनशीलतेच्या कुंपणात हयात घालवली असेल तर? सात्त्विक वृत्तीचा ज्याचा त्याला छळ नाही म्हणून कुणी सांगितलं? किंबहुना छळ सुरू झाला रे झाला की जाणावं की आपल्या वृत्तींचा अद्यापि सहजधर्म व्हायचा आहे.

सात्त्विक आणि तामसी ह्यातलं अंतर थोडक्यात सांगता येईल का? तामसी दुसऱ्याला जाळतो. सात्त्विक स्वत:ला. म्हणून पहिल्या वृत्तीच्या माणसाला 'तुका म्हणे स्वस्थ राहावे । जे जे होईल ते ते पाहावे ।।' ह्याच ओळी पचवून घ्याव्या लागतात. आतल्या आत जो दाह होतो त्याच्यावर हा उपदेश शिजवून-उकडून-भाजून घ्यायचा. समाजाने घातलेलं कुंपण असो वा स्वत: बांधून घेतलेलं असो, तारा टोचेनाशा झाल्या की तेवढ्या प्रमाणात तुकोबा पचला समजायचा. कुंपण शब्दातला 'पण' उरला नाही की तारांची टोकं विरघळली असं मानायचं.

म्हणूनच 'प्रिय' ह्या शब्दाचं भांडवल अशाच एका अजागळ बाईने केलं, तेव्हा मी गप्प बसलो. माझ्याविरुद्ध रान पेटवण्यासाठी, हातात कोलीत देण्यासाठी तिला एक माकडही असंच रेडीमेड मिळालं. साहित्यिक वर्तुळात ह्या माकडाच्या ज्या लीला आहेत, त्याही माझ्यापर्यंत कुठंही शोध घ्यायला न जाता आलेल्या आहेत. हा लेखक हॉटेलमध्ये उतरतो. स्वत:च्या उशीखाली स्वत:च विकत घेतलेला गजरा आणि आकडे किंवा हेअरपिन्स ठेवतो. अशाच कोणा तरी साहित्यिकाला वा मित्राला भेटायला बोलावतो. बोलता-बोलता उशी उचलतो. मित्राने उशीखालच्या वस्तू पाहिल्याची खात्री करून घेत, गडबडीने त्याच्यावर पुन्हा उशी ठेवतो आणि त्या क्षणी ज्या लेखिकेचं वा घरंदाज बाईचं नाव येईल ते तो घेतो आणि सांगतो, "इतक्यात येऊन गेली."

'एका हाताने टाळी' वाजवून खूष होणाऱ्या ह्या माकडाला त्या बाईने माझ्या 'प्रिय सौ. कमला' एवढाच मायना दाखवताना उरलेल्या मजकुरावर हात झाकून ठेवला होता.

कमला नामक ह्या बाईची मला दोन-तीन काव्यमय पत्रं आली होती. मी उत्तरं पाठवली नाहीत. केव्हातरी असाच 'वाचकांची पत्रं' ह्यावरून विषय निघाला. तेव्हा माझ्या ठाण्याला राहणाऱ्या एका सख्ख्या मित्राने आणि एक आघाडीवरच्या संपादक मित्राने कमलाच्या बाबतीत सावधानतेचा इशारा दिला. कमला मानसिक रुग्ण असल्याचं दोघांनी सांगितलं. मी लगेच

म्हणालो,
"ही पत्रं वाचा. कोणतीही स्त्री, लेखकाचं-कोणत्याही लेखकाचं लेखन कितीही आवडलं तरी ह्या भाषेत पत्र लिहिणार नाही. साहित्यगुणांची वारेमाप स्तुती करणारी पत्रं माझ्या परिचयाची आहेत. आऊटराइट प्रेमपत्रंही मला समजू शकतात. मायन्यापासून सहीपर्यंत अलंकारिक भाषेत विहार करणाऱ्या पत्रांचा तर अंगावर रॅशच येतो. लेखकाच्या पुस्तकांची नावं जोडून, न संपणाऱ्या वाक्यांच्या मालगाड्याही माझ्या यार्डात पडलेल्या आहेत. पण ह्या पत्राची केस इन्टेन्सिव्ह वाटते."
माझ्या मित्रांनी ती पत्रं वाचली. 'वेळूच्या बनापासून केळीच्या सुकलेल्या बागेपर्यंत' सगळं ॲग्रिकल्चर पत्रात उतरलं होतं. ॲग्रिकल्चर आणि कल्चरचा काहीच संबंध नसतो हे नव्याने पटत होतं.
"ही पत्रं फाडून टाक. ह्या क्षणी. कारण ही पत्रं स्टुपिड आहेत. गैरसमज करणारी आहेत. ह्यातल्या भाषेवरूनच तुला कळेल की ही 'शॉर्टसर्किट'ची केस आहे आणि मी तर ओळखतोच. लेखिका होण्याचा तिचा केविलवाणा प्रयत्न चालला आहे."
मी विचारात पडलो.
"काय झालं?"
"ह्या बाईची दोन-तीन पत्रं आली म्हणून रीत म्हणून मी परवाच एक पत्र पाठवलं. ही पार्श्वभूमी माहीत असती तर तेही पत्र पाठवलं नसतं."
"त्याची कॉपी आहे का?"
"ही बघ."
मी दोन्ही मित्रांसमोर त्या पत्राची कॉपी ठेवली.

२५/१२/१९८०

प्रिय सौ. कमला,
आज २५ डिसेंबर. मोठा आनंदाचा दिवस. तुम्ही म्हणाल, नाताळाचा आणि आपला काय संबंध? पण कोणत्या तरी एका गाण्यात मुकेश माझीच भावना गाऊन गेलाय. तो म्हणतो, 'शादी किसीकी हो, अपना दिल गाता है.' तसं माझं होतं.
आमच्या फुफ्फुसांच्या झडपांनाच हार्मोनियमच्या पट्ट्या बसवल्या आहेत. वेळूच्या बनाची महती कशाला गाता? तुमचं पत्र मिळालं. कुणी इतकं भरभरून लिहिलं की मग मात्र आमचे स्वर एकाएकी मूक बनतात. शांततेलाही एक स्वर असतो. त्याच स्वरात सांगतो, 'तमाम कुटुंबियांना

HAPPY 1981.'

माणसं अनुभव मात्र विलक्षण स्वरूपाचे देतात. प्रत्यक्षात कुणालाही न भेटतासुद्धा निव्वळ पत्रांतून वाचक त्यांच्या अस्सल स्वरूपात, घरबसल्या समोर प्रकट होतात. वृत्तीने खडूस असलेली माणसं, मुळातच पत्रलेखन वरच्या पट्टीत सुरू करतात. रंजना आणि वैशाली ह्या दोघींनी एक संयुक्त पत्र पाठवलं. ह्या दोघींच्या पत्राच्या संदर्भातच मी चित्राच्या पत्रात, वाचक गैरफायदा घेतात ही खंत व्यक्त केली होती. रंजना आणि वैशाली यांनी पत्र पाठवलं ते पत्रमैत्रीसाठी. 'पार्टनर' कादंबरी आवडल्याचं कळवताना यांनी लिहिलं होतं –

'तुमचे हात गगनाला टेकले आहेत आणि पाय मात्र जमिनीवर नाहीत. त्यामुळे अशा अर्धवट स्थितीत तुमच्याशी बोलायचं म्हणजे आमच्या माना वर करकरून दुखायच्या. तुम्ही जेव्हा आमच्यासारख्या सर्वसामान्य माणसाशी बोलण्याच्या मन:स्थितीत याल तेव्हा पत्र पाठवा.'

रंजना, वैशाली ह्या जोडीला मी उत्तर पाठवलं ते जमिनीवरूनच. त्यांनी त्यांच्या पत्रात म्हटल्याप्रमाणे माझे हात आकाशाला टेकलेले नसल्यामुळे, पायाखालची जमीनही सुटायचं कारण नव्हतं.

एखाद्या साहित्यिकाची वा माणसाची विशेष काहीही माहिती नसताना, स्वत:ला सामान्य म्हणवून घेणारी माणसं, त्या साहित्यिकावर जेव्हा अंदाजाने आरोप करतात तेव्हा ही असली वाचकमंडळी कोणत्या गंडाने पछाडलेली असतात हे खरोखर उमगत नाही. मात्र माझं अगदी साधं पत्र गेल्यावर त्यांची पट्टी उतरली. खरा गंमतीचा भाग पुढेच आहे. या दोघींपैकी नंतर फक्त रंजनाचं पत्र आलं. पत्र दीर्घ होतं. सविस्तर होतं. ते पत्र साधं नव्हतं...त्यात मनमोकळं हितगुज होतं. नोकरी करणाऱ्या बाईच्या व्यथा त्यात खुल्लमखुल्ला मांडल्या होत्या. मुख्यत्वेकरून त्या पत्रात महिलावर्गाला येणाऱ्या अनुभवांची अस्वस्थ करणारी हकीकत होती. त्यातही मला काही जगावेगळं वाटलं नाही. थोडी वेगळी कहाणी होती ती पुढे...

'अनेकजण आयुष्यात आले. खूप माणसं तुटली. मी दिसायला काळी. सुंदर मुलींत गणना होण्यासारखं माझ्याजवळ काहीही नाही. स्पष्ट सांगायचं तर मी अतिसामान्य. आणि तरीही काही अफेअर्स घडली. पुरुष माझ्यामागे, माझ्यापाशी तसं काहीही नसताना, का लागतात ते मला समजत नाही. जग

फार वाईट आहे.' असं स्पष्टपणे लिहून तिने भेटायची इच्छा दर्शवली.
'पुण्याला जेव्हा कथाकथनाच्या निमित्ताने येईन तेव्हा पिंपरीला येऊन मी भेटेन. माझी आई चिंचवडला असते, तिलाही भेटायचं असतं', असं मी पत्र पाठवलं.
पण नंतर पुण्याला प्रयोग होऊनही, मी रातोरात परतल्यामुळे आईलाही भेटू शकलो नाही आणि रंजनालासुद्धा.
त्यानंतर रंजनाचं जे रूप प्रकट झालं ते फार प्रक्षोभणीय आणि चिंतनीयही होतं. रंजनाच्या त्या दुसऱ्या पत्रातही तिच्या विसंवादी सुराची झलक दिसतच होती. पण पोळलेली मनं स्वरात गाऊ शकत नाहीत ह्याची मला कल्पना आहे. रंजनाचं ते आठ-दहा पानी पत्र मी सांभाळायला हवं होतं.
सोळाशेच्यावर पत्रं सांभाळताना आणखी एका पत्राने काय होतंय?
पण हे पत्र कमालीचं खाजगी होतं. विवाहबाह्य प्रेमाची कहाणी रंजनाने मला लेखी कळवून माझ्यावर अमाप विश्वास टाकला होता. क्वचित् केव्हातरी अपार सहानुभूतीपायी मी ते पत्र एखाद्या निकटवर्तीयाला दाखवण्याची शक्यता होती. 'ट्रूथ् इज माइटीअर दॅन फिक्शन' असं आपण म्हणतो, पण तरीही जाता-येता आपण त्याचा विचार करीत नाही.
माणसाच्या प्रत्येक कृतीमागे लॉजिक असतं असं आपण धरून चालतो. अशाच एखाद्या संभाव्य चर्चेत, हे सिद्ध करण्यासाठी आणि 'पेशव्यांचा न्यायाधीश पुराव्याशिवाय बोलत नाही' हे पटवण्यासाठी रंजनाचं पत्रं पुढे ठेवावंसं वाटलं तर?–
तो धोका टाळण्यासाठी मी ते फाडून टाकलं. रंजनाने टाकलेल्या विश्वासाला न्याय देणं म्हणजे पुरावा नष्ट करणं, हाच त्या 'रामशास्त्र्यांना' न पटणारा उपाय होता. न जाणो, बैठकीतला एखादा असामी रंजनाला जाणणारा निघायचा! जग फार लहान आहे. म्हणून मी पत्र फाडलं. केव्हातरी जमलं तर भेटावं, गप्पा कराव्यात हा विचार मनात होताच. पण त्याअगोदरच रंजनाचं तिसरं पत्र आलं.

२३/१/८१

श्री. व. पु. काळे ह्यांस,
माझं दुसरं पत्र मिळालं असेलच. पत्रोत्तर येणार नाही ह्याची खात्री असूनही– 'माझं गणपती उत्सवामुळे लक्ष नव्हतं–' अथवा 'मी दौऱ्यावर होतो' ह्या सबबी तुमच्याकडून सांगितल्या गेल्या असत्या म्हणून आत्तापर्यंत वाट पाहिली.

आता मी तुमच्यावर आक्षेप करू शकते किंवा असं म्हणू शकते, व. पु. तुम्ही लेखक वपु नसून सर्वसामान्य पुरुष आहात. अर्थात ह्याची कबुली तुम्ही प्रथमच दिली आहे, पण आता सिद्ध करून दाखवलंत.
सर्वसाधारणपणे बाईत इंटरेस्ट (पुरुषाला) अथवा थ्रिल कुठपर्यंत असतो? तिचं (बाह्य) रूप कळेपर्यंत. आणि ते समजलं की...पहिल्या पत्राला तुमचं उत्तर अगदी लगेच आलं. पण जेव्हा स्वत:बद्दल माहिती कळवली तेव्हा तुमचा इंटरेस्ट पार गेला असेल, नाही का?
अर्थात दोष तुमचा नाही. सर्वसामान्य असणं हा काही दोष असू शकत नाही, नाही का? तुम्हाला पत्र नाही पाठवता आलं. पुण्यात आल्यावर साधा फोन फिरवला असतात...हो, पण तुमच्या कल्पनेप्रमाणे तुम्ही मोठ्ठे आहात, सर्वसामान्यांना फोन करायला वेळ नको का?
आणि असं आहे, गरज मला होती. मी आपल्याला काही प्रश्न विचारले होते. उत्तराची अर्थातच अपेक्षा होती. पण एक गोष्ट आहे, उत्तर तुम्हाला देता येत नसेल तर निदान 'हरलो' असं तरी म्हणा—मात्र दुसरं पत्र मिळालं नाही अशी सबब सांगून सर्वसामान्यांहून खालच्या पायरीवर जाऊ नका. कारण मला वाटतंय, तुमचा पत्ता बदललेला नाही आणि माझा पत्ता प्रत्येक पत्राबरोबर असतोच.
बघू यात आता आपण कुठल्या पातळीवर आहात ते!

रंजना.

४/१०/१९८१

प्रिय रंजना,
तुमचं आततायी पत्र मिळालं. तुमच्या पत्रातल्या भाषेमुळे, तुम्ही दिसता कशा ते जरी समजलं नाही, तरी तुमचे विचार कसे आहेत ह्याची मला पूर्ण कल्पना आली. ज्या व्यक्तीचा आणि आपला मुळीच परिचय नाही त्या व्यक्तीवर, स्वत:च्या कल्पनेने, अनुभवाशिवाय तुम्ही बेजबाबदारपणे किती कडवट आरोप करू शकता ह्याची साक्ष तुमच्या पत्रावरून पटते.
जगाने भले तुमच्या पदरात केवळ कटु अनुभव टाकले असतील. तुमचं दुसरं दीर्घ पत्र वाचून मी हेलावलो होतो. मागे कोणतीही अन्य व्यवधानं नसतील तेव्हा शांतपणे तुम्हाला प्रत्यक्ष भेटण्याचाही विचार होता. पण पुण्यात येऊनही स्वत:च्या आईलाही भेटू शकलो नव्हतो. तरीदेखील, माझी आई वा बहीण मला अशी कडवट पत्रं लिहीत नाहीत. तुमच्या पत्रावरून वाटलं की जगाला नावं ठेवण्याचा तुम्हाला अधिकार पोहोचत नाही.

आलेल्या कटु अनुभवांना तुमचीही दणदणीत कॉंट्रिब्यूशन असणार. ज्याचे विचार सुंदर तो माणूस सुंदर. दुर्गाबाई भागवत आणि हेमामालिनी ह्यांत सुंदर कोण हे सांगाल का? ह्यातलं कोणतं सौंदर्य शतकानुशतकं आनंददायी ठरणार आहे?

माझ्या बाबतीतही माझे पुस्तकातून मांडलेले विचार तुम्हाला पटले म्हणून तुम्ही पत्रव्यवहार सुरू केलात. (असं आता मी समजतो.) मग केवळ मी तातडीने भेटलो नाही वा पत्रोत्तर पाठवलं नाही म्हणजे वैचारिकदृष्टया मी तुमच्या आयुष्यात येऊन गेलेल्या व्यक्तींच्या पंगतीतला होतो काय?

मी जर त्याच पातळीला असेन तर कशाला भेटायचं? अनेक राह्यलेल्या कामांत, तुमची भेट हे एक काम होतंच. पण आता भेटायची इच्छा उरली नाही.

नियतीने तुम्हाला सौंदर्य दिलं नसेल. असे अनेक अभागी स्त्रीपुरुष ह्या जगात आहेत. ती गोष्ट आपल्या हातातच नाही.

आपले विचार सुंदर असायला काय हरकत आहे?

जमलं तर प्रयत्न करा. आपली प्रत्यक्ष भेट होणं न होणं ह्याला आता महत्त्व उरलेलं नाही. तरीही, मैत्रीच्या भावनेने सांगेन, जग कडवट असलंच तरी तुम्ही कडवट होऊ नका. आनंदाची वाट सापडायला हवी असेल तर तुम्हाला कितीजणांनी तोडलं आणि तुम्ही कितीजणांना दुखवून तोडलंत ह्याचा स्वत:साठी विचार करा. माझ्या बाबतीत तरी, तुम्ही मला तोडलंत एवढं नक्की!

आपला,
वपु काळे.

आपली कलाकृती वा निर्मिती, जिचा जन्म आनंद देण्यासाठीच झालेला आहे, त्या निर्मितीमुळे आनंद व्हावा एवढीच इच्छा असते. वाचकांना तो आनंद मिळू शकला नाही तर वाचकांइतकंच ते त्या कलाकृतीचं वा त्याच्या पित्याचं दुर्दैव!

पण अल्पपरिचयात किंवा परिचय नसतानाही जर कुणी वृत्तीबद्दलच शेरा मारायला लागलं तर संतापच येतो. आयुष्य एकत्र काढूनही माणसाच्या सगळ्या छटा प्रकट होत नाहीत. मग सहवासाशिवाय माणसं झटपट आडाखे का बांधतात? माणसं जोडणारी भाषा 'ही' नव्हे हे रंजनासारख्या वाचकांना कोण सांगेल? अशाच एका स्त्री वाचकाने मर्यादेबाहेर जाऊन एक पत्र लिहिलं. स्वातीच्या जन्मापासून तिच्या विवाहापर्यंतच्या छायाचित्रांवर

आधारित एक लेख मी लिहिला होता. 'दीपलक्ष्मी' दिवाळी अंकात तो प्रकाशित झाला. दोन वर्षांपूर्वीच्या त्या लेखावर वाचकांची अद्यापि पत्रं येतात. अनुराधा नावाच्या एका भगिनीने तर 'इतकं प्रेम करणारा बाप लाभला म्हणून तुमच्या स्वाती-सुहासचा हेवा वाटतो. आता फक्त एकच खुलासा करा. बापाच्या ह्या प्रेमाचा मुलांनी गैरफायदा घेतला की त्या प्रेमाला न्याय दिला?'

काही पत्रं अशीही, 'बाहरकी ओरसे अंदरकी तरफ आती हुई गेंद' सारखी असतात. ह्याउलट, एका भगिनीने टवाळीच्या भाषेत त्याच छायाचित्रांच्या लेखाबाबत एक पत्र लिहिलं. तिच्या मते ते पत्र निखळ विनोद म्हणून होतं. तो विनोद मला समजला नाही, म्हणे! म्हणूनच त्या पत्रावर मी जी प्रतिक्रिया व्यक्त केली त्या प्रतिक्रियेवर त्या भगिनीने आणखीन अपमानास्पद पत्र लिहिलं.

'वपु, ती चेष्टा होती, ती तुम्हाला समजली नाही. ठीक आहे. इथून पुढे मी तुम्हाला फक्त स्तुतिसुमनांचा वर्षाव करणारी पत्रंच पाठवत राहीन.' वगैरे वगैरे.

आततायीपणे वाचक असे निष्कर्ष का काढतात? स्तुती हा प्रकार फार काळ नशा टिकवत नाही. कालांतराने निखळ स्तुती काहीही साधत नाही. अशी पत्रं पोचतात. भिडत नाहीत. रस्त्यावरून बँड वाजतगाजत जातो, तशी ही पत्रं. बँड घरासमोरून जाताना आपण जितका ऐकतो तितकाच. पुढच्या घरासमोर तो गेला की आपल्या घरापुरता तो संपला. दार ठोठावून, ते उघडायला लावून थेट माजघरापर्यंत येणारे आणि तिथंच रेंगाळणारे सूर वेगळे असतात. नुसत्या स्तुतीच्या पत्राचं तसं असतं. बँडसारखं. आवाज मोठा, पण त्याच गतीने विरणाराही.

स्तुतिवर्षाव करता-करताही एखाद्या पत्रातला एखादा सूर माजघर अडवून बसतो. 'हसरे दुःख' ही कथा कॅसेटवर ऐकल्यानंतर आलेल्या पत्रातलं एक विधान फार चांगलं होतं. तो वाचक म्हणतो, 'माणसाची व्याख्या वेगवेगळ्या माणसांनी वेगवेगळ्या प्रकारांनी केली आहे. पण 'हसरे दुःख' वाचल्यावर म्हणावंसं वाटतं, 'बर्फाच्या तळघरात जो अग्नी लपवतो तो माणूस.' आणि ह्याच्यापुढे त्या वाचकाने सही आणि संदेश मागितला होता. मी त्याला कळवलं, 'तुमची माणसाची व्याख्या मीच संदेश म्हणून इतरांना देण्यासाठी वापरणार आहे, त्याची परवानगी पाठवा.'

एका वाचकाचं असंच एक अफलातून पत्र आलं. तातडीने प्रतिसाद द्यायला 'मजबूर' करणारं ते पत्र. मीही एक दिलखुलास उत्तर पाठवलं. चार दिवसांनी

त्याच्या मित्राचं, कोणताही वकूब नसलेलं पत्र. मी ते वाचून फाडून टाकलं. आठ दिवसांनंतर त्याचं स्मरणपत्र. त्याचीही मी दखल घेतली नाही. मग त्या माणसाचं एक चिडून पत्र. 'मी तुमचं पत्र न आल्यामुळे तुमच्यावर भयानक संतापलो आहे. माझ्या मित्राला तुम्ही तातडीने उत्तर पाठवता आणि माझ्या पत्रांची तुम्ही दखल घेत नाही...' वगैरे, वगैरे.

मग मलाही चेव आला. मी त्याला लिहिलं, 'तुमच्या मित्राला मी तातडीने पत्र पाठवलं आणि तुम्हाला पाठवत नाही ह्याचा बारकाईने शोध घ्या. लेखकाला किंवा कुणालाही पत्र लिहिल्यावर, त्या व्यक्तीला उत्तर पाठवायला भाग पाडण्याइतकी ताकद कमावता आली पाहिजे. संवाद करण्याची निकड निर्माण करण्याएवढं सामर्थ्य तुम्ही मिळवलं आहे का? खूप शिका, खूप वाचन करा, खूप प्रगल्भ व्हा. कोणतं ना कोणतं वैशिष्ट्य कमवा आणि मगच कोणत्याही लेखकाला, 'मी तुमच्यावर संतापलो आहे' हे लिहिण्याचा अधिकार मिळवा, नव्हे तो तुम्हाला आपोआप मिळेल.'

त्या भल्या वाचकानेही प्रामाणिकपणे लिहिलं, ' वपु, कुणीतरी झाल्याशिवाय, काहीतरी मिळवल्याशिवाय मी पुन्हा पत्र पाठवणार नाही.'

ह्या पत्रसंवादानंतर खरंच त्याने मला भविष्यकाळात पत्र पाठवलं काय, न पाठवलं काय, 'मेक्स नो डिफरन्स.' पण ती ठिणगी त्याने जपावी. कुणीतरी व्हावं. मोठं व्हावं. नाव कमवावं.

ती ठिणगी त्याने जपावी...

मी असं सहज लिहून गेलो. कारण ते सोपं होतं. जगातली सर्वांत सोपी गोष्ट कोणती?–तर इतरांनी काय करावं, हे आपण ठरवणं. त्यानुसार मी काय करावं हे ठरवणारी इतर माणसं केवळ माझ्या लहानपणीच माझ्या अवतीभवती होती असं नाही तर आजही आहेत. त्यांपैकी अनेकांचं सांगणं, माझ्या चांगल्यासाठीच होतं.

मी व्यायाम करून शरीर कमवावं असं मला अनेकजण सांगत होते. माझे मेव्हणे रोज व्यायाम करत होते ते मी बघत होतो. पण मला दंडबैठका घरात 'गुरू' भेटूनही काढाव्याशा वाटल्या नाहीत. चव्वेचाळीस वर्षांनंतर काय करायला हवं होतं ते समजतंय.

हार्मोनियम, व्हायोलिन सगळे छंद होते. त्या ठिणग्या ठिणग्याच राहिल्या. त्यातून भुईनळ्याचं झाड निर्माण झालं नाही.

आणि गंमत अशी की, लेखक कसे झालात?–ह्याचं आज उत्तरच देता येत नाही. ही ठिणगी कुठली?

चूल, शेगडी, पाणी तापवायचा बंब...छे! कशातलीच नाही. केव्हातरी, तेही

आयुष्याची वीस वर्षं गेल्यावर, एखाद्या प्रवासात वाफेच्या इंजिनातून एखादी ठिणगी उडून अंगावर पडली. ती झेलली नाही. त्याची ऊब तीन तपं पुरली. आता पुढच्या पिढीतली माणसं मला जाणकार वगैरे मानतात. सल्ला विचारतात. अशाच एका सुनीलने 'वडिलांचाच फोटोग्राफीचा व्यवसाय पुढे चालू ठेवला तर यश मिळेल का?' असा प्रश्न विचारला.

मी लिहिलं,–

प्रिय सुनील,

आज प्रथमच मी एका वेगळ्या, काहीशा अनपेक्षित विषयावर तुझ्याशी बोलत आहे. वाचून पाहा. जमलं तर विचार कर. पटलं तर कृती कर. तुझ्या वडिलांचा व्यवसाय तू करीत आहेस असं समजलं. त्यात तुला अंशत: यश मिळत आहे. यशाची व्याप्ती वाढली की लौकिक उंबऱ्यापाशी येतो.

काहीजण एवढ्यावर हरखून जातात. त्यानंतर दरवाजा उघडायचं भान त्यांना उरत नाही. मिळालेला लौकिक म्हणजे अश्वमेधाचा घोडा दाराशी आल्याप्रमाणे. त्याचा लगाम हातात धरला की मग कायम युद्ध.

हे युद्धाचं आव्हान तू स्वीकारणार का?

वैवाहिक जीवनात पदार्पण करताना एक सप्तपदी असते तशीच ती व्यवसायातही.

पहिलंच पाऊल–शब्द.

दुसरं–वेळ.

तिसरं–तत्परता.

चौथं–नजर.

पाचवं–कौशल्य.

सहावं–ज्ञान.

सातवं–सातत्य.

सातवं पाऊल हे फार अवघड पाऊल. सातवं पाऊल सत्तराव्या, सातशेव्या, सात हजार...थोडक्यात शून्यं वाढवत जायचं.

पत्करलेल्या व्यवसायात सातत्य टिकलं तर पहिल्या सहा पावलांना, बळीच्या तीन पावलांची शक्ती प्राप्त होते.

अश्वमेधाचा घोडा न बांधता उभा राहतो. राजसूय यज्ञ सफल होतो.

पहिल्या सहा पावलांसाठी गुरू भेटू शकतो. सातवं पाऊल रक्तात हवं.

मी तुझ्यासाठी राजदत्तकडे शब्द टाकीन. सप्तपदीमधील पहिली सहा पावलं टाकायला राजदत्त तुला मदत करतील. त्याच्यासारखा माणूस होणे नाही.

मी माझं मन मोकळं केलंय. तुझ्या रेडिओवर कोणतं स्टेशन लावायचं हे तू ठरव.

तुझा,
वपु.

'हॉटशॉट कॅमेरे आणि बारा तासांत रंगीत फोटो तयार' हा जमाना सुरू होण्यापूर्वीच्या काळातला हा पत्रव्यवहार. म्हणजे साधारणपणे पाच वर्षांपूर्वीचा. ह्या नव्या टेक्नॉलॉजीमुळे, ज्या एका पिढीने लाखो माणसांच्या आयुष्यातले असंख्य आनंदाचे क्षण प्रकाशित ठेवण्यासाठी स्वतःचं आयुष्य डार्करूममध्ये घालवलं, नाना प्रयोग केले, कणाकणाने फिल्म आणि स्वतःचं ज्ञान 'डेव्हलप' केलं, त्या पिढीसमोर कायम अंधार उरला.

एन्लार्जमेंट्स तर विसराच, पण भल्याभल्या फोटोग्राफर्सना 'कॉन्टॅक्ट प्रिंट्स'च्या ऑर्डर्स मिळवण्याइतकाही समाजाशी 'कॉन्टॅक्ट' उरला नाही. मोठमोठी, ऐपतवाली माणसं तर विसराच, पण झोपडपट्टीतली वस्तीही बारशापासून बाराव्यापर्यंत व्हिडीओ फिल्म्स काढून ठेवण्याइतकी ऐपतवाली झाली. झोपडपट्टीने तर 'ऐपत' शब्दाची व्याख्या आणि अर्थही बदलला. अर्थप्राप्तीपासून अर्थसंकल्पापर्यंत झोपडवासियांनी 'हाय टेन्शन'वरच सगळ्यांना ठेवलेलं आहे. कायदा, सुव्यवस्था, स्वच्छता ह्या गोष्टी धाब्यावर बसवता बसवता, विद्युतशक्तीलाही न विचारणाऱ्या लोकशाहीबद्दल काय बोलावं? काहीच बोलू नये.

उपदेश उपदंश ठरण्याचा हा काळ.

इन्स्टंट मतं मिळवून कॉन्स्टण्ट खुर्ची टिकवण्याची धडपड. त्या धडपडीत मतपेट्यासुद्धा सुशिक्षित समजल्या जाणाऱ्या माणसांना घट्ट धरून ठेवाव्या लागतात. 'जंगलं वाचवा'च्या मोहिमा काढून झाडं तोडली गेल्यावर ती झाडांवरची माकडं शहरात का येणार नाहीत? म्हणूनच सुनीलचा व्यवसाय आता कसा चाललाय माहीत नाही. 'इन्स्टण्ट'च्या स्पर्धेत तो तरला का? त्याने कमीत कमी माझा सल्ला तरी विचारला. आयुष्यभर कष्ट करून, व्यवसायासाठी त्याच्या वडिलांनी जी साधनसामुग्री जमवली तिचा गैरवापर होऊ नये किंवा त्या वस्तू त्यांच्या गुणांपेक्षा वजनावर विकण्याची वेळ येऊ नये म्हणून त्याची धडपड चालली असावी. सगळ्याच गुणवत्तेच्या प्रांतात, विद्वत्ता वजनावर विकायचा नतद्रष्ट काळ ह्या देशात आला आहे.

तंत्रावर अवलंबून असलेला वडिलोपार्जित व्यवसाय थोड्या प्रमाणात का होईना, पुढच्या पिढीला करता येतो. पण जिथं काही मंत्रसिद्धीचा भाग येतो,

प्लेझर बॉक्स । ७१

तिथं काय करायचं?

विष्णूच्या पत्राने मी म्हणूनच चक्रावून गेलो.

ह्या विष्णुपंतांना दशावतारानंतर अकरावा अवतार लेखक म्हणून घ्यायचा होता. साहित्यिकांच्या जगात कितीही अलाण्या-फलाण्यांची सुंदोपसुंदी चाललेली असली, भल्याभल्यांच्या बदनामीसाठीच साप्ताहिकं, पाक्षिकं, उसन्या अर्थबळावर चालवणारे भस्मासुर जरी असले, तरीसुद्धा अकरावा अवतार घेण्यासाठी त्या पतितपावनाने एवढ्यात कष्ट घेण्याची जरूरी नाही. पण इन्स्टण्टचा जमाना तुम्हाला काय करायला लावणार नाही?

विष्णू नावाचा हा विद्यार्थी, शिकारीचा छंद असलेल्या एका गृहस्थाचा मुलगा. त्याला लेखक व्हायचं होतं. त्याने तर कमालच केली.

'तुमच्या कथेत फेरफार करून मी ती प्रसिद्ध करू का? फेरफार म्हणजे, तुमच्या कथेतल्या नायकाला कॅमेरा विकावा लागतो, त्याऐवजी 'टेपरेकॉर्डर' विकायचं आहे असं मी दाखवणार. तुमच्या कथेतला शेवटचा पार्टीचा प्रसंग पण, काही फरक करून तसाच ठेवणार आहे. कथा प्रसिद्धीला पाठवण्यापूर्वी तुमची संमती हवी आहे. तुमच्या धाटणीचा, शैलीचा माझ्यावर फार प्रभाव पडला आहे. माझ्यासारख्या होतकरू लेखकाला आपण निराश करू नयेत...' वगैरे वगैरे.

मी त्याला लिहिलं,

प्रिय विष्णू,

पत्र मिळालं. आशय समजला पण आवडला नाही. धाटणी वा शैलीचा परिणाम होणं वेगळं आणि कथाबीजात साम्य असणं वेगळं. धाटणी वा शैलीसाठी लेखकाची परवानगी घ्यावी लागत नाही. आणि कथाबीजात साम्य असेल तर कोणता लेखक परवानगी देईल?

त्याशिवाय महत्त्वाचा मुद्दा वेगळा आहे. तुम्हाला स्वतंत्र लेखक म्हणून स्थान मिळवायचं आहे की नाही?

तुमच्या वडिलांचा वारसा चालवणं तितकंच महत्त्वाचं आहे. त्यांच्या कथा वेगळ्या असत. ते स्वतः शिकारी होते असं मी ऐकून आहे.

तुम्ही लेखकांचीच शिकार का करता? प्रश्नातली चेष्टा विसरा.

पण पायाखालची वाट स्वतःची असावी. ती सापडेपर्यंत, प्रवासाचा प्रारंभ करू नका. निसर्ग जवळून दिसावा म्हणून प्रवासात दुसऱ्या प्रवाशाची दुर्बीण उसनी मिळू शकते पण डोळ्यांचं काय? ते स्वतःचेच लागतात. ते डोळे मिळवा. तुमच्याजवळच ते आहेत.

त्या डोळ्यांजवळ शक्ती पण असेल. पण तुम्ही त्याचा शोध घेतलेला दिसत नाही. शिकारीत मचाण बांधून देणारा मिळवता येतो. सावजाला उठवण्यासाठी 'हाकारे' गोळा करता येतात. पण सावज टिपण्याचं काम शिकाऱ्याचं असतं.

तेच लेखनाचं. 'टिपणं' हा महत्त्वाचा घटक. तुमच्या सध्याच्या धडपडीतून तुम्हाला प्रसिद्धी मिळेल. 'सिद्धी'चं काय? तेव्हा काय मिळवायचं ते ठरवा. दुसऱ्याची दुर्बीण वापरायची की फक्त नजरेची ताकद अजमावून पाहायची ह्याचा विचार करा. नजरेचीच शक्ती वाढवलीत तर जवळचं आणि लांबचं पण दिसेल.

तुमचा, वपु.

ह्या सगळ्या भूमिका मी समजू शकतो. तडकाफडकी यश, रातोरात प्रसिद्धी, कष्टाशिवाय पैसा, व्यासंगाशिवाय लौकिक ह्या सगळ्या गोष्टींचं वेडही तरुणवर्गात रातोरात घुसलेलं नाही. हे सगळं घडवणारी यंत्रणा, स्वातंत्र्य मिळाल्यापासून राज्यावर आहे. 'सत्ता' हा एकच देव मानणाऱ्या ह्या यंत्रणेने लायकीपेक्षा 'नालायकी'च्या जोरावरच अनेक माणसं नीट नांदू शकतात ह्याचे वस्तुपाठ सातत्याने समाजासमोर ठेवले. तरुणांची माथी भडकल्यास नवल काय?–ह्या देशावर तीनच शब्दांचं राज्य तीन तपांवर चाललेलं आहे. चर्चा, मोर्चे आणि खुर्च्या. हे ते तीन शब्द. हा दत्तगुरूंचा सध्याचा अवतार. विचारवंतांचा वर्ग केवळ चर्चा करतो. विचारांशी सुतराम संबंध नसलेले फक्त मोर्चा काढतात आणि ह्या अडाणी, हिंसक वृत्तींच्या मोर्च्यांवर पुढाऱ्यांच्या खुर्च्या टिकतात.

तरीही विष्णूसारख्या काही मुलांचे डोळे उघडता तरी येतील. पण प्रशांतसारखी एखादी व्यक्ती भेटते, तेव्हा काय करायचं?

माझ्या गैरहजेरीत ह्या व्यक्तीने एक पत्र मला घरी आणून दिलं.

३१/८/८७

प्रिय श्री. व. पु. काळे,
स्नेहादर,

कृतार्थतेचं गुलकंद आयुष्य आपलं. मखमली सौंदर्याच्या सर्वांगीण सुखात टवटवीत गुलाबासारखे पूर्णतः फुललेले, सुगंध देणारे आपण. आयुष्याचा आस्वाद मस्तपणे चाखणारे तुम्ही. परंतु ही धुंदी पेलणं, तोलणं क्वचितांनाच साधतं. आपल्याला साधलं म्हणून आपल्याबद्दल स्नेह आणि आदर वाटतो.

प्लेझर बॉक्स । ७३

आपण फुललेले लेखक आहात. मी उमलणारा. कळ्यांची फुलं होतात. फुलांचं निर्माल्य होतं. चिरंतन असतं ते. मी 'प्रशांत.' अकोल्याचा. आयुष्याच्या तारुण्याची दहा वर्षं खूप भटकलो. किती हे रस्तेच जाणतात. कशासाठी अन् का? ठाऊक नाही. खूप गमावलं. अमाप कमावलं. आणखी भरमसाठ मिळवायचंय. मी जोडलीत माणसं...स्नेह! मी झुगारलं स्वार्थाला, मोहांना, चाकोरीबद्ध जीवनाला. हे कसं साधलं कळत नाही. घरचा मी मस्त. बंगला, आई-बाबा-भाऊ सारेच. घरी 'मी' व माझ्यातला लेखक यापैकी 'मी' असतो. पूर्वी घरून निघालो. बी.ए. नंतर नोकरी आली/आल्यात. अनेक संधी चालून आल्यात. त्यात अडकलो असतो तर मी मस्त प्रतिष्ठित झालो असतो. छान बायको, घर, इंग्रजी शाळेत जाणारी बछडी मुलं, पण... माझ्या अस्तित्वाची भूक वेगळी होती. भटकलो मालकाविण कुत्र्यासारखा. भूक भोगली आतड्याला तडे जाईपर्यंत. पोखरलो गेलो खोलवर. वाटलं सारं सोडावं, पण खचताना सावरणारे भेटलेच. मोठमोठ्ठे. आता अंतिम टप्प्यात पोहोचलोय म्हणून आपल्याकडे.

चार वर्षांपूर्वी 'उद्ध्वस्त' हे कवितांचं पुस्तक निघालं. गाजलं. आता नवं 'भोगयात्रा' निघतंय. काही महिन्यांत मराठी साहित्यात आलेली मरगळ निघावी असं. सारे मान, पैसा, यश मिळेल यात शंका नाही. महाराष्ट्राच्या कानाकोपऱ्यांत, देशातल्या मोठमोठ्या शहरांत मी असंख्य स्नेही जोडलेत. मी कविता छान करतो. बोलतो मस्तच. बऱ्याच ठिकाणी प्रेमाची निमंत्रणं येतात. परंतु अद्याप त्या मोहात पडलो नाही. अजून तेवढी ऐपत नाही. आणखी दोन वर्षांनी.

कुसमाग्रज, पु. ल., तुम्ही या त्रिवेणीतल्या रक्ताची ओढ म्हणजे माझ्या आयुष्याचं रसायन. आज मी एकोणतीसचा. आता नवं पुस्तक. मग लग्न, मग थोडा आराम. नंतर पुन्हा दौड नव्या स्वरूपात. नव्या जोमाने. (फिरसे एक बार 'शास्त्री' दाहिनी ओरसे...)

असो. जे सांगावंसं वाटलं तो हा भाग. आता अंतिमात जे सांगायचं ते...मी आर्थिक अडचणीत आताशा तसा कमीच असतो. तीन वर्षांपासून. मस्त चाललं होतं. परंतु गेल्या चार महिन्यांपासून मी सर्वांपासूनच फार अलिप्त. पुस्तक निघेपर्यंत.

माझ्याजवळची क्षमता संपली. आपल्याकडे नव्या पुस्तकातून येणार होतो. आलो वेगळ्या रूपात.

गेल्या काही दिवसांपासून मी पार अडचणीत. क्वचितच पोट भरलं. तसा मी स्वतःच असंख्यांना मदतीला नेहमी हात दिला आहे. देणाऱ्यालाही कुणाचे

कधी हवे असतात हात. समर्थ हात. माझे श्रीमंत नातेवाईकही इथं राहतात. एका शब्दाने सारं जमू शकतं. पण मी...
आपण लेखक आहात. हॉस्पिटलला देणग्या देता. हॉस्पिटलला देणग्या देणारे असंख्य असतात. लेखक एखादाच.
एक लेखक म्हणून आपणास विनंती, मनापासून इच्छा असल्यास मला सोळाशेंची खूप गरज. माझे श्वास आहेत ते. मी ते परतही करेन. मी प्रामाणिक असतो जगण्यासाठी, माणसांसाठी. एका अनामिक आपल्यातल्याच अस्तित्वात्मक अंशाला आपण निराश करणार नाही.

आपला,
प्रशांत.

दुसऱ्या दिवशी सकाळी प्रशांत माझ्या घरी आला. शिष्टाचारानुसार मी 'या' वगैरे म्हटलं.
"काल संध्याकाळी मी इथं एक पत्र देऊन गेलो."
"हां, आलं लक्षात. बोला?"
"आत्ताच जयवंत दळवींकडून आलो. दोन तास त्यांच्याचकडे होतो."
"अरे वा!" माझा निरर्थक प्रतिसाद.
"दळवी माझे चांगले मित्र आहेत. कधीकधी तेंडुलकरांकडे असतो."
"तुमचं पत्र छान आहे. फक्त काही संदर्भ समजले नाहीत. खूप वणवण केली, असं काहीसं..."
प्रशांत गडबडीने म्हणाला,
"तो फार मोठा इतिहास आहे. चार-पाच तास सहज लागतील, सगळं सांगायचं म्हणजे. मी अतिशय इंटरेस्टिंग बोलतो. ऐकणारा थक्क होतो, गुंग होतो. आत्ता बोललोही असतो, पण शक्ती नाही. मी चार दिवस उपाशी आहे."
मी प्रशांतकडे नीट पाह्यलं. अत्यंत सामान्य व्यक्तिमत्त्व, लक्ष वेधलं जावं अशी चेहरेपट्टी वा शरीरयष्टी नाही. बोलण्यात तर कसलीच वेधकता नव्हती. चातुर्य नव्हतं. पत्रातल्या काव्य, लयबद्ध भाषेचं लाघव नव्हतं. होता तो कोरडा, रूक्षपणा.
मी उपाशी राहण्याचं कारण विचारणार तेवढ्यात तो म्हणाला,
"पैशाचं काय झालं?"
"कसल्या?"
"मी पत्रात लिहिलेल्या?"–मीच त्याच्याकडून उसने घेतलेले तो परत मागतोय–अशा आवाजात त्याने विचारलं.

मी शांत, तटस्थपणे म्हणालो,
''तुमचा माझा अजून नीट परिचय व्हायचाय. सहवास तर मुळीच घडलेला नाही. जरा थांबा. गप्पागोष्टी होऊ देत. जरा सूर जमू दे. स्नेह वाढू दे. आपलेपणाच्या भावना निर्माण व्हायच्या आत सोळाशे रुपये कसे काय एकदम देऊ?''
अपमान झाल्याप्रमाणे तग्रवग्र चेहरा करीत तो उठला आणि म्हणाला,
''पैसे नाही देऊ शकत ना? मग मी चाललो.''
प्रशांत सरळ निघून गेला आणि चारच दिवसांनी त्याचं एक पोस्टकार्ड आलं.
'एक लेखक म्हणून...माणूस म्हणून तुम्ही क्षुद्र किडे...आहात, एवढंच सांगायचंय.'

प्रशांतला तसंच सोडावं असं वाटेना.
मग मी आमचा दोस्त किशोर मोरे ह्याला पत्र लिहिलं. किशोर मोरेला 'व्यक्ती आणि वल्ली' ह्यांपैकी कोणत्या पक्षात टाकावं हा प्रश्न अद्यापि सोडवता आलेला नाही. 'वल्लीच्या अंगाने जाणारी ही एक व्यक्ती' ह्या चालीवरचं वाक्यही पटत नाही. एक निश्चित, व्यक्ती असो वा वल्ली. तो विलक्षण सभ्य गृहस्थ आहे. एखादा दुर्मिळ पोस्टाचा स्टॅम्प संग्रही असला की आपल्याला कसं वाटतं?–तसा किशोर मोरे मित्रमंडळात हवा.
अक्षर लाजवाब. श्रीकृष्ण बेडेकरांसारखं. श्रीकृष्ण बेडेकर मात्र नक्की वल्लीच. कविता वगैरे छान छान लिहिणारा हा माणूस, वन फाइन मॉर्निंग, इनलँडलेटरवर मासिकं छापू लागला. 'सारांश' काय, तर व्यक्तीची वल्ली अशी होते. श्रीकृष्ण बेडेकरांना व्यावसायिक आणि व्यावहारिक यश मिळालं आहे की नाही, हे मला माहीत नाही. पण त्यांच्या ह्या झपाटून जाण्याच्या वृत्तीवर मी फिदा आहे. किशोर मोरेलाही मध्यंतरी कलीने झपाटलं होतं. कोणत्या तरी चित्रपटाच्या प्रॉडक्शनमध्ये किशोर गुंतला होता. कवी वृत्तीचा माणूस ह्या झगामगाटी दुनियेत कायम अंधारात राहतो. व्यवहारी जगाकडून तो राबवला जातो. म्हणूनच किशोर काय किंवा श्रीकृष्ण काय, व्यक्ती काय, वल्ली काय, अशा माणसांबद्दल चिंता वाटते.
किशोरचं आणि प्रशांतचं गाव एकच. प्रशांतची सगळी हकीकत कळवून, किशोरने कळवलं, 'आमच्या गावातल्या एका माणसाकडून तुम्हाला हा अनुभव आला. मी सगळ्या गावाच्या वतीने दिलगिरी प्रदर्शित करतो.'
ह्या बनवाबनवीच्या मामल्यापेक्षा नारिंगे नामक वाचकाचा प्रामाणिकपणा मला आवडला.

१४/९/१९८८

वपुंस,

शि. सा. न. वि. वि.,

आपले प्रत्येक पुस्तक वाचून झाल्यावर किंवा कॅसेट ऐकल्यावर ताबडतोब पत्र लिहावं असं वाटायचं; पण मला वाटतं, रात्री माझ्या भावना उत्कट असतात. सकाळ झाल्याबरोबर भावनेच्या धारी बोथट होऊन पत्र लिहायचं मागं राहतं.

आता रात्रीचा एक वाजला आहे. आत्ताच आपलं 'ऐक सखे' वाचून खाली ठेवलं आहे आणि ताबडतोब लिहायला बसलो आहे. पत्र लिहिण्याचा, त्यातूनही मराठीतून फारसा सराव नाही. त्याहीपेक्षा म्हणजे सुसंगत लिहिणं जमत नाही. मानवी स्वभावाचा तुम्हाला भरपूर अनुभव आहे. त्यामुळे माझी खात्री आहे की मला जे काही म्हणायचं आहे ते तुम्हाला समजेलच. मला मार्ग शोधून देण्यास मदत करा.

१. शिक्षणाची आवड आहे, पण मेहनतीची तयारी नाही.

२. शिस्तीची आवड आहे, पण आळस जात नाही.

३. बेकायदेशीर वर्तणुकीची भुरळ आहे, पण वागण्याचे धाडस नाही इ. इ.

I want the best & both worlds. In other words success without pain. ह्यासाठी काहीतरी व्हाया मेडिया असल्यास सांगा.

खूप काही लिहावंसं वाटतं. आयुष्याचं व माझ्या अस्तित्वाचं रहस्य जाणून घ्यावंसं वाटतं. सगळ्या बारीकसारीक कटकटी सांगून मार्ग विचारासा वाटतो. पण मग लक्षात येतं की You have to carry your own cross. I am not able to logically put my problems (however silly) in front of you but do reply taking into consideration my efforts to write a letter.

अगदी एका ओळीचं पत्र पाठवलंत तरी चालेल. पण It should be something cheerful. Something that would bring meaning to the life. Something that I could cherish for years to come. I am a very confused person. Help me.

Eagerly awaiting your reply.

Yours faithfully
नारिंगे

ता. क. वपु, तुमचा पु.ल. होऊ देऊ नका.

प्रिय नारिंगे,

तुमचं पत्र मिळालं.
तुमच्या पत्रात तुम्ही म्हणता I am confused, पण मला तसं वाटलं नाही. आपल्याला नेमकं काय हवं आहे, हे ज्याला समजत नाही, त्या व्यक्तीला 'गोंधळलेली' व्यक्ती म्हणतात. पण आयुष्याकडून काय हवं आहे हे तर तुम्ही अचूकपणे सांगितलं आहे.
१. मेहनतीशिवाय शिक्षण.
२. आळस न सोडता शिस्त.
३. धाडस नाही, पण मुक्त जीवन.
ह्या यादीत नेमकेपणा नाही, असं कोण म्हणेल?
कुणी कसा विचार करावा, कोणत्या अपेक्षा कराव्यात, कसली स्वप्नं पाहावती, काय मागावं, हे सगळं ठरवण्याचा इतरांना अधिकार नाही.
मला वाईट कशाचं वाटलं सांगू?
भारतातल्या अनेक नागरिकांपेक्षा तुमच्या मागण्या वेगळ्या नाहीत ह्याचं. वरील तीनही गोष्टी आज अनेकांना हव्या आहेत आणि 'कशा?' म्हणून विचाराल, कारण त्यांना त्या मिळताहेत. तर अनेक महाभागांना आज फारशी कुवत नसताना निव्वळ 'जात-पात' ह्या आधारावर, मेहनत आणि वकुब ह्यांचा अभाव असताना शिक्षण, पदव्या आणि नोकऱ्या मिळत आहेत. झोपडपट्टीतल्या माणसांना शिस्तीची गरजच वाटत नाही, म्हणून 'आळस' मनसोक्तपणे उपभोगता येतोय आणि यच्चयावत् सत्तारूढ पक्षातल्या अनेक असामींकडे पाह्यलं तर मुक्त जीवनाला तोटाच नाही. रामराव आदिक ह्यांच्यासारख्या व्यक्तीच्या मुक्त जीवनाकडे पाहताना आपल्यालाच धाडस होत नाही.
तेव्हा तुम्ही वेगळं काहीच मागितलं नाहीत, ह्याचं वाईट वाटलं.
आपल्या ह्या राज्यात, तुम्हाला यादीतल्या गोष्टी मिळवणं अशक्य आहे. कारण ह्या तीनही जीवनावश्यक ठरलेल्या गोष्टींसाठी जबरदस्त स्पर्धा आहे. अनेकांना हेच हवं असल्यामुळे, त्यांची रांग, नजर पोहचणार नाही इथवर पोहोचली आहे. ह्या स्पर्धेत तुम्ही कसे टिकणार?
माझ्याजवळसुद्धा अशी एक मस्त यादी आहे. मला हेमामालिनी किंवा नीतू सिंग ह्यांचा सहवास आणि प्रेम हवंय. बाबा आमटे ह्यांच्याप्रमाणे लौकिक हवाय. हाजी मस्तानप्रमाणे सरकार मुठीत ठेवायला हवं आहे. जयंतराव नारळीकरांप्रमाणे बुद्धी, शिवाजीराव भोसले ह्यांचं वक्तृत्व, भीमसेन जोशींप्रमाणे गाणं, नोबल प्राइज इ. इ.
फ्रस्ट्रेशनमध्ये भर घालण्यासाठी आणखी कोणत्या गोष्टी यादीमध्ये टाकता

येतील ह्याचा विचार चालू असतानाच तुमचं पत्र आलं. समानधर्मी मिळाल्याचा आनंद वाटला.

पाह्यलंत, असं होतं.

थोडंफार शिक्षण मिळवलंत, म्हणून 'ऐक सखे' पुस्तक वाचलंत. शिस्त नसूनही, आळस टाकून रात्री एक वाजता पत्र लिहिलंत, म्हणून मला आनंद देऊन गेलात. आता धाडस न दाखवता, बेकायदेशीर कसं वागता येईल ह्यावर विचार करून ठेवतो.

उपाय सापडला की कळवतो.

पहिल्या दोन गोष्टी तुम्हाला मिळणं कठीण दिसतं; कारण तुम्हाला वाचनाची आवड आहे.

आणि रात्री एक वाजता तुम्ही आळस सोडून शिस्तीत पत्र लिहू शकता.

यू आर नॉट ॲट ऑल कन्फ्यूज्ड.

पण तुम्ही दुसऱ्याला Confuse करू शकता.

वपु, पुल होऊ देऊ नका? ह्याचा अर्थ कळवाल का?

तुमचा
वपु काळे
१७ तारीख
पहाटे चार वाजता.
महिना नववा १९८८

निनावी पत्रं पाठवणाऱ्या माणसांची सायकॉलॉजी काय असावी? त्यांना कोणत्या प्रकारचं समाधान मिळतं? साध्या-साध्या प्रसंगातदेखील माणसाला प्रतिसाद हवा असतो. टॅक्सीवाला किंवा रिक्षावाला ह्या जमातीला आपण थांबायचा इशारा करावा, त्याने थांबावं, आपण त्याला 'कुठं जायचं' हे सांगावं आणि त्याने तसंच निघून जावं, तेव्हा आपला किती अपमान होतो. त्याने 'येऊ शकत नाही' एवढं तरी बोलावं ही आपली अपेक्षा असते.

मग निनावी पत्र पाठवणाऱ्यांना काय मिळतं?

ऑफिसातल्या एखाद्या सहकाऱ्यावर सूड उगवायचा असेल तर ठीक आहे. कारण निनावी पत्रांची दखल घ्यायची नाही, ह्यासारखे नियम फक्त कागदोपत्री असतात. दखल घेतली जाते आणि कारवाई पण केली जाते.

वैयक्तिक पातळीवर माणसं निनावी पत्रं का पाठवतात?

अशाच एका महिलेने सरळ सरळ 'तुमच्यासारखा पार्टनर मिळणार नसेल तर माणसाने जगायचं कशाला?'–असा प्रश्न विचारणारं आणि अवांतर भावना

व्यक्त करणारं पत्र पाठवलं होतं.
तर,
एके दिवशी माझ्या 'प्लेझर बॉक्स'ने मला एक जहाल पत्र दिलं.

तू मला मुलासारखा आहेस म्हणून दोन उपदेशाच्या गोष्टी ऐकवल्या तर रागावू
नकोस. विनोदी कथा लिहिणे हा तुझा प्रांत नव्हे. तुटके हात दुसऱ्याला चिकटवून
किंवा बाईचे गरोदरपण भलत्यावर सोपवून कथेचा फाफटपसारा कशाला
मांडतोस? चार कथाकथन झाले, चार लोकांनी वाहवा केली की हरभऱ्याच्या
झाडावर चढून झोके घेतोयसं दिसते. तू बालकथा लिही. वास्तववादी विनोदी कथा
लिहायच्या तर जमालगोट्याच्या काही गोळ्या खा. माकड म्हणते ना माझा...जाऊ
दे! यावर तुला कथा सुचेल नाहीतर!

एक वाचक.

हे पत्र अर्थातच निनावी होतं. स्वतःच्या कृतीबद्दल साशंकता असली की
माणसांना लपावं असं वाटत असावं. वास्तविक हे पत्र लिहिताना त्या अज्ञात
व्यक्तीला नक्की बरं वाटलं असेल.
मग त्याने नाव का सांगू नये? त्याचा रोखठोक शिवराळपणा मला आवडला
होता. शब्दांची आतषबाजी करीत तो 'लेखन थांबवा' असं सुचवीत नव्हता.
स्वतःचं नाव सांगण्याचं धाडस मात्र त्याच्याजवळ नव्हतं. 'लेखन बंद का
करीत नाही?'–असं विचारणाऱ्या काही वाचकांनी नावानिशी पत्रव्यवहार
केला होता. पण त्यांच्या पत्रातल्या कुत्सित, अहंमन्य भाषेपायी त्यांचा
ठावाठिकाणा माहीत असूनही मला त्यांच्याबद्दल कुतूहल वाटलं नाही.
कॉलेजातला एक मुलगा. त्याची पत्रं फार विचित्र असायची, खोडसाळ
असायची. 'तुम्ही तुमच्या लेखनाचा दर्जा उंचावत का नाही?'–ह्या
प्रश्नाबरोबर 'कला विकता का, पैशासाठी लिहिता का?'–ह्यासारखे प्रश्न
त्याला जिव्हाळ्याचे वाटत. मग तो काही काही शब्दार्थ विचारत असे.
'हिप्पी का निर्माण झाले?', 'संगीताने आत्मशांती मिळते का?'–ह्यासारखं
भारूड फार असायचं. लेखनाचा टाइप बदला असं लिहायचा आणि
पुढच्याच विधानात तो माझं वेगळेपण मान्य करायचा. त्याच्या काही पत्रांना
केराची टोपली दाखवावी लागली. एक पत्र मात्र ठेवलं. कारण मीही त्या
पत्राचा यथास्थित परामर्ष घेतला होता.

सप्रेम नमस्कार,

कदाचित तुम्ही मला नावावरून ओळखले असेलही! धन्यवाद! तोच तो! जे.जे. मधला! आता सेकंड इअरमध्ये! मंगळवारी कॉलेजमध्ये आपले 'कथाकथन' ऐकले व पत्र लिहिल्याशिवाय आता राहवत नाही. माफी असावी.
मी तुमच्या वाङ्मयाबद्दल थोडेसे, मागच्याप्रमाणेच काही शब्दांचे अर्थ, शंका इत्यादी लिहीत आहे. आशा आहे, हा 'स्टार्ट' तुम्हाला माझे पत्र कचरापेटीत टाकायास मजबूर करणार नाही! मग वाचणार ना हे पत्र आणि लिहिणार का उत्तर?
तुमच्या काही कादंबऱ्या, कथासंग्रह मी जेथे-जेथे मिळेल तेथे वाचत गेलो. पण सगळ्यांचा मला 'टाइप' एकच वाटला. लिखाणात, लिहिण्याच्या पद्धतीत विविधता नाही. तीच ती विक्षिप्त स्वभावाची, सवयीची माणसे, त्यांच्या गफलतीतून विनोद इ. त्यातल्या त्यात 'संवादिनी'त तर छोट्या-छोट्या वाक्यांचा व तुमच्या 'लिहिण्याच्या पद्धती'चा स्पष्ट ठसा उमटला आहे. सर्व पुस्तके वाचनीय आहेत यात शंकाच नाही. 'एकटी' कादंबरी थोडी 'असंभवनीय' वाटली. पण त्यातले डॉयलॉग्ज वाचकाला अंतर्मुख बनवतात. असो! मला यातून सांगायचे इतकेच, लिखाणाच्या टाइपमध्ये बदल करून तुम्ही तुमचा दर्जा उंचावू शकाल! हा टाइप तुमच्यातील वेगळेपण सिद्ध करतो हे मात्र शेवटी कबूल करावेसे वाटते. तुमचे लेखन, विक्षिप्त सवयी, स्वभाव वेगळे वाटले, म्हणून वाचले. पण तुमचा तो 'टाइप' सर्वत्रच आढळला व तो अवीट नाही. असो! सर्व कथांमध्ये पुन्हा तोच टाइप, तोच थोडा इंग्लिशचा भपकारा, तेच ऑफिस, घर, रेल्वे इ. शहरी जीवन इ. जाऊ दे! मी कोण तुम्हाला सांगणारा? मी म्हणजे कोणी लेखक नाही, की टीकाकार नाही. पण मी वाचलेल्या 'तुमच्या' साहित्यावर मला जे काही वाटले ते लिहिण्याचा प्रयत्न करत आहे. तेव्हा रागावू नका. अभिप्राय थोडा कटू आहे म्हणून! शेवटी पुन्हा एकदा, तुम्ही व्यावसायिक लेखक आहात का? तुमच्या कथा तुम्ही विकता आहात का? वाचकांची नाडी ओळखून तुम्ही लिखाण करता का? आता पुढील दोन शब्दांचे अर्थ काय? १. अनिकेत, २. आम्रपाली. असे म्हटले जाते की भौतिक (की ऐहिक, मला कळत नाही) सुखामुळे मानवाची आत्मशांती ढळत आहे.
तर ही 'आत्मशांती' म्हणजे एक्झॅट काय? व परमेश्वर नामस्मरणाने ती मिळू शकते का? आत्मा म्हणजे काय? तो शरीरात असतो कुठे?
बास! तुम्ही 'बोर्' झाला असाल! जमलं तर उत्तर द्या, तुमचे विचार कळवा. नाहीतर जाऊ द्या. विसरून जा.

कळावे, लोभ असावा ही विनंती!

तुमचाच एक...?
नेने

ता. क. 'साहित्य सहवास' ही साहित्यिकांची कॉलनीच आहे की काय? कोण कोण लोक आहेत? तुमची ईश्वरावर श्रद्धा आहे का?

आपलाच, नेने.

मी नेहमी प्रश्न व शंका कुतूहल म्हणून विचारतो. थट्टा करण्यासाठी नाही. सो टेक् इट् लाइट्ली! (इव्हन अभिप्राय.) बाय द वे, आय ॲम टेस्टिंग युवर स्पोर्टस्‌मनशिप. आय मीन खिलाडू वृत्ती. इज इट् नॉट?

सप्रेम नमस्कार वि. वि.,

तुमचं पत्र मिळालं आणि माझी आनंदसमाधी खाडकन् उतरली. कुणीतरी माझ्या डोळ्यांत झणझणीत अंजन घालायला हवंच होतं. मी नामदेवाप्रमाणे स्वतःच्याच नामात दंग होतो. मला 'विसोबा खेचर' एवढ्या अचानकपणे भेटेल ह्याची कल्पनाही नव्हती.

साधनेच्या मार्गात साधकाने गुरू शोधायचा नसतो. साधकाची साधना पूर्ण झाली म्हणजे गुरूच त्याच्याकडे येतो, असं अध्यात्मवादी सांगतात. ते मला पटलं.

एकाच साच्यातल्या, त्याच-त्याच वर्णनाच्या, विक्षिप्त सवयीच्या माणसांच्या कथा मी इतकी वर्षं लिहिल्या की माझी ती पुनरुक्तीची साधना पूर्ण झाली आणि तुमच्यासारखा गुरू धावून आला आहे. तोही आर्किटेक्टच असावा हेच माझे त्यातल्या त्यात भाग्य. माझ्यापाशी, तुमच्यासारखा सत्पात्र गुरू भेटण्याएवढी पुण्याई कशी आली? तर तोच-तोचपणा असला तरी लेखनात वाचनीयता भरपूर होती म्हणून काही वाचकांचं मनोरंजन झालं, काहींना त्यांच्या दुःखाचा विसर पडला. म्हणून थोडीफार पुण्याई खात्यावर जमा झाली. पण एकाएकी विसोबा नेने (खेचर आडनाव अकारण भलतीच प्रतिमा डोळ्यांसमोर उभी करतं.) बाय द वे, इट इज नाऊ युवर टर्न टू शो स्पोर्ट्‌समन स्पिरिट.

तेव्हा विसोबा नेने, माझ्या लिखाणाच्या पद्धतीत बदल करून मी माझा दर्जा उंचावू शकतो. गुरुदेव, ह्या पामरावर तुम्ही भलतीच जबाबदारी टाकत आहात. मी फार छोटा माणूस, 'मर्त्य मानव' आहे. माझ्या परीने जगण्याचा अर्थ, शब्दांतून शोधतोय. स्वप्नातसुद्धा मी स्वतःला जीवनाचा भाष्यकार वगैरे मानलेलं नाही. पहिली कथा लिहिली, ती संपादकांनी (तोही एक मर्त्य

बिचारा) फुकट छापली. ह्या पद्धतीने मग जवळजवळ नव्वद कथा, पोस्टाचा, कागदाचा आणि शाईचाही खर्च न देता संपादकांनी फुकट छापल्या. आणि मर्त्य वाचकांनी त्या वाचल्या. पण मग अचानक एका संपादकाने मानधन दिलं. हा धंदा होऊ शकतो हे कळायची खोटी, ताबडतोब मी लक्स टॉयलेट, सनलाइट सोप (हा इंग्रजीचा भपकारा, पण गुरुदेव, सहन करा शिष्यासाठी. बाय द वे, लक्सला मराठीत काय म्हणतात कळवाल का?) सारखी कथांची फॅक्टरी सुरू केली.

आणि नवल म्हणजे ही फॅक्टरी जोरात चालली आहे.

पण गुरुदेव, ह्या भौतिक आनंदातून मला सोडवा. मला खरा ज्ञानदीप दाखवा. मी अजून वाचकांच्या नाडीतच निरगाठीसारखा अडकलो आहे. मला सोडवा.

कला ही पैशासाठी राबवायची नसते ह्याचाच अर्थ सांगा. मला 'तरल' शब्दाला इंग्रजीत काय म्हणतात ते कळवा. मला आत्मा म्हणजे काय सांगा. मला फक्त सी. एच. आत्मा माहीत आहे. आणि ही 'शांती' कोण?– गुरुदेव, ही जर तुमची कोणी 'तशी' असेल तर 'सोडा' असं कसं म्हणू? आणि 'धरा' असं म्हणणं पण ठीक नव्हे. तेव्हा गुरुदेव, मला खरंच वाचवा. मी मनोरंजक कथा लिहिण्यात वाया जात आहे. तेव्हा धावा. तुम्ही एक वेळ आर्किटेक्ट नाही झालात तरी चालेल. कारण पैशांसाठी, एकाच साच्याचे प्लॅन्स काढणारे खूप आर्किट्क्ट्स आहेत. तुम्ही 'आर्किटेक्ट' झालात तर ती संख्या आणखी एकाने वाढेल.

त्यापेक्षा एका वाया जाणाऱ्या मराठी लेखकाचा उद्धार करा. गुरुबिन कौन बतावे वाट?

तेव्हा मनावर घ्याच!

तुमचा एक गुरुपदेशाची वाट पाहणारा
मराठीतील घाऊक कथांचा व्यापारी,
वपु काळे

वाचकांनी त्यांची नाराजी कळवली तर मला कधीच राग आलेला नाही. पण त्यापैकी अनेक वाचकांचा रोख, लेखकाच्या प्राप्तीवर असतो. वास्तविक 'नाव गेलं जहन्नम्‌मध्ये, पैसा तर बेदम मिळवू या' असं म्हणायला लेखक म्हणजे निर्ढावलेले, बेडर मंत्री वा पुढारी नव्हेत. लाज विकावी एवढा पैसा लेखनावर मिळत नाही. लेखकावर 'पैशासाठी कथा पाडता का?'–असं विचारणारे वाचक फुकटेच असतात. वर्षाकाठी स्वखर्चाने एखादं तरी पुस्तक

ही थोर मंडळी घेतात की नाही कुणास ठाऊक?

गिरीशच्या पत्रात हाच सूर.

प्रिय श्री. व. पु. काळे यांस,

स. न.,

एका आवडत्या लेखकास, मी वयाने बराच लहान असलो तरीही,
'प्रिय'शिवाय दुसरा मायना वापरणे मला सुचत नाही. तरी आक्षेप असल्यास
कळविणे. असो! इतके दिवस आपले साहित्य वाचत असूनही कधी मी
लेखक बनून आपणास माझा (पत्र) वाचक बनवण्याचे मनात आले नव्हते,
पण आज नाइलाज होत आहे.

नुकतेच आपले 'रंगपंचमी' वाचले. तसेच 'जत्रा' दिवाळी अंकही
वाचला...छे! वपु, कृपा करून या (असल्या) तथाकथित विनोदी अंकासाठी
विनोदी (?) कथा 'पाडणे' सोडून द्या. (आला ना राग? पण काय
करणार...? आवडत्याच लेखकांस आम्ही असा अभिप्राय कळवतो.)

सकाळी 'रंगपंचमी' वाचली. दिवसभर बऱ्यापैकी आनंदात होतो आणि रात्री
'जत्रे'तील तुमची हातांच्या अदलाबदलीची (नावसुद्धा आठवत नाही!) नवी
फॅण्टसी वाचली. झालं, मूडच गेला. 'रंगपंचमी'बद्दल चांगला अभिप्राय
कळविण्याचा विचार होताच व ह्या कथेमुळे तर 'अभिप्राय' कळवणे भागच
पडले.

वर्षापूर्वी कोणत्या तरी दिवाळी अंकात अशीच एक कथा (आपलीच)
वाचली. तेव्हाही लिहावेसे वाटले, पण विचार केला, 'वेळ मिळाला नसेल
म्हणून, दिवाळी अंकासाठी, पैशासाठी घाईघाईने काही तरी खरडले
असणार.' पण यंदाही तोच प्रकार!

का आपलीच प्रतिमा खराब करता? अर्थात् हा दोष आपला की कोणाचा?–
हे मला माहीत नाही. बरेचजण आजकाल दर्जेदार लिखाणाच्या भूतकाळास
विसरून, निकृष्ट दर्जाच्या लेखनास प्रवृत्त होत आहेत. पूर्वी चांगले
लिहिणारे, मागच्या वर्षी–वर्षात चौतीस (विनोदी?) पुस्तके लिहिली म्हणून
सत्कार स्वीकारणारे, प्रसिद्ध लेखकही विनोदी 'मसाला मुर्गी' अशी समजूत
करून देऊन अळणी वरणभातच वाढू लागले आहेत.

पण असे असले तरी, आपण त्यांच्या रांगेत उभे राहू नये ही म्या पामराची
व कदाचित इतर असंख्य वाचकांची एक छोटीशी विनंती!

आपला 'कर्मचारी' उत्कृष्टच होता यात वाद नाही. 'रंगपंचमी'ने तर, 'आपण
आता पूर्वीसारखे हळवे राहिलेला नाही' अशा भ्रमात असलेल्या मला

तोंडघशीच पाडले. असो!
आपल्याव्यतिरिक्त माझे आणखीन बरेच आवडते लेखक आहेत. मराठी लेखिकांवरचा आरोप, उगाचच तांदूळ निवडायच्या, मामंजी-सासूबाईंच्या किंवा फालतू (अवास्तव) प्रेमकथा लिहितात, क्वचित बदल म्हणून पुरुषास प्रथमवचनी ठेवून कथा पाडतात आणि मग अननुभवामुळे अशी कथा पटतच नाही. (काही अपवाद असतीलही. असो!)
ह्या लेखिकांची एक नवीन टूम म्हणजे 'विवाहोत्तर प्रेम'. परवापासून पाच-सहाजणींनी हाच विषय थोड्याफार फरकांनी कथाळलेला वाचनात आला. आणखी एक मूर्खपणा म्हणजे 'मेनॉपॉज'विषयी उगाचच काहीतरी लिहून ह्या लेखिका निष्कारण तरुण मुलींत व स्त्रियांच्या मनात भीती निर्माण करत आहेत (किंवा असतील.) माझ्या भावी पत्नीने हे लिखाण न वाचावे किंवा त्यामुळे मनात खोट्या कल्पना करून घेऊ नयेत हीच इच्छा. (माझी खरी काळजी!) असो!
ता. क. पत्रोत्तर मला फार दिवसांनी मिळू नये ही विनंती. ('माझ्या नातवाच्या डोक्यावर छत्रचामरं दिसावीत' ह्या आंधळ्या, अविवाहित म्हाताऱ्याच्या विनंतीप्रमाणे.)

गिरीश

३०/१२/१९८०

प्रिय गिरीश,
तुमच्या पत्रातील 'ताज्या कलमा'तील दोन शिष्ट ओळी वगळल्यास बाकी रागलोभाचं पत्र एकदम बेस्ट! आवडलं. 'पटलं' नाही. तुम्ही मोकळेपणी चीड व्यक्त केलीत ती आवडली. इंदौरचा माणूस 'दाद' जितक्या खुल्या मनाने देतो तितक्या खुलेपणाने तुम्ही रागावलात. जिथं लोभ असतो तिथंच आपण रागावतो.
आता 'पटलं' काय नाही, ते सांगतो. ते सांगत असताना तुम्हाला न आवडलेल्या लिखाणाचं समर्थन करण्याचा मुळीच हेतू नाही आणि तशी मला गरज पण वाटत नाही. दाखवायला आणलेली मुलगी आवडली नाही तर त्याचा अर्थ ती आवडली नाही, हाच. इतरांच्या 'नाकारण्यासारखं काय होतं?'–ह्या प्रश्नात काही अर्थ नसतो.
एखादी कथा नाही आवडत एखाद्याला म्हणून मी गप्प बसतो.
या गप्प बसण्यामागे एक निश्चित भूमिका आहे. लेखनावरच पोट अवलंबून नसल्यामुळे माझी ही भूमिका मी आजही टिकवून आहे. कोणंतही लेखन

करताना 'त्या निर्मितीचा आनंद आपल्याला लिहिताना मिळतो का?'—ह्या प्रश्नाचं उत्तर जर 'हो' असं आलं तरच मी ते लेखन करतो. लिहिलेल्या कथांपेक्षा न लिहिलेल्या कथांची संख्या म्हणूनच जास्त आहे. हाच एकमेव निकष मी मानतो. वाचकांना आवडेल की नाही हा पुढचा भाग. कारण वाचकदेखील मजेशीर धक्के देतात. भूतकाळात प्रकाशित झालेल्या काही कथा, आज माझ्या मलाच आवडत नाहीत. पण अशा काही कथांवर वाचक भयानक खूष आहेत. म्हणूनच वाचकांचा कौल हा मी अंतिम निर्णय मानत नाही. पण अशा वेळेला 'ह्याहीपेक्षा आणखीन एक वरचं कोर्ट आहे, तिथं मी निर्दोष ठरेन' अशीही माझी भूमिका नाही. जीवनाच्या काही मूल्यांचा ज्या लेखकाने अनेक वर्षं पाठपुरावा केलेला आहे, असा कोणताही लेखक 'बुंदी' पाडायला बसल्याप्रमाणे कथा पाडणार नाही. प्रत्येकाचं स्वतःच्या इमेजवर निश्चित इतरांपेक्षा जास्त प्रेम असतं. म्हणूनच मी तुम्हाला अशी विनंती करीन की, तुम्हाला जर एखादा लेखक, गायक वा कोणताही कलावंत सत्तर ते ऐंशी टक्के किंवा जास्त आवडला असेल तर तुम्ही त्याच्यावर तो 'धंदा करतो' हा आरोप करू नका. त्या जातीचा आरोप अत्यंत अपमानास्पद वाटतो. कुमारांची एखादी मैफल मुळीच रंगत नाही, म्हणून कुमार गंधर्वांवर ते बिदागीसाठी गायले असं कुणी म्हणतं का?

तेव्हा तुमची चीड तुम्ही जरूर व्यक्त करीत राहा. ते जरूरीचं आहे. तुमचं पत्र मी आवडलं म्हणून संग्रही ठेवणार आहे. प्रतिकूल असलं तरी, कारण तुमची चीड आवडली, पटली नसली तरी!

तुमचा,
वपु.

पुण्याहून प्रमोदचं पत्र आलं ते असंच. माझ्याच आजवरच्या कथासंग्रहांची नावं एकत्र करून तो लिहितो,

वाचकाला 'मोडेन पण वाकणार नाही' संग्रह देणाऱ्या लेखकाला, असा काही आधार घेऊन 'लोंबकळणाऱ्या माणसाचं' जीवन जगावं लागू नये ही इच्छा.'

हे जीवन म्हणजे काय? तर प्रमोद पत्रात म्हणतो,

१५/३/१९८०

श्री. व. पु.,

आपला 'झोपाळा' नावाचा कथासंग्रह एका बैठकीसरशी वाचून काढला. (वाचून टाकला नव्हे.) विचार करायला लावणाऱ्या गोष्टी. तरीदेखील एक

पुणेकर या नात्याने आपल्याला सांगावेसे वाटते की सर्व कथा ह्यापूर्वी दिवाळी अंकांतून प्रसिद्ध झालेल्या आहेत. अगदी 'रसरंग'सारख्या फालतू साप्ताहिक दिवाळी अंकातदेखील आपली कथा प्रसिद्ध झालेली आहे. त्यामुळे आमच्यासारखे सामान्य पदरमोड करून आपल्यासारख्या लेखकाची पुस्तके विकत घेतो ते अपेक्षाभंग होण्यासाठी नव्हे, तर काही अपेक्षा ठेवूनच. ह्यात दुमत होणार नाही.

कारण पुस्तक 'विकत' घेतल्यावर आतमध्ये सगळ्या वाचलेल्या कथा एकत्र पाहावयास मिळाल्या. निदान साहित्य सहवासात वावरणाऱ्या लेखकाला पोटासाठी असं काही त्रांगडं करावं लागत असेल असं मला वाटत नाही. आपण मला उत्तर पाठवाल ह्याची खात्री आहेच, पण उत्तर सारवासारवी करणारं नको. आपल्याच शब्दांत सांगायचं म्हणजे, 'हातून घडणारी ही केवळ कृतीच असते. प्रत्यक्ष कृती जेवढी समर्थनीय असते तेवढं त्या पटणाऱ्या किंवा न पटणाऱ्या कृतीमागलं समर्थन कधीही पटणारं नसतं.' स्पष्ट लिहिलं आहे. तेव्हा राग येणार नाहीच, क्षमा वगैरे मागण्याचा सोपस्कार करत नाही.

कळावे,

आपला,
प्रमोद
एक पुणेकर

एक पुणेकर आहे याबद्दल मला अभिमान आहे.

१९/३/१९८०

प्रिय प्रमोद,

तुमचं पत्र मिळालं.

माझ्या लेखनाबद्दल तुम्ही जे गौरवपर वक्तव्य केलं आहेत, त्याबद्दल मी तुमचा आभारी आहे. कथासंग्रह हे नेहमीच प्रकाशित झालेल्या कथांचे असतात.

'मोडेन पण वाकणार नाही' ह्या १९६६ साली प्रकाशित झालेल्या कथासंग्रहापासून, तुम्ही जितक्या पुस्तकांचा तुमच्या पत्रात उल्लेख केला आहेत, त्या सर्व संग्रहांतदेखील तत्पूर्वी प्रकाशित झालेल्या कथांचाच समावेश होता.

मासिकांचं आयुष्य मर्यादित असतं, म्हणूनच पुस्तकरूपाने कथासंग्रह प्रकाशित केले जातात. वाचनालयांतून त्या त्या लेखकांचं साहित्य त्यामुळे

एकत्र उपलब्ध होतं. कथासंग्रहामागील हा संकेत पूर्वापार आहे.
असं असताना, एवढ्या उशिरा तुम्हाला हा सात्त्विक संताप का यावा, ह्याचा मलाही बोध होत नाही.
कदाचित असं असावं, स्वखर्चाने पुस्तक विकत घेऊन वाचण्याची तुमच्या आयुष्यातली ही पहिली वेळ असावी. कारण परमेश्वराची भक्ती करतानासुद्धा वाकड्या मुठीच्या काठीने लोकांच्या बागेतील फुलं रस्त्यावरून, फांद्या वाकवून पळवायची पुणेरी पद्धत माझ्या परिचयाची आहे. अशी माणसं दुसऱ्यांची पुस्तकं पळवूनच साहित्यावरचं प्रेमही व्यक्त करतात.
तुमच्या पत्रातही 'पुस्तक विकत घेतलं' ह्या वाक्यातल्या 'विकत' शब्दाखाली अंडरलाइन आहे. तुमच्या पोस्टाच्या पत्त्यावरून पुस्तक विकत घेऊन वाचण्याइतकी तुमची आर्थिक परिस्थिती नक्कीच चांगली आहे असं वाटतं. आणि ती सातत्याने चढत जावो तरच मराठी लेखकांचं जिणं सुधारेल.
पण आर्थिक स्थिती चांगली असूनही, सोळा रुपये गेल्यामुळे तुमची झोप उडालेली दिसते. (खास पुणेकर असाच असतो.) सोळा रुपये पुस्तकाचे आणि चार आणे इन्लँडचे.
तेव्हा तुम्ही समजता तेवढी माझी परिस्थिती वाईट नसल्यामुळे, मी तुम्हाला सोळा रुपये पुस्तकाचे व चार आणे इन्लँडचे पाठवीत आहे. ज्या पुणेकरी वृत्तीचा आपल्याला अभिमान वाटतो तो जर सार्थ असेल तर ह्या चेकचा स्वीकार करावा, ही विनंती.

तुमचा
वपु

२४/३/१९८०

श्री. व. पु.,
आपले शाब्दिक माराचे पत्र मिळाले. परखड उत्तराबद्दल धन्यवाद. कथासंग्रह प्रकाशित झालेल्या कथांचे असतात हे मला आपण लिहिण्यापूर्वीच माहीत आहे.
पुस्तक विकत घेतलं ह्या वाक्याखाली अंडरलाइन करण्याचा उद्देश एवढाच होता की, ज्या पुणेरी वृत्तीबद्दल आपली कल्पना आहे किंवा इतरेजनांची आहे, ती वृत्ती पुणेकर असूनही माझ्यात नाही एवढंच मला त्या अंडरलाइनवरून दाखवायचं होतं. (अर्थात फुलं तोडण्याची पद्धत इतरत्रही अशीच आहे अशी माझी कल्पना. फक्त पुणेकर, बंगल्याचा मालक बघत असतानादेखील वाकड्या काठीने फुलं तोडतो, कारण ती फुलं देवासाठी

तोडतोय हे सांगण्याचं सामर्थ्य त्या वाकड्या काठीतच असतं आणि विशेष म्हणजे मुंबईकरांवर ही वेळ येत नाही. कारण संध्याकाळी पाच चाळीसची लोकल पकडून घरी येताना वाटेत पंचवीस पैशांची फुलपुडी घेऊन शिळ्या फुलांनी परमेश्वराची भक्ती करायची सवय...त्याला कोण काय करणार? कारण मुंबईकरांना बाग बघायची म्हटलं तरी तिकीट काढावं लागतं. असो!)

माझ्या संग्रही ज्या लेखकांची पुस्तके (अर्थात आवडत्या लेखकांची) आहेत ती सर्व विकत घेऊन वाचण्याची माझ्या आयुष्यातली पहिली वेळ निश्चितच नव्हे. माझ्या दृष्टीने मराठी साहित्यात, ज्यांची पुस्तकं विकत घेऊन वाचावीत असे आपण स्वत: आहात, पु. ल., ज्योत्स्ना देवधर, जयवंत दळवी.

माझ्या आर्थिक परिस्थितीबद्दल बोलायचं तर माझा पत्ता वाचून आपण माझी आर्थिक परिस्थिती ठरवलीत का?

जातीने मी को. ब्राह्मण पडलो आणि सरकारी ब्राह्मण नसल्यामुळे कुठेही नोकरी मिळालेली नाही. त्यामुळे वपु, मी एक साधा रिक्षा ड्रायव्हर आहे आणि एकदा मी कोण हे ठरल्यानंतर मला ज्यात आनंद वाटतो त्यातच माझ्या कमाईतील काही रक्कम मी खर्च करतो. आणि ती म्हणजे वपुंची पुस्तके संग्रही साठवणं.

आपण चेक पाठवून मी विकत घेतलेल्या पुस्तकांचा आनंद तुम्ही हिरावून घेतलात, तेव्हा मी चेक परत पाठवीत आहे.

आपला,
प्रमोद

पुण्याच्या एका मुक्कामात मी प्रमोदला भेटून आलो. सुहासच्या लग्नाचं नंतर आमंत्रणही धाडलं. 'इष्टमित्रांसह'ऐवजी 'इष्टरिक्षासह' आमंत्रण धाडलं. 'रिक्षा संबंध दिवसाच्या भाड्यासहित आणा' हे सांगितलं.

ह्या सर्व धावपळीत आणि उचापतीत, माणसांशी वैर हा तर आपला हेतूच नाही. समज-गैरसमज दूर करता येतात. शब्दांचे अश्व सोडून हा आनंदरथ जिथवर पोहोचू शकतो तिथवर जाण्याची आणि त्याच्या अलीकडे थांबण्याची इच्छा नाही.

पण जिथं वृत्तीच कद्रू आहेत, लुबाडण्याचाच धंदा आहे अशांच्या नावात 'सूर' असला तरी ते असुरच आणि स्वतःच्या उडाणटप्पू स्वभावापायी, इतरांना झळ पोहोचवूनसुद्धा ज्याला खंत वाटत नाही अशा माणसाच्या नावात 'धीर' असला तरीही नव्याने मैत्रीचा हात पुढे करण्याचं धैर्य माझ्यात नाही.

प्रमोदची आणि माझी मैत्री झाली. पत्रव्यवहार फारसा राह्यला नाही. पण अचानक २९ मे १९८६ तारखेला त्याने मला पत्र पाठवलं.

श्री. व. पु.
सविनय नमस्कार,
बऱ्याच कालावधीनंतर तुमच्या आणि माझ्या पत्रभेटीचा योग येत आहे. दोन वर्षांपूर्वी मी आपल्याला पत्र पाठवले होते. त्यावर तुमचेही पत्र आले होते हा भाग अलाहिदा.
ह्या दोन वर्षांत बऱ्याच घटना घडल्या. मी जागा शोधत होतो. पण पागडी, डिपॉझिटचे आकडे ऐकून कुबेराचीदेखील फाटली असती. परिणाम मला पुण्यातच लांब वडगाव धायरी-सिंहगड रस्त्यावर एक खोली मिळाली. एक हजार रुपये डिपॉझिट, एकशे साठ रुपये भाडे. रात्री दहानंतर लाइट बंद, नैसर्गिक विधी लांब जाणे. (त्यावेळी खो-खो खेळाची आठवण येते. एकाचं तोंड इकडे, एकाचे तिकडे) असो. जागा मिळाली. आता लग्न करायचे ठरवले. वय वर्षे अडतीस. मुलगी कोण देणार? शेवटी रजिस्टर लग्न केले. इंटरकास्ट. गेल्या दसऱ्याला. लग्नाला इनमीन पाच माणसे. जाम गंमतच होती. असो! ईश्वरइच्छा.
गेल्या गणपती उत्सवात सौ. वीणा देव यांनी आपली मुलाखत केसरीवाड्यात घेतली होती. त्यावेळी गर्दीत एक थेंब बनून मी ती ऐकली होती व आपल्या दोघांत झालेला किस्सा आपण सांगितला होतात. नंतर त्याच वेळी मी आपल्याला भेटणार होतो. पण भेटू शकलो नाही. पण आता मात्र मी आपल्याला एकदा नक्की भेटणार आहे. बरंचसं बोलायचं आहे. मी एक तर रिक्षा चालवतो. सकाळी ते रात्री बाहेरच असतो. रिक्षा चालवताना निरनिराळे अनुभव येतात. गाठीभेटींमुळे ओळखी होतात. एक धक्कादायक अनुभव आला तो सांगतो. ह्या गोष्टीला वर्ष झालं असेल.
पुणे कॅम्पमधून आपल्या महाराष्ट्राचं लाडकं व्यक्तिमत्त्व पु. ल. व त्यांच्या सौं.नी रिक्षा केली. (मला आनंदाचे डोही वगैरे वाटलं...!) ते घरी गेले. रिक्षा बिल पाच रुपये वीस पैसे झाले. त्यांनी मला पाच रुपये अणि पंचवीस पैशाचं एक नाणं दिलं. नियमाप्रमाणे मी पाच पैसे परत द्यावयास पाहिजे होते. पण माझ्याकडे सुटे पैसे नव्हते. पण पु. ल. पाच पैशासाठी अडून बसले. म्हणाले, 'मला पाच पैसे पाहिजेतच.' मी म्हटलं, 'अहो, माझ्याकडे खरंच सुटे नाहीत.' त्यावर त्यांनी माझ्याकडून चार आण्याचं नाणं घेतलं व वरती घरात गेले. वीस पैसे मला आणून दिले. मी अवाक् होऊन बघत

राहिलो. हा मनुष्य लाखाच्या देणग्या देतो आणि पाच पैशासाठी अडला हो! विनोदी फक्त लेखन, स्वभाव नाही. लेखनही भाषांतरीत जास्त. असो! खरी गंमत पुढे झाली. मी रिक्षा वळवली अन् राजा गोसावी रिक्षात बसले. नुकताच प्रकार घडल्यामुळे राजाभाऊंना मी किस्सा सांगितला. राजाभाऊ म्हणाले, 'काय सांगतोस? अरे, मी चाळीस, साठ पैसे सुटे नाहीत म्हणून सोडले आहेत.' मी म्हणालो, 'तुम्ही 'गोसावी' आहात, तुम्हाला काय त्याचं?' यावर त्यांनी खळाळून हसून चालत्या रिक्षात मला टाळी दिली. आता मात्र तुम्ही पुण्यात कधी येणार ते मला कळवा. माझ्याकडेच उतरा. रिक्षा आहेच. त्यामुळे प्रश्न नाही. माझा नवीन पत्ता खाली देत आहे. पत्र जरूर पाठवा.

कळावे,

आपला स्नेहांकित,
प्रमोद फाटक

प्रमोदच्या पत्राला उत्तर म्हणून मी त्याला पं. मदनमोहन मालवीय ह्यांची हकीकत कळवली.

प्रिय प्रमोद,

पुल आणि गोसावी ह्यांच्या हकिकती वाचून मी सावध झालो. समाजातील प्रत्येक घटक, थोडी जास्त कीर्ती वा लौकिक असलेल्या माणसाकडे, कोणत्या कोणत्या आणि किती विविध नजरांनी पाहतो, त्याची कल्पना आली. मी काहीसा बेचैन पण झालो. भूतकाळातल्या आपल्याही काही कृतींचं वा वृत्तीचं चित्रण कुणीतरी करून, असंच कुणाला तरी कळवलं असेल का?–ह्या विचारापायी मी ते आठवण्याचा प्रयत्न केला.

वास्तविक हा शोध टोट्ली निरर्थक.

टोट्ली म्हणजे किती?

तर एक मुलगा रस्त्यावरच्या दिव्याच्या प्रकाशात काही तरी शोधत होता. तिकडून चाललेल्या एका माणसाने विचारलं,

"बाळ, काय शोधतोस?"

"माझा रुपया पडला."

"इथंच जवळपास पडला का?"

"छे! त्या तिकडे पलीकडे पडला."

"मग इथं का शोधतोस?"

"तिकडे दिवा नाही म्हणून."
प्रमोद, तुम्हाला वाचनाची आवड आहे. ह्या प्रकारचा विनोद साप्ताहिक 'स्वराज्या'तच येऊ शकतो. तरीही पुष्कळदा असं होत असावं. आपल्या ज्या चुका लोकांना कळतील अशी आपल्याला धास्ती वाटते, त्या कुणालाच कळत नाहीत. पण तरीही त्याच गोष्टी झाकण्यात आपली शक्ती खर्च होते आणि अनवधानाने अंधारात घडलेल्या घटना, त्याची जाणीव झाल्यानंतर, आपणच तिकडे दुर्लक्ष करतो आणि भलत्याच ठिकाणी शोध जारी ठेवून, स्वत:बरोबर इतरांना चकवा देतो.
जिथं चुका घडतात, मूल्यं हरवतात तिथं प्रकाश असतोच असं नाही.
ते असो.
पुलंनी त्यांचे हक्काचे पाच पैसे मागितले. तुमच्या खिशातले घेतले नाहीत. इतर अनेकांनी पिळवणूक करून एखाद्या संस्थेत दानशूर ठरणं वेगळं आणि स्वत:चे पैसे हक्काने वसूल करून, हिशोब न ठेवता 'दान' करणं, ह्यात फरक आहे ना?
टॅक्सीवाले आणि रिक्षावाले सुटे पैसे देत नाहीत, ही परंपरा निर्माण करण्यात हजारो टॅक्सी-रिक्षावाल्यांनी आयुष्य वेचून आणि पॅसेंजर्सना चेचून, एक 'बेइमानीचा' आणि 'फसवण्याचा माझा धंदा' उभा केला आहे. एखाद्याच प्रामाणिक रिक्षावाल्याचा प्रभाव ह्या मागच्या 'तेजोवलया'मुळे पॅसेंजर्सवर पडत नाही.
तुमचं चुकलं नाही, पुलंचंही नाही.
पं. मदनमोहन मालवीय, बनारस युनिव्हर्सिटीच्या स्थापनेसाठी देणग्या जमवत होते. एका मारवाड्याने एक लाख रुपये देण्याचं मान्य केलं होतं. संध्याकाळी मालवीयजी त्या मारवाड्याकडे गेले. नोकराने दिवेलागण झाली म्हणून कंदील पेटवायला घेतले. त्याने एका कंदिलाची काच वर करून कंदील लावला. मग त्याने दुसरा कंदील त्याच पद्धतीने लावला. दोन्ही काड्या फेकून दिल्या. मारवाड्याने त्या नोकराला जवळ बोलावून त्याच्या कानशिलात भडकावली. पं. मदनमोहनजींनी कारण विचारलं. मारवाडी म्हणाला,
"दोन्ही कंदिलांच्या काचा अगोदरच वर करून, वाती सारख्या करून त्याला एकाच काडीनं दोन्ही वाती पेटवता आल्या असत्या. त्यानं एक काडी वाया घालवली म्हणून त्याला ही शिक्षा."
मालवीयजी उठून म्हणाले,
"एका काडीसाठी तुम्ही नोकरावर हात उगारता. मग मला तुम्ही लाख

रुपयाची देणगी कशी काय देणार?''

मारवाडी म्हणाला,

"नोकराची किंमत एका काडीइतकी. तुमचं कार्य वेगळं आहे. चेक तयार आहे.''

प्रमोद, हा किस्सा केवळ माहितीसाठी. मर्म सांगण्यासाठी. 'तुमची किंमत पाच पैसे'–ह्या प्रकारचे गैरसमज निर्माण करून घेण्यासाठी नाही.

हेच पुलं त्यांना, त्याहीपेक्षा सुनीतावहिनींना पटलं, तर मालकीची रिक्षा घेण्यासाठी तुम्हाला देणगीही देतील. त्या दोघांची ही उंची महत्त्वाची.

तुमचा,
वपु काळे

कोणतीही अनोळखी किंवा परिचयाची एखादी व्यक्ती, लेखकाच्या प्राप्तीवर का घसरते हे मला न उलगडलेलं कोडं आहे. अर्थात मला हे अनुभव नवे नाहीत. एका कथेचं मानधन जेव्हा पंधरा ते पंचवीस रुपयांपर्यंतच असायचं त्या काळात महापालिकेतल्या संत नावाच्या कारकुनाने, 'तुम्हाला आता पगाराची गरज काय?'–असा प्रश्न विचारला होता. आडनाव 'संत', त्याची गंमत जास्त. अर्थात् ती माणसांची आडनावं, वृत्तींची नव्हेत.

म्हणूनच विजापूरहून जेव्हा अनुराधेचं पत्र आलं तेव्हा नवल वाटलं नाही. मला अर्थार्जनासाठी कथा लिहाव्या लागत नसतील अशी अपेक्षा व्यक्त करून पुढे तिने वाचकांची आवड जरा लक्षात घ्यावी असाही सल्ला दिला. अर्थप्राप्तीबद्दलच जर तिला चिंता असती तर कदाचित् मी पत्र पाठवलंही नसतं. पण वाचकांची आवड लक्षात घ्यायची म्हणजे काय करायचं?

१८/१२/१९८२

प्रिय सौ. अनुराधा,

आपलं पत्र मिळालं.

पत्रामध्ये आपण व्यक्त केलेला अंदाज बरोबर आहे.

खरोखरच परमेश्वरकृपेने मला अर्थार्जनासाठी लेखन करावं लागत नाही. इतकंच नव्हे, तर दादरच्या भगिनी समाजात मी जो एक कार्यक्रम सादर केला, तो माझा मलाच न आवडल्याने, त्या कार्यक्रमाने मला अपेक्षित असलेली उंची न साधल्यामुळे, संपूर्ण मानधन परत करण्याइतकी ऐपत व दानत नियतीने मला दिली आहे.

आता एक विनंती, सर्व कलावंतांच्या वतीने. एखादी कथा जमते. एखादी
फसते. वाचकांना नापसंती कळवण्याचा पूर्ण अधिकार आहे.

स्वखर्चाने विकत घेऊन वाचणारे वाचक मोजकेच असले तरी उरलेले इतर
वाचक त्यांचा वेळ नक्कीच खर्च करतात. (कदाचित ऑफिस अवर्समध्येही.)
तेव्हा नाराजी व्यक्त करण्याचा तुमचा अधिकार आम्हाला मान्य आहे,
म्हणजे मला.

पण त्याच वेळेला 'हे पैशासाठी करता का?'–असा प्रश्न कोणत्याही
लेखकाला विचारू नका.

आजवर जर काही थोडंफार नाव एखाद्याने मिळवलं असेल तर रकमेकडे
बघून, कीर्तीला काळोखी फासावी एवढी मानधनाची रक्कम अफाट नसते.
पंधरा रुपयांत दोनशे दिवाळी अंक वाचणाऱ्या वाचकांचं काय सांगावं! ते
पंधरा रुपयेही कोणीतरी एकजण भरणार आणि पंधरा-वीस वाचक उधारीवर,
उसनवारीवर फुकटात वाचणार.

ह्यातून संपादक काय मिळवणार आणि लेखकांना किती सुटणार?
तेव्हा असे अपमानास्पद आरोप कुणावरही करू नका.

लाखो रुपये आणि लाखो माणसांचे दिवसच्या दिवस खाणारे क्रिकेट कसोटी
सामने, आपण किती जिंकतो? किती हरतो? कोण किती विक्रम करतात?
त्या सर्व खेळाडूंवर पैशांसाठी खेळता का?–असे आरोप आपण करतो का?
मग केवळ पैशांसाठी नोकरी करणारे किती? त्यातले कामसू किती? चुकार
किती? तेव्हा कोणत्या व्यक्तींना, कोणत्या विषयांना कोणते निकष
लावायचे, हे ठरवणं मुश्कील आहे.

वाचकांची आवड लक्षात घ्यावी, असं तुमचं म्हणणं.

आता वाचक म्हणजे कोण?

जी. ए. कुलकर्णी आणि कुसुम अभ्यंकर हे दोन्ही लेखक ज्या वाचकांना
आवडू शकतात, त्यांची अभिरुची नक्की कोणती हे सांगाल? पुल,
तेंडुलकर, रणजित देसाई वाचणारे वाचक केवळ धांगडधिंगा आणि शारीरिक
लगट करणारे हिंदी चित्रपट बघतात. तेव्हा वाचकांची आवड लक्षात घ्यायची
म्हणजे लेखन बंद करायचं, एवढाच उपाय उरतो.

माझ्या पत्रातला सूर तुम्हाला मानवणारा नाही. तुम्ही उत्तर पाठवणार नाही
ह्याची कल्पना असल्याने मी पत्र रजिस्टर करणार आहे.

आपला,
वपु काळे

बँकेच्या पत्त्यावरून आपण नोकरी करीत असाल असा अंदाज. कलानिर्मितीला दैवी प्रतिभेची सतत साथ लागते. एखादी निर्मिती म्हणूनच फसतेही. नोकरीत हा प्रश्न येत नाही. तुम्ही स्वत: प्रत्येक रुपयाचा मोबदला ऑफिसला देता का?-वपु.

५/१/१९८३

श्री. वपु,
स. न.,

आपले पत्र आजच दुपारी मिळाले.

त्यातील काही सूर निश्चितच मला न आवडणारे होते.

वाचकांना नापसंती कळविण्याचा अधिकार आहे हे आपण मान्य केलंत. मग ती नापसंती कोणत्या शब्दांत कळवावी हेसुद्धा स्वत: लेखकानेच ठरवायचं का?

मला वपु आणि पुल हे दोन्ही लेखक अतिशय आवडतात. रात्रीचा किमान एक तास मी या दोघांपैकी एकाचं थोडंफार लिखाण वाचण्यात घालवते. सुदैवाने माझ्या घरी एक छोटी लायब्ररी आहे. त्यामुळे कोणाकडूनही उधार-उसनवारीने पुस्तकं आणून मला वाचावी लागत नाहीत. तर अशाच एका रात्री दिवसभर पत्नी, गृहिणी आणि एका मान्यवर बँकेतील स्टेनोग्राफर या भूमिका अतिशय **चोखपणे** बजावल्यावर तुमची 'म. टा.' मधील 'तारतम्य' वाचली आणि इतका वैताग आला आणि त्या मूडमध्ये आपल्याला पत्र लिहिले. मला त्यातील शेवटच्या दोन ओळी पत्र पोस्ट करताना खटकल्या. पण एकदा एखादी गोष्ट केल्यावर परत ती दुरुस्त करायला मला आवडत नाही. त्या spur of the moment ला आपल्याला जे वाटतं ते आपण लिहितो. अर्थात माझं ते विधान नकारात्मक असल्यामुळे आपल्याला ते इतकं लागेल असं वाटलं नव्हतं. आपल्याला जो मानसिक त्रास झाला असेल त्याबद्दल माफी असावी.

क्रिकेटवीरांबद्दल मी काय बोलणार? या लोकांना त्यांचा खेळ पाहणाऱ्या/ ऐकणाऱ्या लोकांच्या मनाची किंमत नसते. तिथं मिळणाऱ्या पैशांशी त्यांनी इमान राखावं असं कसं म्हणणार? क्रिकेट नियामक मंडळच जिथे चांगले खेळाडू निवडत नाही. मला तर वाटतंय, चांगल्या खेळाडूंना पुढे यायची संधीच मिळत नसावी. ते बिचारे कुठल्या तरी गल्लीबोळात गॅलरीतल्या पब्लिकची वाहवा मिळवत असावेत.

आपण पत्र REGD AD का केलंत? मी पत्र मिळालंच नाही असं म्हणेन असं

वाटलं का? इतकी भ्याड मी नाही.
आणखी एक, मला मिळणाऱ्या पगाराच्या शेवटच्या रुपयापर्यंत नव्हे, तर शेवटच्या पैशापर्यंतचा मोबदला मी बँकेला देते याबद्दल मला गर्व नाही तर समाधान आहे.
उत्तराबद्दल मी अपेक्षा ठेवत नाही. एक तर आपल्याला वेळ नसणार आणि हा पत्रव्यवहार वाढवावा असंही वाटत नसणार.
कळावे,

आपली,
सौ. अनुराधा

१८/१/१९८३

प्रिय सौ. अनुराधा,
तुमचं पत्र मिळालं.
मी उत्तर पाठवलं नाही तर मला हा पत्रव्यवहार थांबायला हवा असा अर्थ तुम्ही घ्याल. मला तो अर्थ अभिप्रेत नाही.
पत्र REGISTER केलं, ते तुम्ही भ्याड असाल हे गृहीत धरून नाही.
माझ्या ध्यानीमनी तो अर्थ नव्हता.
पण वाचकांचा आजवरचा मला आलेला तसा अनुभव आहे. ज्या पत्रांची मी गंभीरपणे दखल घेतो त्याला वाचकांकडून नंतर साधी 'पोच' येत नाही.
'खुषी' पत्रांच्यापेक्षा जास्त दखल 'नाखुषी'च्या पत्रांची मी घेतो. कारण त्या पत्रांनीच खरा संवाद घडतो.
'वादा'पेक्षा मी 'संवादा'त रमणारा माणूस. म्हणूनच कुत्सित स्वराची मला ॲलर्जी आहे.
'कथालेखन बंद करा' असं रोखठोक सांगणारे वाचक मला समजू शकतात. पण कुणीही जर एखाद्याच्या मिळकतीवर वार केला किंवा उल्लेख जरी केला तरी तो मला सहन होत नाही. पैसा हा बायप्रॉडक्ट आहे.
'काहीतरी सुचलं' ह्याचा आनंद इतका विलक्षण असतो की त्या आनंदाची बरोबरी फक्त 'समाधी-साधने'शीच होऊ शकत असावी. जेवणाखाण्याची शुद्ध राहत नाही. पाणी पिण्याचा ग्लासही शेजारी असून पिण्याचं भान उरत नाही. तहानेची जाणीव छळत असतानाही, दोन दोन पानं संपेतो हात तिकडे जात नाही.
अशा अवस्थेत मानधनाचा विचार तरी मनात येईल का?
पण अनेक वाचकांच्या विचारांचं पहिलं स्टेशन 'प्राप्ती' हेच असतं.

तुम्हाला खटकलेल्या शेवटच्या ओळी तुम्ही खरोखरच खोडायला हव्या होत्या. म्हणजे आपल्या पत्रसंवादात जी थोडी कटुता डोकावली तीही डोकावली नसती आणि वेळेचे, पैशाचे, प्रामाणिकपणे हिशोब देण्या-विचारण्याची पाळी आली नसती.

तुमच्या घरची छोटी लायब्ररी बघायला आवडेल.

आपला,
वपु काळे

मी आणि रवी हुदलीकर अनुराधेच्या घरी गेलो. चित्राला भेटायला गेलो होतो, तेव्हाही रवीच माझ्याबरोबर होता. जरा वेगळे विचार व्यक्त करणारी व्यक्ती आढळली की माझ्याप्रमाणेच रवीही त्या व्यक्तीला भेटायला उत्सुक असतो. बाहेरगावी तो पुष्कळदा माझ्याबरोबर असतो.

अनुराधेचं घर नवं. मी अचानक गेलो होतो. अगत्यशील सुगृहिणीची जशी धांदल उडते तशी तिची धांदल उडाली. पण जो तो काय अर्धा तास सहवास घडला तेवढ्या काळात, केवळ 'रांधा वाढा, उष्टी काढा' ह्या अष्टाक्षरीत बसणारी ही व्यक्ती नाही, हे जाणवलं.

ह्या घटनेलाही आता सहा वर्षं होऊन गेली. पुन्हा भेट नाही. पण आता ती जेव्हा होईल, तेव्हा 'नमनाला चमचाभर तेल'ही लागणार नाही.

अनुराधेच्या आणि माझ्या पत्रसंवादाने मला आणखी एक पत्रमित्र मिळवून दिला. मेनका प्रकाशनाच्या 'जत्रा' साप्ताहिकातून 'प्लेझर बॉक्स'ची लेखमाला सुरू झाली. ती श्री. जसबीरसिंग तटेजा ह्या शीख वाचकाच्या पाहण्यात आली.

'जी. ए. आणि कुसुम अभ्यंकर' दोन्ही वाचणाऱ्या वाचकाची नेमकी अभिरुची कोणती, ह्या माझ्या अनुराधेला लिहिलेल्या पत्रातल्या विधानावर, जसबीरसिंगने बेदीप्रमाणे फिरकी टाकून माझी विकेट घेतली.

९/८/१९८४

प्रिय वपु,

सस्नेह,

खूप दिवसांपासून मनात विचार घोळतोय, पत्र पाठवावं की नाही. काही वेळेस पाठवावं असं वाटतं तर काही वेळेस उगीच भीती वाटते आणि लिहायला घेतलेलं पण तसंच राहून जातं. विचारांची उगीच मनात गर्दी होते. आणि नेमकं काय करावं हेच सुचेनासं होतं. परवाच एका ठिकाणी वाचलं,

जास्त विचार करण्यापेक्षा अविचार परवडतो.

आणि मी पत्र लिहायला बसलो.

वपु, तसा मी तुमचा नियमित वाचक आहे. प्रत्येक पुस्तक मी वाचतो आणि संग्रही ठेवतो. मला जे लेखक आवडतात त्यांची पुस्तकं मी संग्रही ठेवतो त्यात तुम्ही एक.

तुम्ही दिलेल्या एका पत्राचं उत्तर वाचलं. तुम्ही लिहिलंत, जी. ए. कुलकर्णी आणि कुसुम अभ्यंकर दोन्ही आवडणाऱ्या वाचकांची अभिरुची ती काय समजावी? वपु, ज्याला मनापासून जी. ए. आवडतो, तो कुसुम अभ्यंकर काय किंवा बाबा कदम काय हेही वाचेल. पण महत्त्वाची बाब ती ही की, जी. ए. ने बाबा कदम किंवा कुसुम अभ्यंकरसारखे केलेले लिखाण त्याला मुळीच आवडणार नाही. कारण जी. एं.नी वेगळं असं एक स्थान त्याच्या मनात बनवलेलं असतं. तो ते जपून ठेवतो. त्याच्या प्रतिमेला तडा गेलेला त्याला मुळीच आवडणार नाही. त्यामुळे प्रत्येकाचा एक वाचकवर्ग निर्माण होत असतो. कालांतराने आवडी बदलत जातात. पण ज्यावेळेस जो आवडत असतो त्याची तो त्यावेळेस पूजा करतो. म्हणूनच वपु, तुमचं स्थान अतिशय आदराचं आहे.

काही चुका झाल्यास क्षमा करणे. पत्रोत्तर अपेक्षित, त्यामुळेच खाली पत्ता देत आहे. जातीने शीख असल्यामुळे भाषेत काही अशुद्धता राहिली असल्यास माफ करणे.

तुमचा,
जसबीरसिंग तटेजा

१९७०-७१ साल.

'ही वाट एकटीची' कादंबरीला राज्य पुरस्कार मिळाला. प्रथम प्रकाशन विभाग, अशा एक वेगळ्या गटात समावेश करून पाचशे रुपयांचं पारितोषिक मिळालं.

खरं म्हणजे, कथासंग्रहालाच बक्षीस मिळायचं, पण आमचेच एक निकटवर्ती टीकाकार आडवे आले. 'वपुंच्या पुस्तकाला पुरस्कार मिळता कामा नये' असं त्यांनी स्पष्टपणे सांगितलं. बक्षीस हुकलं ह्याची जेवढी चुटपूट लागते त्याच्या कितीतरी पट जास्त चुटपूट ह्या गोष्टी लपत नाहीत ह्याची लागते. सामान्य वाचकांपर्यंत ह्या गोष्टी जात नाहीत. वर्तमानपत्रांत बातमी आली, अभिनंदनासाठी सकाळपासून गर्दी झाली. त्या तशा आनंदात मी प्रथम समोरच्या दुकानातून महापालिकेच्या ऑफिसात फोन केला, 'आज तरी

अस्मादिकांना 'लेट-मार्क' करू नका' हे सांगितलं.
ऑफिसचा आणि रसिकतेचा संबंध काय?
दुपारी पटवर्धनसाहेबांना भेटायला गेलो. केबिनमधल्या एका अभ्यागताने मला ओळखलं आणि माझं अभिनंदन केलं. साहेबांनी तटस्थपणाने ते पाह्यलं. कमीत कमी शेकहँड करून अभिनंदन करावं असंही त्यांना वाटू नये? ह्या माणसाने साहेबांसमोर माझं का कौतुक केलं? केबिनच्या बाहेर येऊन पाठ थोपटली असती तर बिघडलं असतं का?
पारितोषिक, सत्कार, इत्यादी बाबतीत साहेबांची ती तटस्थता मला आज आली आहे. बक्षिसाचे मानकरी कोण होतात, कसे होतात हे आता यादीवरूनच समजतं. नाट्य, चित्र, फिल्मफेअर काहीही असो, सगळीकडे तेच! गेले काही वर्षं तर मी पुरस्कारासाठी पुस्तकं पाठवायचं बंद केलं आहे. एखाद्या लेखकाचं एखादंच पुस्तक असं असतं की, ज्याचं यश, त्याचा पुरस्कार वादातीत असतो. निवड समिती आणि सामान्य वाचक दोघांचं समाधान होईल असं असतं–बाकी आनंद असतो.
बक्षिसाची पार्श्वभूमी समजूनसुद्धा आनंद झाला होता ह्यात वादच नाही, पण तो किती दिवस? फारच थोडे दिवस. नॉर्मल रूटीन सुरू व्हायला फार वेळ लागत नाही.
पाडव्याच्या दिवशी वितरणसमारंभ होता. स्कूल ऑफ आर्टच्या पटांगणात अप्रतिम व्यवस्था ठेवली होती. त्या दिवशी एका लेखकाने पारितोषिक स्वीकारताच, 'बक्षिसाची रक्कम मामुली आहे, ती वाढवायला हवी' अशी भीक मागितली. अध्यक्षांनी त्याचा यथास्थित परामर्ष घेतला. 'माझं काय चुकलं?'–असा चेहरा करीत लेखक जाग्यावर!
त्या दिवशी सकाळपासून मी वेगळ्याच मन:स्थितीत होतो. चौदा वर्षांपूर्वीची मनाची अवस्था आज सांगण्याइतकी माझी स्मरणशक्ती तीव्र नाही. आत्मचरित्रात बालपणाचं वर्णन जी मंडळी सही न् सही करतात त्यांना आपला सलाम! मला मात्र सगळं आठवतं, ह्याचं कारण निशिगंध प्रकाशनच्या चिं. शं. जोशींना लिहिलेल्या पत्राची नक्कल जवळ आहे म्हणून!
त्या पत्राला पत्र म्हणावं की प्रकट चिंतन? प्रकट चिंतनच म्हणावं. स्वत:शी बोलण्यापेक्षा स्वत:च्या खालोखाल आणखी एका प्रिय व्यक्तीच्या शोधात माणूस असतो. 'आक्काला काशी एक्स्प्रेसमध्ये बायकांच्या डब्यात बसवून देणार आहे, स्टेशनवर उतरवून घेण्यासाठी बाळूला पाठव' ह्यासारख्या मजकुरांची पत्रं वगळली तर बाकीचं पत्रलेखन हे प्रकट चिंतनच असतं.

तंबोऱ्याच्या मधल्या दोन षड्जांप्रमाणे ज्या व्यक्तीशी सूर जुळलाय अशा माणसालाच सगळं कळवावं असं वाटतं.

आयुष्याच्या ह्या सर्गामध्ये व्यक्ती जवळ येतात, लांब जातात. ही प्रोसेस अटळ आहे. लांब गेलेली सगळीच माणसं काही संघर्ष घडल्यामुळे लांब जात नाहीत. आपल्या मनातलं काही व्यक्तींचं स्थान 'हिल स्टेशन'सारखं असतं. ती माणसं त्याच उंचीवर असतात. कितीही वर्षांनी भेट झाली तरी त्यांच्या 'मीन सी लेव्हल'मध्ये फरक पडत नाही. पण त्याच वेळेला एखाद्या 'हिल् स्टेशन'चा कोपरा न् कोपरा परिचयाचा झाला की, नवं हिल स्टेशन शोधायची इच्छा होते. पुनरुक्ती किंवा पुन:प्रत्ययाचा आनंद लुटावासा वाटला की जुन्या हिल स्टेशनकडे धाव घ्यावीशी वाटते.

सत्तर-एक्काहत्तर साली जोशी ह्या हिल् स्टेशनने मला झपाटलं होतं. मनातलं आंदोलन मी त्यांच्यासमोर मोकळं सोडलं. प्रत्येक 'हिल् स्टेशन'शी आपला वेगळा संवाद असतो. कोणता कप्पा कुणाजवळ उघडायचा, ह्याचाही एक हिशेब असतो. म्हणूनच मध्ये कितीही वर्षं गेली तरी गारवा देण्याची हिल् स्टेशनची शक्ती कधीच कमी होत नाही.

पारितोषिकाची प्रतिक्रिया मला जोशींनाच कळवावीशी वाटली.

॥ श्री ॥

प्रिय जोशी,

नव्या वर्षाचा नवा दिवस.

गेल्या वर्षीच्या पाडव्याला सोडलेले संकल्प किती फसले याचा आढावा काल घेतला आणि स्वत:तल्या उणिवा संपूर्णपणे विसरून आज सालाबादप्रमाणे सालाबादचेच संकल्प पुन्हा सोडले.

मागच्या वर्षाइतका 'जोश' त्या संकल्पांमागे होता की नाही हे मात्र ठरवता आलं नाही. अर्थातच ठरवू शकलो असतो तरी फार काय फरक पडला असता असा?

आपण ठरवतो त्यातलं काय करतो? न ठरवलेलं जेव्हा घडतं आणि यश देऊन जातं तेव्हा तरी आपण काय करतो?

सुखाच्या, यशाच्या आणि पूर्तीच्या क्षणीही तितकेच अगतिक असतो!

'यश' हाही एक आघातच असतो. कारण तो तितकाच अकल्पित असतो. वाचा बंद होते त्याचं कारणच ते!

कोणीतरी देतं तेव्हा जे मिळतं ते यश!

कर्तबगारीवर मिळवायचं ते दु:खच. कारण त्यासाठी कुणावर अवलंबून

राहावं लागत नाही. स्वत:च्याच कमकुवतपणाच्या खतावर वाढलेली ती गोमटी फळं. त्याचं मूळ स्वत:च्याच जवळ असल्यामुळे बोंबाबोंब झकास करता येते. पण एखादं सौख्य, 'यश' हे देणं दुसऱ्याच्याच हातात!

तो दुसरा म्हणजे एखादी व्यक्ती, नियती किंवा असंच कुणी तरी! ती प्रसन्न का होते, हे कळत नाही. म्हणून सौख्याच्या क्षणी वाचा बंद होते.

माझ्या (?) ह्या कादंबरीच्या यशाच्या बाबतीत असाच प्रकार घडला आहे. हे यश का मिळालं? आत्ताच का? पूर्वी का नाही?—असे कितीतरी प्रश्न सतावतात. थोड्याशा यशाचं लोकांना किती कौतुक असतं याचाही अनुभव प्रत्यही येत आहे. पत्रांचा वर्षाव झाला. तोल सावरणं कठीण वाटलं. तसलेही बेभान क्षण हां हां म्हणता संपले.

आज आता वितरण समारंभ! थोडी खळबळ, थोडी हुरहुर, थोडा डौल. बस्स! इतकंच!

पुन्हा सगळं शांत होईल, लोक नव्या व्यवसायामागे धावतील. लोकांची विस्मरणशक्ती अफाट असते.

अर्थात म्हणूनच ह्या प्रचंड प्रवाहात माझासुद्धा क्रमांक लागला. असाच आणखी कुणाचा तरी नंबर लागणं आवश्यक आहे. तेव्हा विस्मृती व्हायलाच हवी.

माझ्यातल्या व्यक्ती आणि पर्यायाने कलाकार म्हणून ज्या काही मर्यादा आहेत त्याची मला आणि इतरांना जाणीव होईपर्यंत मी असामान्य ठरलो. हे असामान्यत्व फार क्षणभंगुर असतं. ज्या मर्यादा प्रारंभीच्या काळात गौरव ठरतात त्याच थोड्या कालावधीत मारक ठरतात.

तो मधला काळ म्हणजे लौकिक! ठराविक आकाराचं काही काळ कौतुक. पुढे ठराविक आकार हेच त्या निर्मितीचं बंधन!

त्या बंधनाची, निर्मितीची मला आता प्रखर जाणीव व्हायला लागली आहे. सत्काराचा हत्ती आता दाराशी झुलतोय. तो हत्तीही संपूर्ण नाही. लक्ष्मीच्या चित्रातल्या हत्तीसारखा तो सात अष्टमांश पाण्याखाली आहे. फक्त सोंडच पाण्याच्या बाहेर आहे. भविष्यकाळात हा हत्ती संपूर्ण पाण्याबाहेर येणार आहे की सोंडेतल्या हाराचं आमिष दाखवून मलाच पाण्यात नेणार आहे हे मला माहीत नाही.

पंचवीस मार्च रोजी तुम्ही मला आमंत्रण देत आहात. माझा वाढदिवस साजरा करण्याची तुमची इच्छा मी ओळखली. मला मात्र पैलतीराची वाळू दिसायला लागली आहे. चाळिशी!

चाळिशी = चष्मा!

= नजर अधू होत जाणे
= भिंग वाढत जाणे
= कालांतराने मोतीबिंदू
= समोरचा माणूस न दिसणं.

माणसावर प्रेम करणाऱ्या, माणसातल्या माणसाला शोधू पाहणाऱ्या एका माणसाला माणूसच दिसत नाही आणि त्या माणसावर अकारण प्रेम करणारी असंख्य माणसं काही करू शकत नाहीत.

इथवर विचार थांबतात चाळिशी म्हणताच!

वास्तविक 'चाळिशी' येणारच हे मला एकोणचाळीस वर्षं सारखं समजावतच होतं. पण मनाची तयारी स्वागतासाठी झालेलीच नाही. भराभर वर्षं उगवतात, मावळतात. हां हां म्हणता चाळीस वर्षं संपली आयुष्यातली!

उरली किती?

कान्ट से!

ही अनभिज्ञता मला हल्ली फार छळते. झोप उडवते. दिवसभर काम. दोन वेळचं चविष्ट जेवण करून मला आणि अचानक येणाऱ्या पाहुण्यांची क्षुधा-शांती करून वसुंधरा थकून झोपून जाते आणि मी जागा असतो. दादरला असताना एकटाच जागा राहत होतो. इथं वांद्र्यात आल्यापासून सोबतीला डास असतात. कानाशी सारंगी वाजवितात. खऱ्या संगीताच्या मैफलीत जी टाळी कलाकाराचं आयुष्य वाढवते तीच टाळी ह्या सारंगियांच्या बाबतीत 'फट् म्हणता'च्या पुढची ठरते.

डासांच्यात ब्राह्मण-क्षुद्र अशा जाती आहेत की नाहीत हे डास जाणे! पण जो जागा असतो तो 'संयमी' ह्या वचनाप्रमाणे डास ब्राह्मण असायला हरकत नाही. ब्राह्मणच संयमी असतात असं आपण गृहीत धरतो. उगीचच! तेव्हा त्याची हत्या ही ब्राह्मणहत्याच! हा जीव आपण इतका सहजी घेतो की कुठलं तरी चैतन्य आपण एका टाळीत नष्ट केलं हे जाणवतही नाही. अगदी इतक्याच सहजीपणाने आपल्याही नावाची टाळी वाजणार आहे, असा विचार हल्ली वारंवार थैमान घालतो. खरं तर अशा छोट्या-छोट्या टाळ्या सारख्या वाजतच असतात.

चाळिशी ही अशीच एक टाळी!

चष्मा लावणारी टाळी! म्हणजेच पर्यायाने डोळ्यांचं जन-गण-मन...

आमचे ती. अण्णा. सध्या त्यांना पाहतो तर जीवनातील ही भीषणता फार जाणवते. त्यांना ऐकू येईनासं झाल्यापासून त्यांच्या मनाची जी ओढाताण होते ती बघवत नाही. खूप मोठ्यांदा बोलावं तेव्हा कळतं. आम्ही त्यांची

प्रत्यक्ष मुलं. एक वाक्य दोन-दोनदा मोठ्यांदा बोलण्याचं जिवावर येतं आमच्या केव्हा केव्हा!

ह्या वयात असं होणारच, हे त्यांच्या बाबतीत आम्ही सहज, एक स्वाभाविक अवस्था म्हणून बोलतो. फक्त ही स्वाभाविक अवस्था आमच्या जीवनात पाऊल टाकील तेव्हा काय?–हा प्रश्न समोर उभा राहिला की झोप उडते. पण केव्हातरी ही अवस्था आपल्या जीवनात अटळ आहे. ही अवस्था टाळण्याचा एकमेव मार्ग आपण जीवनाचा निरोप लवकर घेणं. हा मार्ग आपल्या हातात नाही. म्हातारपणाचीसुद्धा कल्पना न पेलवणारा माझ्यासारखा माणूस आत्मघात करण्याचं धारिष्ट्य जीव गेला तरी दाखविणार नाही.

हे जग फार देखणं होत चाललंय. नवे शोध, नव्या वस्तू–लहानातल्या लहान गोष्टींनासुद्धा देखणेपणाचा स्पर्श कसा देता येईल ह्याचा प्रत्येक प्रांतात विचार होत आहे. साधी बाटलीची बुचं घ्या. पूर्वीची हमखास तुटणारी, बाटलीत ढकलली तरच उघडणारी ती कळकट बुचं पुन्हा दिसणार नाहीत. अशी किती उदाहरणं देऊ? तुम्ही स्वत: अशा ऑफिसात नोकरी करीत आहात की तिथं अशा गोष्टी मुबलक. इतक्या सुंदर जगाचा निरोप घेताना फार-फार कष्ट होतील. पण तो क्षण अटळ आहे. ज्या पचनेंद्रियांच्या आधाराने मी हे जग उपभोगतोय ती पचनेंद्रियंच माझी झक्कपैकी कोंडी करणार आहेत. हवंहवंसं वाटणारं जीवन नकोसं करण्याची ताकद त्यांच्यात अफाट आहे. एक आहे मात्र–फार प्रामाणिक आणि निष्ठावंत आहेत ही इंद्रियं. ती माझी कोंडी करतील आणि माझ्याबरोबर जळतीलही.

जोशीभैय्या, हे असं आहे. मला सगळ्या चांगल्या गोष्टींचा राग येतो. संगीत, सौंदर्य, सुगंध, साहित्य, सौजन्य, स्नेह, सहवास–'स'पासून सुरू होणारे हे सगळे शब्द शत्रू वाटतात. जीवनाबद्दलची ही प्रचंड आसक्ती ह्या षड्रिपूंनी निर्माण केली. जितकी आसक्ती जास्त, तितकं दु:ख अधिक. म्हणूनच अंतर्यामी खोलवर मी कायम दुखावलेला असतो. मैफलीचा हा मोहक रंग आत्ता एवढ्यात ओसरणार हा विचार मला मैफलीला सुरुवात होताच बेचैन करायला लागतो.

'सर्वनाश एकच आहे नियम हा जगाचा'–ही एक ओळच काय ती खरी आहे आणि जोशी, ह्या सर्व औदासिन्याचं अगदी उलट टोक माझ्या वागण्यात-बोलण्यात-राहण्यात इतरांना दिसतं. लोक, संपादक मला विनोदी लेखक समजतात. माझ्या नेहमीच्या बोलण्यात अधूनमधून विनोद डोकावत असेलही. मला आनंदी राहायला आवडतंही. परिचयाचा-नात्याचा कुणीही खिन्न दिसता कामा नये असं वाटतं.

क्षुल्लक वाटणाऱ्या अनेक गोष्टींत मला विलक्षण रस आहे. मला वाचकांच्या पत्रांची, अभिप्रायांची विलक्षण ओढ आहे. अनेक पत्रं येऊनही अद्यापि पत्रं हवीशी वाटतात. पूर्वीची मंडळी ज्याचं उदाहरण देतात ते उदाहरण फार खरं, ज्वलंत आहेच. अग्नीत तूप कितीही घाला, त्याचं समाधान नाही. तो प्रज्वलितच होत राहणार.

माझं तस्सं आहे.

इथं साजूक तूप आणा, हवंय. डालडा चालेल, सिंह छाप चालेल, सबकुछ चलता है–असं नाही. तर 'सबकुछ मंगता है' आणि जीवनातल्या प्रत्येक शाखेबाबत!

सायन्समध्ये प्राथमिक शाळेतल्या मुलांना एक प्रयोग करून दाखवतात– पाण्याचा दाब सर्व दिशेने सारखा असतो–हे सांगण्यासाठी एक चेंडू घेतात. तो दाबल्यावर आतलं पाणी सर्व दिशेने सारखं उडतं.

आमची अवस्था तशी आहे.

फोटोग्राफी, चित्रकला, इंटिरिअर डेकोरेशन, कथाकथन, लेखन, संगीत, अभिनय...सगळ्यांची सारखीच आवड. संगीत, सौंदर्य, साहित्य, सुगंध सगळ्यांचं सारखंच वेड.

रक्तदाब, मधुमेह, अल्सर, ट्युमर, हार्टडिसीस अँड व्हॉट नॉट?

असं का व्हावं?

तर आयुष्यात हे सगळं मिळत राह्यलं.

लेखनात गती-अगती सगळंच मिळालं. अकरा वर्षांत अठरा पुस्तकं. तेच कथाकथनाच्या बाबतीत. सौंदर्याची भूक भागवता यावी ह्यासाठी इंटिरिअर डेकोरेशनची कामं मिळत गेली. सौंदर्याचे निरनिराळे फॉर्म्स मी त्या माध्यमातून अंशतः निर्माण करू शकलो. ज्याला 'सेन्स ऑफ प्रपोर्शन' म्हणतात तो इंटिरिअर डेकोरेशनच्या व्यवसायाने मला शिकवला.

आणि आता मैत्री आणि मित्र ह्याच्याबद्दल काय बोलू? किती लिहू? तुम्ही, अशोक, डॉ. द्विवेदी...छे यादी देता येणं अशक्य आहे. तुम्ही सर्वांनी माझं जीवन किती समृद्ध केलं आहे हे मला सांगता येणार नाही. अगदी अलीकडचं उदाहरण द्यायचं झालं तर मी भिडे आणि गानू यांचं देईन. त्यांचा वर्षाव अवर्णनीय म्हणायला हवा. ह्या मंडळींसाठी मी काहीही करू शकत नाही. माझी ताकद फार कमी पडणार आहे.

परतफेडीच्या बाबतीत मला नेहमीच तहाचं निशाण उभारावं लागणार आहे. माझ्या आयुष्यात संगीत, स्नेही, साहित्य, सौंदर्यदृष्टी यांची बरसात करणाऱ्या नियतीपुढे पहिलं निशाण.

अर्थात ही यादी देण्यातही अर्थ नाही. कारण या यादीत तुम्ही पण आहातच. असलं हे माझं जीवन! आसक्ती, तृप्ती, समृद्धी, हुरहूर, विरक्ती, भय ह्यांनी नटलेलं. नटलेलं आणि तितकंच ग्रासलेलं.

मधुभय्या म्हणतात, हे वर्ष फार फार अपूर्व आहे. मी मात्र सध्या संपूर्ण अंधारात आहे. प्रकाशाची वाट पाहतोय. आता मात्र असा किरण हवा आहे की, जो अंधार कायमचा दूर करील. दशदिशांत लखलखाट करणाऱ्या पण लगेच स्वत: अंधाराचा एक भाग होणारा किरण नकोय. प्रकाश मंद चालेल, पायांखालची जमीन उजळून निघाली तरी चालेल. पण त्या मंद प्रकाशाला शाश्वतीची हमी हवी. तसा प्रकाश मिळेपर्यंत अंधारात राहण्याची तयारी आहे. कारण ह्या अंधारात मी एकटा नाही. तुमच्यासारखे आसपास सावरायला, झेलायला आहेत हे काय कमी आहे?

तुमचा ऋणको,
व. पु. काळे

१९७३ साल. जहांगीर नर्सिंग होममधील एक स्वतंत्र खोली. रात्रीचे अडीच-तीन वाजलेले. 'पडद्याला टाळी' मिळवणारे नेपथ्यकार पु. श्री. काळे, समोर झुंज देत पडले होते. ह्या क्षणी ते कोण होते?

नेपथ्यकार? राजकमलचे आर्ट डायरेक्टर? माझे अण्णा? ह्यांपैकी ते कुणीच नव्हते. ते होते एक कॉट नंबर. डॉ. सरदेसाई ह्या धन्वंतऱ्यांचे पेशण्ट!

सरदेसाई नुसते समोर दिसले तरी बरं वाटायचं. असं कसं ते कधी समजलं नाही. 'स्त्री' मासिकाची संपादिका विद्या बाळ मला तेव्हा भेटली होती. ती मला पटकन् तेव्हा म्हणाली, ''अरे गंमत सांगते. माझी मुलगी आजारी होती तेव्हाची गोष्ट. पाच की सहाच वर्षांची ती होती. सरदेसाई तपासून गेल्यावर एकदा ती म्हणाली, 'आई, ह्या डॉक्टरांनी हातात हात जरी नुसता घेतला तरी त्यांनी तपासल्यासारखं वाटतं.''

त्यामुळे सुरक्षित वाटत होतं ते डॉ. सरदेसाईंमुळे! आणि तरी मन धास्तावलेलं होतं.

कारण निसर्ग, नियती!

अण्णांचं वय तेव्हा पंच्याऐंशी. हे नजरेआड कसं करायचं? त्यांना शुद्ध नव्हती. मी जागा होतो. मनात 'पुढे काय?'-चं काहूर. अण्णा जातील असं वाटत नव्हतं. त्यांची 'विल् पॉवर' किती दांडगी आहे हे मला माहीत होतं. अर्धांगवायूचा झटका येऊन गेल्यावर, वयाच्या ऐंशीव्या वर्षी त्यांनी बालगंधर्व थिएटरसाठी पडदे रंगवले होते. तेव्हा तसं काही व्हायचं नाही.

पण झालं तर? मन बधिर. डोक्यात विचार. ह्या विचारांना एक पाट काढून द्यायला हवा. मी सिस्टरकडून कागद मागून घेतले.

प्रिय रघुवीर,

ह्या जीवनाला माझे लाख लाख प्रणाम. खरंच, काय सालं आयुष्य आहे? किती गणितं सोडवायची? किती कंस मिटत जायचे? किती ऊन सोसायचं आणि अचानक भेटायला येणाऱ्या किती सावल्यांकडे गहाण पडायचं? प्रत्येक माणूस म्हणजे निसर्गाने माणसाला घातलेलं कोडं आहे. असंच एक महान कोडं आता माझ्या शेजारच्या कॉटवर झुंज देत पडलेलं आहे. पंच्याऐंशी वर्षांच्या वाटचालीत हे कोडं कधी थांबलं नाही, कधी वाकलं नाही, कधी उद्दाम झालं नाही. ह्या क्षणी मात्र त्यांना बसवत नाही, नर्सेसना ते मारायला धावतात आणि त्यांच्या सख्ख्या मुलाला ते ओळखत नाहीत. माझा 'रूमपार्टनर' मला असा दुरावेल हे मला माहीत नव्हतं.

तसं तुम्हा-आम्हाला काय माहीत असतं? पुढचा घास घेताना ठसका लागणार आहे हे माहीत नसतं. बक्षिसाची वार्ता पाकिटातून आली आहे हे माहीत नसतं. कोणत्या क्षणी बायको एखादा कुत्सित कॉमेंट करणार आहे हे माहीत नसतं. आणि तरी आपण 'जाणकार' म्हणून समाजात मिरवले, जाणले जातो.

ठिकठिकाणी हे असे 'विनोद' घडत असतात.

मी आता अण्णांकडे तटस्थासारखा पाहत बसलोय. तो क्षण केव्हा तरी येणारच आहे. कुणाला चुकलाय?

पण ह्या क्षणी वाटतंय की, शोक अपरिहार्य आहेच का?

नाबाद दोनशे धावा काढणारा, कोणत्या तरी क्षणी आऊट होतो. उत्कृष्ट कामगिरी, शक्ती असेतो बजावल्याबद्दल, आपण त्याचं टाळ्या वाजवून स्वागत करीत नाही का?

त्याप्रमाणे, सत्तर वर्षांत बेचाळीस नाटकं, एकवीस चित्रपट, सत्तावन्न लाख चौसष्ट हजार चौरस फूट मांजरपाट नेपथ्यासाठी रंगवणं, ग्रंथलेखन करणं, सलोख्याने नाती सांभाळणं आणि कोणत्याही व्यसनाचा संपर्क होऊ न देणं, इतका सुरेख खेळ पंच्याऐंशी वर्षं खेळल्यावर, आपण हळहळावं? कशासाठी?

जिवापाड आणखीन किती वर्षं खेळल्यावर आमचं समाधान होणार आहे? साडेतीन हात मर्यादेचा देह, एवढं अमर्याद काही निर्माण करू शकतो...हेच केवढं कोडं आहे.

मानवाची ही अफाट ताकद, नियतीला पहिल्या मानवजन्माच्या वेळीच कळून चुकली असणार. त्यामुळेच इतर अमर्याद शक्ती, बुद्धी, कला, सौंदर्य, संगीत...हे मानवाला अर्पण करून 'आयुष्यमर्यादा' हा हुकमी एक्का तिने आपल्या हातात ठेवला. इथं तरी वाकालच की नाही?

झक् मारीत सगळे वाकतात.

मलाही विचार करून ग्लानी येते. माझ्या मनाची जडणघडण मी इथून पुढे कशी ठेवणं अवश्य आहे की वार्धक्यातले हे अपरिहार्य घाव मला पेलता येतील? मला म्हातारपणी नक्की काय होणार आहे?

हॉस्पिटल्ससाठी प्लॅन्स बनवावे लागतात म्हणून असंख्य रोगी मी आजवर पाह्यले आहेत. अमेरिकेतून जशी डिपार्टमेंटल स्टोअर्स आहेत तशाच पद्धतीवर इथं व्याधींची स्टोअर्स आहेत. आपल्याला त्या सर्वांची लांबून ओळख होईल. पण काय व्हावं हे निवडण्याचा अधिकार असणार नाही. तसा ठेवला असता तर सगळ्यांनी 'हृदयक्रिया' बंद पडून येणाऱ्या मृत्यूलाच निवडलं असतं. बाकीच्या रोगांनी काय करायचं? त्यांनी कसं जगायचं? खरंच गड्या, विचार करावेत तेवढे थोडे आहेत.

सगळ्या आयुष्यभर आमचे पिताजी गप्प बसले. आयुष्यभर वैचारिक ताण ओठ घट्ट मिटून सहन केल्यामुळे मज्जातंतूंवर ताण पडून त्यांना आता भ्रम झालाय.

आणि जी माणसं बडबड करून डोकं उठवतात, ज्यांच्यापायी इतरांच्या मज्जातंतूंवर ताण पडतो, त्यांचं काय? निसर्गाने जागोजागी मेख मारून ठेवली आहे. ह्या सर्व योगायोगापुढे आपण तटस्थ होऊन पाहावं, मग मजा वाटते. जगात कितीही उल्कापात घडले तरी आपलं काहीच वाकडं होणार नाही, अशा भावनेने पाहायला प्रारंभ केला तर मित्रा, लाइफ इज वर्थ लिव्हिंग!

पुन्हा अण्णांचं उदाहरण!

सुवर्णपदक मिळालं, पण त्यातला आनंद समजला नाही. कारण मेंदू बधिर. 'सांगे वडिलांची कीर्ती'–हे माझं पुस्तक अकारण पाच वर्षं रेंगाळलं आणि आज अण्णांना ते पुस्तक दिसेल की नाही, दिसलं तर कळेल की नाही, त्यांना कळलं आहे हे आपल्याला कळेल की नाही...असं काय काय मनात येतं.

किती जातीची टेन्शन्स असतात बघा! ह्या खेळाची मोठी मजा वाटते.

ताई कुणाला तरी सांगत होती, 'वसंताच्या डोक्यावर असा काही परिणाम व्हायचा नाही. कारण त्याची दुःखं तो कथेतून मांडतो. त्याच्या कथेतील

प्रत्येक दुःख हे त्याचं असतं.'
मी हसलो. वाटलं, अगदी ह्या क्षणी मला भ्रम झाला तर ताईला केवढा धक्का बसेल? दोनशे कथा लिहूनही, तळाशी काही दुःखांचे काँक्रीटसारखे दगड बनलेत, हे तिला माहीत आहे का? कोणत्याही कथानकात ते विरघळणार नाहीत. हे कसं सांगू?
माझ्या अठरा वर्षांच्या नोकरीत, आर्किटेक्ट म्हणून मी काय करू शकतो हे दाखवण्याची संधी मला फक्त गेल्या वर्षात मिळते आणि सतरा वर्षं मला राजकारण आणि नियम ह्यांच्यापुढे वाकावं लागतं, करोडो रुपयांचा भुगा होताना पाहावा लागतो. नालायकांना जिरेटोप चढवले गेलेले बघावे लागतात, हे दुःख कशात मांडायचं? असली दुःखं ऐकण्यात कोणाला वेळ आहे?
वैयक्तिक सौख्याकडे, संसारासाठी आणि पत्नीसाठी, किती वेळा पाठ फिरवली आणि तरीसुद्धा वसुंधरा शंभर टक्के सुखी होऊ शकत नाही हे जाणवल्यावर होणारं दुःख कशात मांडायचं?
अर्थात हे असले विधान हाही अहंकारच.
सुख म्हणजे काय?–तर आमची जगन्मान्य व्याख्या ही–
–नोकरी आहे?–येस!, मुलं?–येस! हुशार आहेत ?–येस!, कर्ज आहे?–नो!, मालकीची जागा?–येस!, समाजात मान्यता?–येस!, दाराशी वाहन?–येस!, कपडालत्ता?–येस!, नवरा बरोबरीचा?–येस!, किती टक्के जमतं?–८५%
बस! यादी खतम!
–म्हणून मिसेस् वसुंधरा काळे इज हॅपी, लकी.
अशीच बेरीज-वजाबाकी 'वपुं'च्या नावाने मांडता येईल आणि 'मिस्टर वपु इज हॅपी, लकी' हे उत्तर काढता येईल.
पण माय लॉर्ड, आयुष्य हे गणित नव्हे. माणूस म्हणजे कोडं, पण आयुष्य गणित नव्हे. ह्या गणितापलीकडे वसुंधरेचं काहीतरी पुरं न होणारं राह्यलेलं असतं आणि वपुंचंसुद्धा!
लपंडावाचा खेळ खेळताना दहापैकी आठ लोकांना आपण 'भोज्या'पर्यंत पोहोचू दिलं नाही ह्याचा आनंद खेळ चालू असेतो वाटत राहतो. पण रात्री गादीला पाठ लागली की, नवव्या खेळगड्याची लपायची जागा मात्र सापडली नाही ह्याचं दुःख वर येतं. संध्याकाळच्या तासाभरातल्या खेळाचं हे दुःख. मग आयुष्याच्या संध्याकाळपर्यंतच्या खेळात, असे कितीतरी नववे खेळाडू पुढे येत असतील? हे दुःख.

अशा अनेक दु:खांची जागा आपल्याला सापडत नाही. फुंकर घालायची इच्छा असून आपण तिथं पोहोचू शकत नाही, पोहोचू दिलं जात नाही.
आपल्या एखाद्या दु:खाची जागा केव्हा केव्हा दुसऱ्याच एखाद्या व्यक्तीला समजते. पण आपण त्याच्या जवळ जाऊ शकत नाही, त्याचा पुढे असलेला हात स्वीकारू शकत नाही.
केवळ दु:खाचं असं होत नाही. लपंडावाच्या ह्या गहिऱ्या डावात काही सौख्यंही अशी असतात की त्यांच्या लपायच्या जागा सापडलेल्या असतात. त्या फक्त माहीत असून चुकवाव्या लागतात. एखाद्या प्रसंगाने, गौरवाने, मित्राच्या गप्पागोष्टीने, एखाद्या मैफलीने, प्रवासाने, देखाव्याने...जो नाना तऱ्हेचा आनंद होतो तो जसाच्या तसा कागदावर उतरवता येत नाही, ही केवढी वंचना?
'सांगे वडिलांची कीर्ती' पुस्तकाचं मुखपृष्ठ मी का करायचं ठरवलं, हे चित्रकार सुभाष अवचट हातात व्हिस्कीचा ग्लास घेऊन बोलत होता. इतकं सुंदर बोलला. तळमळून बोलला, तिडीक येऊन बोलला...आता ह्यातलं मी वाचकांपर्यंत काय काय नेऊ? कसं नेऊ?–नेईन ते फक्त शब्द!
त्याचा आवेश त्या दिवशी शब्दांपेक्षा जास्त बोलका होता. तो कसा टिपू? आंधळ्यांच्या शाळेचा दौरा. नरसोबाच्या वाडीला केशवराव दाते आणि नानासाहेब फाटक एकमेकांशी धुंदीत येऊन बोलत होते, तो प्रसंग...आमच्या सुहासची नाटकातली पहिली एन्ट्री...ॲक्सिडेंटच्या वेळी बँडेजसकट स्वातीने केलेलं काम...कथाकथनाच्या टाळ्या...पुढच्या क्षणी माझी स्कूटर ट्रकच्या मागच्या चाकाखाली जात आहे हे कळूनही त्याच्या अलीकडच्या क्षणी आलेला ब्लँकनेस...तुमच्या वहिनींनी काढलेली दृष्ट...ब्लॉकमधला पहिला प्रवेश...तुमच्या वहिनींच्या निर्वाणप्रसंगी, चितेच्या ज्वाळांकडे शेवटपर्यंत निश्चलपणे पाहत उभे राह्यलेले नाना...चविष्ट पदार्थांचा वर्षाव करून, वेळोवेळी वसुंधरेने दिलेला आनंद...तुमच्या आणि माझ्या झालेल्या असंख्य भेटी.
काय काय टिपणार हो?–विचार करून करून ग्लानी येते ती विचारांचीच. अजून आपण काहीच पाह्यलेलं नाही, उपभोगलेलं नाही असं वाटतं. आयुष्यातल्या प्रत्येक क्षणाला कडकडून भिडलं पाह्यजे, हेच खरं! जे काय टिपलं जाईल ते आपलं, जे निसटेल ते दुसरा कुणीतरी टिपेल.
ह्या अफाट चक्रावरचे आपण एक घटक. घटकाला पूर्ण चक्र समजावं ही अपेक्षाच अवास्तववादी. एका घटकाने दुसऱ्या घटकालाच जास्तीत जास्त जाणून घेण्याची धडपड करावी आणि ते करत असतानाच स्वत:च्या प्रवासाची

बांधाबांध करावी. दुसरं काय?

पाहा रघुवीर, माणूस हा किती संकेतांनी जखडला गेलेला असतो पाहा! 'प्रवास' शब्द उच्चारला की पाठोपाठ 'बांधाबांध' हाच शब्द डोक्यात येतो. 'इथून-तिथे' ह्या दोन शब्दांतलं अंतर जोपर्यंत 'मैलांत' मोजता येतं, तोपर्यंतच बांधाबांध ह्या शब्दाला अर्थ आहे. पण जिथं मैलांचा हिशोब नाही तिथं डागांचाही नाही. एकदम ट्रॅव्हल लाइट! पण परंपरेने बांधलेले आपण, प्रवास म्हटलं की विचार सामानाचा, बरोबर काहीतरी न्यावं लागतं हेच मनावर बिंबलेलं. त्याला कोण काय करणार? पाच वर्षांच्या मुलालाही आपण छोटी पिशवी देतो आणि 'हिला सांभाळायचं' असं सांगतो. नंतरच्या आयुष्यात मात्र आपण गळ्यात पडणाऱ्या पिशव्या कशा झटकता येतील ह्याचा विचार करीत राहतो.

फार मजा वाटते. फनी वाटतं.

आज सुहास एखादं वाक्य उलटून बोलला की संताप येतो. कारण 'उलटून बोलायचं नसतं' अशी एक पिशवी आपण त्याच्या गळ्यात कधीच लटकवलेली असते. अशा तऱ्हेच्या भ्रामक, खुळचट पिशव्या आपण बाळगतो. पाप-पुण्य, नीती-अनीती, स्त्री-पुरुष सहवास, व्यसनं...कितीतरी! अशाच कुणाला तरी आपण केव्हा केव्हा खूप दिवसांनी पाह्यल्यावर विचारतोही–'एवढे थकल्यासारखे, ओढल्यासारखे का दिसताय?' त्याच्या खांद्यावरच्या पिशव्यांची त्यालाही जाणीव नसते, तो म्हणतो,

"तसा आत्ता मी बरा आहे, पण मधूनमधून एकदम थकवा येतो. थकवा कशाचा असं विचारलं तर सांगता येणार नाही."

यह बात है!

मला एकूणच हल्ली सगळ्याची मजा वाटायला लागली आहे. प्रत्येक माणूस एक पॅटर्न वाटतो. तो तसाच स्वीकारायला हवा. गंमत वाटते. मनापासून कुणाचा राग येत नाही. सगळंच एन्जॉय करावं असं वाटतं. एक-दोनदा ड्रिंक्स पण मस्त प्यायलो. माणसं खूप बोलतात, मस्त बोलतात. आपण आपली बोट फार हलू द्यायची नाही. मोठा मजा वाटतो मग! त्या अनुभवात मी फारसा मशगूल झालो नाही. पण अनुभव असा आला की , 'घेतल्या'वर द इनरमोस्ट मॅन कम्स आऊट. सात्त्विक विचारांचा माणूस जास्त सात्त्विक, गूढ माणूस आणखीन गूढ, फटकळ जास्त फटकळ, अँड सो ऑन. कोणत्या मंडळींत मी रमू शकेन ह्याचा मला जास्त खोलवर अंदाज बांधता आला. आणि सावध कुठे राहायचं हे समजून गेलं.

पण मित्रा, एकूण आनंदीआनंद आहे.

तुम्हा दोघांना एकदा खूप भेटायचं आहे. बोलायचं आहे. फक्त केव्हा, ह्याची वाट पाहत आहे. १९५५-५६ साली मी, वसुंधरा आणि तुम्ही दोघं, असे आपण फिरत होतो. ते साल पुन्हा उजाडायचं नाही.
कारण...
असो! अशीच एक पिशवी माझ्याही गळ्यात नाही का?—माझं आणि वसुंधरेचं विश्रांतिस्थान एकच असावं असा मी हट्ट का धरावा?
—सावली असणं ह्याला महत्त्व. प्रत्येकाचा वड निराळा असेना का, आणि असायला हवाही!

तुमचा
व. पु.

खूप मोठाली घरं आणि वैभवाने ओसंडणारी माणसं ह्यांचा एक जबरदस्त, व्यक्त करता येणार नाही असा दबाव मनावर येतो. त्या संपत्तीचं दडपण यजमानांच्या हालचालीवर पडायचं काहीच कारण नसतं. आपला संकोच कमी व्हावा, असा त्यांचा प्रयत्न असतो. त्यांनी जिवाभावाने मैत्रीचा हात पुढे केलेला असतो, पण त्यांच्या वैभवापासून आपण त्यांना वेगळं काढूच शकत नाही. मला मात्र पायाला गुदगुल्या करणाऱ्या गालिच्यापेक्षा रोखठोक फरशी जवळची वाटते. फार तर चटई असावी. सारवलेल्या जमिनी आता हरवल्याच. त्यांच्याबरोबर एक विशिष्ट वासही दुरावला.
मिक्सर, कुकिंक रेंज, काटे-चमचे, सुऱ्या, ज्यूसर ह्यांत हरवलेली ममी कितीही फॅण्टास्टिक डिशेस् बनवत असली तरी ती सुगृहिणी वाटतच नाही. त्यापेक्षा आपल्याला हक्काने, जमिनीवर समोर बसवून, दोन लसणीच्या काड्या सोलून द्या म्हणणारी वहिनी जवळची वाटते. ममी डिशेस् बनवते. वहिनी स्वयंपाक करते.
'तुम्ही शेवटी आंघोळ करा, म्हणजे तुम्हाला बंबात भर घालायला नको' ह्या वाक्यातच चार-दोन थेंब अंगावर शिंपडल्यासारखे वाटतात. बंब वाकडा करून दोन बादल्या गरम पाणी घेण्यात जे काव्य आहे, घरेलू मोकळेपणा आहे त्याची सर चकचकीत बाथरूममध्ये, चकचकीत टाइल्सच्या घेरावात केलेल्या आंघोळीला येईल का? बंब वगैरे जमात असलेल्या न्हाणीघराला एक उपजत, अंगचाच आंघोळीचा गंध असतो. त्या न्हाणीघराच्या दरवाजाला फटी असल्या तरी 'सुरक्षित' वाटतं. ह्याउलट गीझर, चकाकणारे पाच-सहा नळ ह्यांच्या पहाऱ्यात केलेली आंघोळ, कुणाला दिसत असेल का ह्याची दहशत वाटते. नल-दमयंती स्वयंवरात डिट्टो नलाचं रूप घेऊन प्रत्यक्ष देव

आले होते. पाच 'नळां'तला आपला नळ कुठला हे जसं दमयंतीला समजलं नाही, तशीच आपली अवस्था त्या चार-पाच नळांकडे पाहून होते. गावाकडच्या न्हाणीघरात होते ती आंघोळ आणि चकचकीत बाथरूममध्ये आपण घेतो तो 'बाथ.'

आंघोळीचा दरवळ काही काळ रेंगाळतो. पण एकदा 'बाथ' घेतला की आपलं आणि पाण्याचं नातं संपलं. पायात सपाता घालून वावरणाऱ्या यजमानांचे, पायांचे स्वच्छ तळवे पाहून आपण पांगळेच आहोत असं वाटत राहतं.

एकेकाळचे खूप जिवाभावाचे मित्र, खूप वैभवशाली झाले ह्याचा एकीकडे अमाप आनंद आणि तरीही ते दुरावल्याचा एक सल माझ्या मनात आहे. त्यांच्यात काहीही फरक पडलेला नाही. पण माझ्याच मनाची जडण तशी आहे, त्याला कोण काय करणार?

ह्या सगळ्या पार्श्वभूमीवर अमेरिका ट्रिप करायची होती. ज्यांच्या घरी महिनाभर वास्तव्य करायचं ते पीट्सबर्गचे बाळ ऋषी परिचयाचे नव्हते. ते कसे आहेत माहीत नव्हतं. पण आपण कसे आहोत हे तर त्यांना सांगता येईल?

लेखणीचा आधार हाच मोठा आधार.

प्रिय बाळ,

या क्षणी मला माझी मनाची अवस्था शब्दांत पकडता येणं कठीण आहे. शब्दांचं अपुरेपण इथं जाणवतं. तुम्हाला पत्र लिहिण्यासाठी खरं तर गेले काही दिवस मी शब्दांची जमवाजमव करीत आहे. आज लिहायला बसलो ते शब्द सापडले म्हणून नव्हे, तर आता ते तुमच्यापर्यंत वेळेवर पोहोचतील की नाही असं वाटू लागलं म्हणून!

रवी, अरुण यांच्या सोबतीने खरं तर एक न पेलणारी उडी मी घेत आहे. न पेलणारी म्हणतो ती अनेक कारणांनी!

एका फार बंदिस्त, अपरिहार्य चौकटीत मी लहानपणापासून वाढलो. कोणकोणत्या गोष्टी आयुष्यात उपभोगता येतात हे समजण्यापूर्वी कोणकोणत्या गोष्टी वर्ज्य मानाव्यात हेच मला माझ्या बाळपणाने प्रथम शिकवलं.

परमेश्वरतुल्य वडील लाभले. अनेक आपत्तीतून तावूनसुलाखून जाताना त्या परिस्थितीचे वार त्यांनी आमच्यावर होऊन दिले नाहीत. माझ्या आईने स्वतःची हौस, मौज इकडे पाठ फिरवून नेटका प्रपंच केला. परिस्थितीने न

सांगता, न बोलता आपली पट्टी 'काळी दोन' हे आपोआप समजलं.
कलावंताचा राग भूप, 'मनी' वर्ज्य त्यामुळे–अस्तित्वात असलेली अनेक
सुखाची दालनं पारखी झालेली. त्यावर कुणाचाच इलाज नव्हता. जगावेगळं
असं नेमकं आपल्याच वाट्याला आलं आहे अशीही परिस्थिती नव्हती.
कारण बहुसंख्यांचं जीवनमान असंच असतं, असंच होतं.
आर्थिक परिस्थती माणसाचं सगळंच भवितव्य ठरवते, व्यक्तिमत्त्व घडवते.
अनेक प्रांतांत मग संकोचाने वावरायचं की धिटाईने इथपासून तुमची
जडणघडण तुमच्या नकळत सुरू. कालांतराने परिस्थती बदलते, सुधारते.
जगाचे विविध रंग तुमच्यासमोर उलगडू लागतात. नाना स्तरांवरची माणसं
प्रकट होतात. लक्ष्मी प्रसन्न झाली तर हे आयुष्य वाटलं तेवढं अवघड नव्हतं
याचा साक्षात्कार होतो. सुखं विकत घेता येतात हे स्पष्ट होतं. पण तुमची
मनाची बैठक या सर्व आंदोलनांत आणि प्रक्रियेत तोपर्यंत एवढी ठाम होते
की ती बैठक आणि मनाविरुद्ध गळ्यात पडलेली भूमिका तुम्हाला
इकडेतिकडे सरकू देत नाही. अगदी ह्याच चाकोरीतून मी ह्या अवस्थेत
वाढलो. आज परमेश्वराने कोणत्याही गोष्टीची कमतरता ठेवलेली नाही.
सुखाची सर्व दालनं नियतीने मला बहाल केली आहेत. पत्नी, अभिमान
बाळगावा अशी मुलगी आणि मुलगा, सुसज्ज फ्लॅट आणि दाराशी दोन
चाकी का होईना पण माझ्या गरजांना 'ओ' देईल असं वाहन.
त्याशिवाय बऱ्यापैकी कीर्ती आणि उदंड मित्र. ह्यापलीकडे आयुष्याकडून
माझी कोणतीही मागणी नव्हती. कारण काही मागायचं असतं ही
लहानपणापासूनच वर्ज्य यादीपैकी एक बाब होती. अशाच काही रिवाजांपैकी
आमंत्रणाशिवाय कुठे जायचं नाही हाही एक सांभाळलेला रिवाज.
म्हणूनच परिचय नसताना आपल्या घरी पाहुणे म्हणून येताना मी फार
संकोचून गेलो आहे.
मला आयुष्याची स्वामिनी मिळाली तीही माझ्यासारख्याच विचारसरणीची.
त्यामुळे परदेश दौरा ठरल्यापासून आम्ही उभयतांनी ह्या विषयावर वारंवार
चर्चा केली. ह्या संकोचापायी दौरा रद्द करावा इथपर्यंत अनेकदा आम्ही येऊन
थांबलो. दाते कुटुंबीयांनी तुम्हाला मित्र म्हणून जवळ केलं आहे, त्याअर्थी
तुमच्या शंभर नंबरीपणाची निराळी ग्वाही देण्याचं कारणच उरलेलं नव्हतं. हे
जरी असलं तरी स्वतःवर झालेल्या संस्कारांचं काय?
ह्यात भर म्हणजे 'युद्धस्थ वार्ता'प्रमाणे परदेशचं वास्तव्य, तिथलं बिझी
लाइफ, तिथं येणारा माणशी खर्च ह्या बाबतीत जुनेजाणते निरनिराळे सांगत
आलेले. त्यापायी वाढलेला संकोच. त्या सर्व संकोचात भर म्हणजे

चालीरीती, मॅनर्स, एटिकेट्स, डॉलर्स-रुपये, हिशोबाचा घोळ. आणि आमचं खास चालचलावू इंग्रजी!

तरीही संकोचाचे हे सर्व अडसर दूर सारून दाते कौटुंबिक मेळाव्यात सामील होण्यासाठी आम्ही उभयता येत आहोत. आजपर्यंतच्या संयमी आयुष्यापायी कोणतं सुख किती रुपयांना पडतंय ह्या तऱ्हेचा पुणेरी मध्यमवर्गीय हिशोब करण्याचं वळण पडलेलं, ह्याच हिशोबापायी आपल्यापासून कुणालाही त्रास होता कामा नये ह्या विचारांचं संवर्धन झालेलं.

तरीही रवी, अरुणच्या सहवासात काहीसं झपाटलेपण मी अनुभवलेलं आहे. परदेशगमन हे त्याच झपाटलेपणाचं मोठं रूप, असं म्हणत आम्ही येत आहोत.

मित्र अनेक असतात. पण तुमचं आयुष्य, अनुभवविश्व समृद्ध करणारे थोडे असतात. रवी, अरुण ही जोडी अशा मित्रांपैकी. ह्या दोन कलावंतांनी माझ्यातल्या छोट्या कलावंताला आव्हान केलं आणि मी 'हो' म्हणालो. मी एकट्याने हे धाडस केलं नसतं.

तेव्हा मी आणि वसुंधरा तुमचा देश, तुमचं जीवन, तुमचा दिलखुलास स्वभाव इ. इ. पाहायला, अनुभवायला अतिशय उत्कटतेने येत आहोत. जास्त काय?

वपु
५/८/५३

बाळ ऋषींकडे आम्ही महिनाभर राह्यलो. त्यांनी त्यांची एअरकंडिशण्ड गाडी आम्हाला वापरायला दिली. एखाद्याने आपल्यासाठी काय काय सोयी उपलब्ध करून दिल्या ह्याची यादी देणं सोपं असतं, सोयीचं असतं. मोठेपणा 'किलो किलो'ने मोजता येतो. किंबहुना गणिताच्या गावाकडे वळायचं ठरवलं की सगळाच मामला रोखठोक होतो. प्रवास संपला आणि किती उरला हे निव्वळ दोन आकड्यांत गुंडाळता येतं. बेरीज-वजाबाकीत प्रवास संपतो. पण हिरवी माळरानं, तटस्थ डोंगरांची तपस्वी रांग, खळाळणारे निर्झर, सुखावणारं वारं, मित्रमैत्रिणींच्या गप्पा, टाळ्या, विनोद, झऱ्याला मागं सारणारे हास्याचे निर्झर, विनोद, क्वचित कुणी ऐकवलेली भा. रा. तांब्यांची भारावणारी कविता, स्पर्शाचं मोहोळ, ग्रुपमधल्या एखाद्या आर्थोडॉक्स म्हणवणाऱ्याच्या घेतलेल्या फिरक्या, हे गणितात मांडता येतं का? आकड्यांच्या आहारी गेलेले प्रवास घड्याळ्याच्या काट्यावर तोलता येतात. टाइमटेबलात सापडणाऱ्या गावांचे प्रवास त्या त्या स्टेशनच्या

पाट्यांशी संपतात. पण ज्यांनी आयुष्याच्या पाटीवर मुक्कामाचं नाव 'आनंद' लिहिलेलं आहे त्यांचे प्रवास शेवटच्या श्वासाने संपतात.

म्हणूनच बाळ ऋषी यांनी काय काय दिलं हा गणिती हिशोब तुमच्यापर्यंत पोहोचवता येईल, त्यांनी जे मोकळेपणाचं वातावरण ठेवलं होतं ते शब्दांत कसं मांडायचं?

मी मात्र महिनाभर, माझं पत्र ह्यांना मिळालं की नाही ह्या विचारात. बाळने काही सांगितलंच नाही. महिनाभर मी त्यांना ओळखण्याचा प्रयत्न करत होतो.

साफ हरलो. स्वभाव म्हणजे पुन्हा गणित नव्हे. म्हणूनच, मनात धरलेला एखादा आकडा अचूक ओळखता येईल. मन कसं जाणायचं?

दोन दिवसांनी मुक्काम हलवायचा तेव्हा रात्री पार्टीच्या वेळी बाळ सांगतो, "अरू, भारतामधून आमच्या घरी आजवर असंख्य पाहुणे आले, ओळखीचे आणि अनोळखीही. पण इथं येण्यापूर्वी 'आपण कसे आहोत' किंवा 'आपण असे आहोत' हे पत्राने कळवणारे एकटे वपु आहेत. त्यांचं पत्र घरी फ्रेम करून लावावं."

महिन्यानंतर बाळासाहेबांनी हे ऐकवलं. मी खोल श्वास घेतला.

बाळ ऋषींना मी ओळखतो, असं मी सांगतो, पण...

अनेक माणसांना आपण ओळखतो, असं आपण म्हणतो. त्या वेळेला 'ओळखतो' ह्या क्रियापदाने आपल्याला काय म्हणायचं असतं? खरं तर भाषाही वापरून वापरून इतकी परिचयाची होते की, अनेक शब्दांची 'अवज्ञा' कधी होते, हे आपल्यालाही कळत नाही. 'ओळख' ह्या शब्दाचं असंच झालंय.

बाळ ऋषींचं अष्टपैलू व्यक्तिमत्त्व पाहून मी त्यांना, त्यांच्या घरच्या शेवटच्या बैठकीत (तिकडच्या भाषेत 'गेट टुगेदर' मध्ये) म्हणालो, "मराठी बाराखडीत प्रथम फक्त 'रू' हे साधं अक्षर होतं, पण तुमच्यासारखं व्यक्तिमत्त्व फुटकळ 'रू'मध्ये बसवणं अशक्य, म्हणून 'ऋ' ह्या चमत्कारिक व्यंजनाचा समावेश झाला."

आज वाटतं, हीसुद्धा निव्वळ अक्षरओळखच.

अनेक माणसांच्या बाबतीत कधीकधी वाटतं, त्यांच्या व्हिजिटिंग कार्डवरून त्यांच्याबद्दल जितकं समजतं, तितकीच त्यांची आणि आपली ओळख राहते, परिचय होऊनही. परिचयाच्या अनेक व्यक्तींपैकी काही माणसंच व्हिजिटिंग कार्ड सोडून बाहेर येतात आणि ट्रंप कार्ड म्हणून आपल्या आयुष्यात स्थिर

होतात.
अवलंबून राहावं अशी जी मित्रमंडळी लाभली त्यात 'राजदत्त.' एक व्यावसायिक फोटोग्राफर म्हणून राजदत्त आयुष्यात आला आणि नात्यातल्या माणसांपेक्षा जास्त जवळचा आप्त झाला.
व्यवसाय हे उपजीविकेचं साधन. त्यासाठी आयुष्यातले अनेक तास, दिवसाकाठी द्यावेच लागतात. पण ते तास एकदा संपले की राह्यलेल्या तासांत तुम्ही जो व्यवसाय करता, छंद जोपासता त्यावरून तुमची ओळख होते. ह्या उरणाऱ्या तासांचा विचार ज्यांनी आयुष्यात केलेला नसतो त्यांच्यात आणि शंकराचं देऊळ ज्या प्राण्यामुळे ओळखता येतं त्या प्राण्यात फरक नसतो.
ह्या उरलेल्या तासांचा राजदत्तकडे चोख हिशोब आहे. तो अनेकांचा सच्चा मित्र आहे. मित्रांच्या दारात अचानक रबडीचा डबा घेऊन चकित करायला त्याला सवड आहे. त्याला वाङ्मयाचं वेड आहे. नामजप, साधना करण्याइतका निग्रह आहे. जिव्हाळ्याची पत्रं पाठवण्याइतका ओलावा आहे. माझ्या रक्तदाबाबद्दल त्याने असंच एक पत्र पाठवलं.

मित्रवर्य व. पु. काळे यांस,
नमस्कार,
तुम्हाला मी अनेक आशीर्वादच लिहायला हवेत. कारण तुमच्यापेक्षा मी पंधरा-वीस वर्षांनी मोठा आहे. पण मनाला पटत नाही. त्या मनाला विचारलं की, 'का नाही आशीर्वाद लिहीत?' तर ते म्हणतं, 'तुला वपुंबद्दल वाटणारा आदर, त्यांच्या व्यक्तिमत्त्वाची तुझ्या मनाला लागलेली ओढ हे सर्व त्या आशीर्वादात कसं दिसणार? म्हणून नमस्कार लिही म्हणजे तुलाच बरं वाटेल' म्हणून नमस्कार लिहितोय.
ह्या मला हव्याहव्याशा वाटणाऱ्या व्यक्तिमत्त्वाची व इतरांनाही कथाकथनात गुंगविणाऱ्या व्यक्तीची तब्येत बरी नाही, (ह्या वयात) प्रेशर वाढलंय. हे ऐकलं की मनाला कसंकसंच वाटतं. सारखं वाटतं की, इतका समजूतदार माणूस आपल्या बाबतीतच का इतकी हेळसांड करतोय? फक्त आळसच आहे की मनाची उभारी कमी झालीय? पण विचार केल्यावर पटतं की, हा माणूस बाऊ करून आपल्या तब्येतीची हेळसांड करीत असावा. जो माणूस इतरांना मानसोपचारांवर व्याख्यानं देतो, तेथे दिव्याखाली अंधार का?
व. पु., तुम्ही आम्हाला हवे आहात. खूप खूप दिवस हवे आहात, अगदी तुमच्या सुहासला मुलगा व स्वातीला नातू होईपर्यंत हवे आहात. मी तुमचं

चाळीस वर्षांनंतरचं चित्र मनात उभं करीत असतो. केस गेलेत, चांगलं चकचकीत टक्कल पडलं आहे, गालावर आडव्या-उभ्या रेषा पडल्यात, कवळी बसवली आहे, मानेखाली श्री. केशवराव दात्यांसारखी चामडी लोंबते आहे, पण हे वार्धक्याचं लेणं लेवून आमचे वपु झपाझप वांद्र्याच्या खाडीवर सौ. वहिनींना घेऊन सकाळी सहा वाजता फिरायला गेलेत व मी भेटल्यावर कवळी सांभाळत विचारत आहेत, 'काय राज? तब्येत बरी आहे ना?'
मग मी म्हणतोय की, 'आहे आपली वयोमानाने चांगली, पण तुमच्याएवढी नक्कीच चांगली नाही'. हे सर्व अहोभाग्य खरं ठरवायचं असेल तर वपु, तुम्हाला एकच करायला हवं, ते म्हणजे तुमची तब्येत राखायला हवी. मी तुम्हाला सांगायला नकोच–'शिर सलामत तो पगडी पचास!'
हे शीर सलामत ठेवायचं डॉक्टरांच्या बापाकडून व्हायचं नाही–ते तुम्हाला ट्रँक्विलायझर्स देतील व सांगतील, आराम करा. तुमच्याकडून पैसे उकळीत राहतील, तुम्हाला ड्रगिंग करत राहतील आणि त्याचा परिणाम म्हणजे तुम्ही एका दुखण्यातून बरे होऊन दुसऱ्या दुखण्यात सापडाल.
ह्या सर्वांवर मात करणारा उपाय आपल्या आयुर्वेदात व योगासनांत आहे. त्याला फक्त सकाळची दहा मिनिटं लागतात. फार तर पंधरा मिनिटं. तीही सहा महिन्यांनंतर. मीही माझी थोरवी गात नाहीये, पण वयाच्या सोळाव्या वर्षी मी अहमदाबाद येथील एका वयोवृद्ध तपस्व्याकडून एक वर्षभर योगासनांचे धडे घेतलेत व त्यानंतर त्यांच्या मुंबईतील शाखेत पाच वर्षं योगासनांचं मोफत शिक्षण दिलं आहे. तेथपासून तो अद्यापपर्यंत वयाच्या पासष्टाव्या वर्षापर्यंत मधूनमधून योगासनांचे रिफ्रेअर्स कोर्स करतोय. मागे तीस वर्षांपूर्वी सतत चार वर्षं कैवल्यधाम योगाश्रमात श्रीमान कुवलयानंद स्वामींकडून योगासनांचे धडे घेतलेत व हल्ली म्हणजे तीन-चार वर्षांपूर्वी कैवल्यधाम योगाश्रमात सहा महिने जात होतो आणि आता एका हटयोग्याकडून (श्री. निकम गुरुजी) ठाण्यास योगासनांतले अति सूक्ष्म, अगदी प्राणायाम–यमनियमांचे समाधीपर्यंतचे धडे घ्यावयाला गेले वर्षभर जात आहे. असा तुमचा तुमच्यावर लोभ करणारा मित्र तुम्हाला ह्या तब्येतीच्या व्यापातून मुक्त करायला एका पायावर तयार आहे. फक्त तुमची तुम्ही मानसिक तयारी करा व मला फोन करा की मी, सकाळी साडेसात-आठला तुमच्या घरी हजर होईन किंवा तुम्ही पहिल्यांदा एक-दोन दिवस दुपारचे किंवा कधीही वेळ मिळेल तेव्हा माझ्या स्टुडिओत या, मी आपल्याला दीर्घ श्वसनाचे धडे देईन व मग आपली तयारी होऊ लागली की तुमच्या घरी येऊन पुढील प्रकार शिकवीन. वपु, ह्याला पाच मिनिटांवर वेळ लागणार नाही.

शवासनाला पाच मिनिटांवर वेळ लागणार नाही. आपले मोठे डॉक्टरी क्षेत्रांतले तज्ज्ञ डॉ. दाते दहा-बारा डिग्र्यावाले हार्ट स्पेशालिस्ट-पन्नास रुपये फी घेऊन शवासन शिकवितात व रोग्यांचे हृदयाचे सर्व विकार बरे करतात. त्यांना वंदनीय मानून ह्या सर्व रोगांतून रोगी बरे होतात. आपण आपल्या शरीराला व मनाला निसर्गोपचाराच्या मार्गाने जाऊ द्या व पाहा तुम्ही सर्व व्याधीतून मुक्त व्हाल.

मी हे सर्व तुमच्यासमोर नाही बोलू शकणार. तुमच्यासमोर आलो की आमची वाचा बंद होते व तुमच्या तोंडून बाहेर पडणारे शब्द ऐकण्याकरता कान आतुर होतात. म्हणून हा पत्रप्रपंच!

आपला,
राजदत्त

प्रिय राजा,

नमस्कार लिहावा की आशीर्वाद, हा तुम्हाला संभ्रम पडला. मैत्रीचे धागे जास्त जवळ आले, वीण घट्ट व्हायला लागली की जास्त जास्त संभ्रम वाढतात. द्वैत म्हटलं की समोर निराळं अस्तित्व आलं. निराळ्या अस्तित्वापाठोपाठ अवलोकन आलं, त्यापाठोपाठ तरतमभाव, छायाप्रकाश, स्पष्ट, अस्पष्ट. थोडक्यात द्वैताच्या सर्व मर्यादा समोर ठाकतात आणि मग अर्थ लावण्याचा खटाटोप सुरू होतो.

'अर्थ लावणं' ही मुळातच एक स्वत:चा रंग धारण करणारी वस्तू आहे. म्हणूनच 'प्रत्येक वस्तू'चा रंग निरनिराळा होऊ शकतो. रंग आला रे आला की पक्ष आला. लागोपाठ राजकारण–राजकारण म्हटलं की तुकडेच तुकडे! आणि त्यातला खरा विनोद कुठे आहे?–तर हे सगळे पुन्हा भाषा करतात ती एकत्वाची, अद्वैताची. पण जिथं खरं अद्वैत आहे, तिथं संभ्रम कसला? तर तिथं संभ्रम 'मी' आणि 'तू' ह्यातला. लहान कोण, मोठा कोण? नमस्कार की आशीर्वाद?

हा सगळा संभ्रम पाह्यला आणि ठरवलं, की पत्र शांतपणे वाचायला हवं. राजा, आयुष्यात पुष्कळ गोष्टी जशा लहान वयात मिळाल्या तशाच अनेक गोष्टी निसटल्याही. यशस्वी वाटचालीचा रस्ता जरी शिखराकडेच नेणारा असला तरी प्रत्येक प्रवासी एक स्वतंत्र घटक असतो.

यश म्हणजे तरी काय?

यश म्हणजे प्रकाश. प्रकाश असतो तरी किंवा नसतो तरी. पण दोन्ही अवस्थेत त्याच्या प्रभावाचं किंवा अभावाचं अस्तित्व मानावंच लागतं. तीच

गोष्ट यशाची. त्यामुळे शिखरापाशी पोहोचलेला हा यशस्वी असतोच– त्याप्रमाणे आज मीही एका छोट्या उंचीवर कुठेतरी आहे. पण त्याच वेळेला मिळालेल्या उंचीचा हिशोब साधण्यासाठी तितकेच लहान-मोठे खड्डेही ह्याच वाटचालीत निर्माण झालेले आहेत आणि उंचावरून ज्याचे त्याला हे खड्डे, ह्या दऱ्या जास्त ठळकपणे जाणवतात.

ह्या वाटचालीतले काही खड्डे काही व्यक्तींना पटकन् दिसतात. त्यातली बायको ही पहिली व्यक्ती. तिला नवऱ्याच्या यशाच्या शिखराअगोदर खड्डेच प्रथम दिसतात. ह्यात तिची चूक नाही. कारण ती रथाचं दुसरं चाक. तिला त्या खड्डयाचे शारीरिक, मानसिक, आर्थिक, लौकिक हादरे जास्त बसतात. ह्या हादऱ्यांबरोबरच नवऱ्याकडे कुणी बोट उगारता कामा नये हा तिने स्वतःच घालून घेतलेला दंडक असतो. सवलत वा संशयाचा फायदा ती तिच्या कोर्टातल्या आरोपीला द्यायला तयार नसते. तिची ती भूमिका योग्य असते. कारण ज्योत जळून तेजोमय ठरते, समई नुसतीच तापत राहते.

खड्डा अचूक टिपणारा, जवळचा मित्र, ही दुसरी व्यक्ती. त्यातून तो फोटोग्राफर. बायको जे माफ करील ते फोटोचा कॅमेरा करणार नाही. त्याप्रमाणे तुम्ही जे पहिलंच बोट ठेवलंत ते अचूक, वर्माच्या जागी. अस्मादिक कमालीचे आळशी आहेत. दॅट इज अ फॅक्ट! व्यायाम, शिस्त ह्या आमच्या टांग मारून गेलेल्या गाड्या. मन चंचल. मोहाचे सुरुंग तर कैक. नावीन्याची ओढ नव्हे तर चटक. ही चटक घर सजवण्यापासून चिकटवलेले फोटो कापून पुन्हा नव्या कागदावर चिकटवण्यापर्यंत. माझी लेटरहेड्स मी किती वेळा बदलली, माहीत आहे? अजून नवा फॉर्म, नवी मीडियम मिळाली तर मला हवी आहे. पण तरीही ह्या सर्व खटाटोपांत, तुम्हाला शिस्त हा प्रकार सापडणार नाही.

सातत्य नाही. श्रम केले पण व्यासंग केला नाही. लेखन केलं पण साहित्याचा सांगोपांग अभ्यास केला नाही. इंग्रजी वाङ्मय मी वाचावं म्हणून अनेकांनी मला उद्युक्त केलं, पण तिकडे मी मन रमवण्याचा प्रयत्न केला नाही. नेट लावणं हे रक्तात नाही. आमच्या रक्तात फक्त त्यापायी प्रेशर वाढलं. व्यासंग असता तर कदाचित लेखनाला वेगळं परिमाण लाभलं असतं. माझे वाचक मला तेवढे पटापट दाखले देतात जेवढे मी देत नाही. मी फक्त कमालीचा भाग्यवान ठरलोय एवढं नक्की. मित्र लाभण्यापासून, पत्नीपर्यंत. मी मग आयुष्यात केलं काय? प्रेम केलं अनेकांवर, अनेकांच्या संसारावर, माणसांवर.

माझ्या लेखनाचं भांडवल मला ग्रंथांनी, इतर लेखकांनी पुरवलं नाही.

समोरची जितीजागती माणसं मला सतत काही ना काही देत राह्यली.
मी ऑर्डिनरी मॅट्रिक, चाळीस टक्के मार्क्स म्हणजे साठ टक्के अज्ञान. चालतं. पण माझ्या पुस्तकांवर एम. ए. झालेल्यांनी टीका लिहिल्या, परीक्षणं लिहिली आणि सुवर्णपदकंही दिली.
आर्किटेक्टरच्या शेवटच्या पदवीपर्यंत पोहोचण्यापूर्वी मला शिक्षण सोडावं लागलं. नोकरी धरावी लागली. महापालिकेच्या त्यावेळच्या नियमांप्रमाणे आर्किटेक्टच्या जागेसाठी जेवढी शैक्षणिक पात्रता आवश्यक होती तेवढी माझ्याजवळ होती. नंतरच्या सत्तावीस वर्षांच्या नोकरीच्या कारकिर्दीत माझी शैक्षणिक पात्रता आणि अपूर्णताही लक्षात घेऊन मला वरच्या जागा मिळत गेल्या ते निव्वळ नाणं खणखणीत होतं म्हणून आणि कष्ट कमी पडले नाहीत म्हणून. माझ्या हाताखाली मला सतत फुल्ली क्वॉलिफाइड आर्किटेक्ट्स मिळत गेले हा नशिबाबरोबरच महापालिकेच्या नियमांचा भाग होता. पदवीप्राप्त प्रत्येक महाभाग लायक असतोच असं नाही. त्यांच्या नावासमोर त्यांना कायद्याने डिग्री छापण्याचा परवाना मिळाला होता, म्हणूनच केवळ ते पूर्णशिक्षित आहेत, असं नाइलाजाने म्हणावं लागत होतं. काहींच्या कामात त्यांच्या विद्वत्तेचं वा निर्मितीक्षम कल्पनेचं प्रतिबिंब कधीही आढळलं नाही, तर ह्याउलट काही आर्किटेक्ट्सची नुसती ड्रॉइंग्ज पाहूनच त्यांची उंची, झेप समजत होती.
हुशारी असून पदवी नसणं ही एक वेगळी वेदना आहे. पदवीधर माणसं तुमच्याकडे वेगळ्या नजरेने बघत, तुमच्या हाताखाली वावरतात. पदवी आणि प्रतिभा दोन्हींचा संगम असलेल्या हाताखालच्या माणसांची व्यथा रास्त असते. तेवढी गैर नसते. पण त्याच वेळेला तुम्ही तुमची लायकी जर सिद्ध केली असली तर तुमच्यातली प्रतिभा हाताखालची काही माणसं मानतात. मनस्ताप होतो तो केवळ पदवी असून इतर काहीही नसणाऱ्यांचा. ही माणसं म्हणजे जळाऊ लाकडाच्या वखारी. मोजके अपवाद वगळले तर राज, सत्तावीस वर्षं मी लाकडाच्या वखारीत घालवली.
हाताखालच्या दोन्ही प्रकारच्या माणसांचं जळफळणं वा नाराज होणं समजू शकतं. पण ज्यांचा व माझा तसा काही संबंध नाही ती माणसंही 'निंदकाचे घर असावे शेजारी' ही म्हण सार्थ करताहेत आणि गावभर बेस्टपैकी 'किरकिरत' फिरताहेत. अशा किरकिरणाऱ्या माणसांचा शेजारी न होता जर असिस्टंट व्हायची पाळी आली असती तर मोडीत काढलेल्या बसच्या सांगाड्यासारखी माझी अवस्था झाली असती.
ह्या सर्व क्षणांचे तुम्ही साक्षी! नोकरीत आणि बाहेरच्या जगात वावरणारी ही

सगळी माणसं, ह्या माझ्या युनिव्हर्सिट्या!
म्हणूनच सहवासातला एकही माणूस दुःखी दिसू नये आणि प्रत्येक संसारात 'नांदा सौख्यभरे'चा आशीर्वाद फलद्रूप ठरावा असली वेडी स्वप्नं पाहत मी वावरतो. जेवढा फुलून येतो तेवढाच कोमेजून जातो.
ह्या सर्व माणसांना मी माझं आयुष्य वाटून टाकलं आणि एम्. एस्. एस्.च्या कायम वेळापत्रकाशी फटकून वागणाऱ्या गाडीने आजवरचा प्रवास केला. बाजूच्या गोतावळ्यात रमताना माझी किती स्टेशनं हुकली ह्याचा मलाच पत्ता नाही. आणि म्हणूनच आता शिस्त आणि वेळ हातात ठेवणारी तुमच्यासारखी स्टेशनं मला तीर्थक्षेत्रासारखी वाटतात.
खरं म्हणाल तर, अस्मादिकांचा जन्म अशाच तीर्थक्षेत्रावर, एका जंक्शनवरच झाला. पण तिथं आम्ही कायम सायडिंगला पडलेल्या डब्यासारखे राह्यलो आणि आता आमची गाडी नको त्या स्टेशनवर फार थांबते. वळणावरचे सिग्नल चुकवते आणि अनिश्चित गतीने चालते. तेव्हा निराळं काय लिहू?
तुम्ही चाळीस वर्षांनंतरही ताठ मानेने, पोक न काढता समुद्रकाठी चालत नव्हे, पळण्याचाही व्यायाम कराल आणि आम्ही? तुम्हीच काढलेल्या असंख्य फोटोंपैकी, एका फोटोतून तुमचा समुद्रकाठचा फेरफटका पाहू.
जाऊ दे! फार भरकटलो. पण जे बोललो ते एक शल्यच बोललो.
मी जरूर तुमच्याकडे येईल. प्राणायाम आणि योगासनं शिकेनही आणि त्याच वेळी तुमच्यातील शिस्त माझ्यात येईल असा आशीर्वाद मागून घेईन. मला आज तशा आशीर्वादाची आणि गुरुकृपेची सर्वांत जास्त जरूरी आहे.
केवळ गुरुकृपेनेच आम्ही मेन लाइनवर आलो तर येऊ. माझ्यात ते मनोधैर्य, तो निग्रह नाही. नियती कुठंतरी मेख मारते. शिस्त सोडून तिने सगळं दिलं. माझं दुसरं काय होणार?
गुरुकृपेची महती कितीजणांनी सांगितली, त्याला राजदत्त, मोजमाप नाही. 'शेवटचा दिस' जवळ आला तेव्हा आजारपणातही गदिमा म्हणतात,

दहा ठिकाणी विरली,
माझ्या अंगाची पैरण
कुठे कुठे टाका घालू
आणू कोणती नवीन?

थोडी मळता धुतली
नाही राहू दिला डाग

धागा धागा क्षीण झाला
आता काय करू सांग

कधी झोपल्या ठिकाणी
वेळा वैऱ्यांनी साधल्या
अकारण कोठे कोठे
फुल्या बिब्ब्याच्या मारल्या

जशी आहे तशी आता
तुझ्यासमोरी ठेवतो
देव होई पाठमोरा
तेथे सद्गुरू धावतो.

तुमचा
वपु

ज्या शब्दांचा, मूल्यांचा आपण ठामपणे उल्लेख करतो त्याची एक व्याख्या, संकल्पना आपल्या मनात पक्की असते.
'शिस्त' शब्द वापरताना माझ्या नजरेसमोरही एक आदर्श चित्र उभं राहतं. 'आदर्श' ह्याचा अर्थच 'अंतर' किंवा 'उंची.'
शरीर बालपणापासून आरोग्यसंपन्न नसेल तर आजारच तुमच्यातली शिस्त काढून नेतो. कधी आजार, कधी त्यापायी येणारा अशक्तपणा. ह्या दोन चाकांवर आरूढ झालेला 'आळसा'चा रथ, त्याचे लगाम मग तुमच्या हातात कधी देतो ते तुम्हाला कळत नाही. त्या रथाची गती एकदा तुमच्या अंगात भिनली, की आजूबाजूला तुम्हाला आदर्शवत् वाटणाऱ्या गोष्टींकडे दुर्लक्ष करण्याची कला, तुम्ही कधी शिकता ते तुम्हाला कळत नाही. ह्या कलेत तुम्ही कळत-नकळत पीएच.डी. मिळवलीत, की डी. लिट् लांब नाही. फक्त ह्या पदवीतला मधला पूर्णविराम वगळायचा. साहेबांचा 'डिलीट' हा शब्द आहे (DELETE) त्या अर्थाने काय काय वगळायचं ते तुम्ही ठरवा. आजारपणापायी व्यायाम करावासा वाटला नाही का व्यायाम न केल्यामुळे शरीर कमजोर राह्यलं, हा विचारही तुम्ही एकदा आळसाच्या रथावर स्थानापन्न झालात की करीत नाही.
मी तेच केलं.
ज्या ज्या चांगल्या गोष्टींसाठी आपणाकडून साधना होत नाही, त्या सगळ्यांची

मग खिल्ली उडवणं, हा आपला 'सेफ्टी व्हॉल्व्ह' होतो. अशी खिल्ली, टवाळी करत जो प्रवास आपण करतो त्या प्रवासाला फक्त लांबी असते. उंची नसते. ह्या मार्गावर मग मैलांचे दगडही नसतात. ह्या प्रवासात फक्त शंकाखोरांची गावं लागतात. तिथं अख्खं गाव सरकारी विश्रामधामांनीच भरलेलं असतं. इतरही प्रज्ञावंतांची शहरं लागतात. पण त्या शहरांच्या प्रवेशवेशीजवळ ज्याप्रमाणे 'आपलं स्वागत असो' असा फलक असतो, त्याचप्रमाणे गावाच्या सरहद्दीपाशी 'आभारी आहोत' अशी मानवंदनेचीही पाटी असते. त्या गावात मुक्काम न केल्याबद्दलचे ते आभार मानतात.

जे जे हुकलं त्याबद्दल खंत करण्यापलीकडे माझ्याजवळ काही उरलं नाही.

अशाच काहीशा मनःस्थितीत एकदा शशी मेहताच्या घरी गेलो.

परत आलो आणि त्याला लिहिलं.

४/३/१९७५

प्रिय शशी,

परवा तुझ्या घरी येऊन गेलो आणि फार फार अस्वस्थ झालो. आजपर्यंत मला तुझा एकाही बाबतीत हेवा वाटला नाही. तुझं मिठ्ठास बोलणं-वागणं, तुझा मित्रपरिवार, तुझी सौंदर्यदृष्टी, तुझी निरनिराळ्या क्षेत्रांतील वाटचाल, स्वतःच्या व्यवसायातली प्रगती, ज्ञान, त्या व्यवसायातली तुझी निःस्पृहता, साहित्य, संगीत, नाट्यादी सर्वच ललितकलांच्या बाबतीतली अभिरुची आणि अमाप लोकप्रियता...

ह्यांपैकी एकाही गोष्टीबद्दल मला तुझा हेवा वाटला नाही.

पण...

परवा तू घरात नसताना मी तुझ्या घरी आलो आणि थक्क झालो आणि नंतर अस्वस्थ.

तुझ्या घरातील प्रत्येक वस्तू जागच्या जागी होती. पुस्तकं, मासिकं, सैनिकासारखी रांग न मोडता बसली होती.

मनी-प्लँटची पानंही ठराविक अंगाने वाढत होती, लवली होती. कमल दरवाजांना पडदे लावीत होती. पडद्याला किती चुण्या, कुठे कुठे हेही तिला माहीत होतं.

न चुरगाळलेल्या चादरी, गालिचे आणि पंचेचाळीस अंशाचा कोन करून बसलेली स्वरसिद्धा (हार्मोनियमला मराठी शब्द).

मला हा असा दरारा निर्माण करता आला नाही. बाकी नीटनेटकेपणावर माझं तेवढंच प्रेम आहे. अर्थात त्यासाठी तू घरात जेवढा वाकतोस-राबतोस तेवढा

मी खपत नाही. तेव्हा फक्त कोरडी आवड असं माझं झालंय.
मी नवरेपणा वा बापपणा गाजवला नाही. प्रेम करूनच मुलांनी मला जे हवंय ते ओळखावं ही माझी अपेक्षा. अर्थात ह्या बाबतीत मला तुझा हेवा वाटतोय. ह्यावरून मी साफ हरलोय हे सांगायला नकोच.
मात्र ह्याबद्दल मी मुलांना लवमात्र दोष देणार नाही. मी जसा धाकही दाखवू शकलो नाही, त्याचप्रमाणे उदंड प्रेमही करू शकलो नसेन. Results मिळेपर्यंत माणसाने कार्यरत राहायला हवं.
पाठपुरावा करायची ताकद जोपासायला हवी आणि त्या दृष्टिकोनातून मी खूप खूप मागे वळून पाहतो तेव्हा मला अनेक गोष्टी जाणवतात.
दुःखाची तीव्र बोच माझ्या साहित्यात कुठे जाणवत नाही असा माझ्यावर टीकाकारांचा आरोप आहे. कथाकार म्हणून मी *average capacity* चा कलाकार आहे. हे तुझ्यासहीत अनेकांचं माझ्याबद्दल मत आहे हेही मला माहीत आहे. ह्याचं कारण काय आहे, ते मला माहीत आहे. सर्व शक्ती पणाला लावून 'इस पार या उस पार' असं म्हणत झोकून देणं हा माझा स्थायीभावच नाही. असेल त्याच्यात जमवून घेण्याचंच बाळकडू मिळालं. प्रखर दुःख वा अन्यायाची झळ आईवडिलांनी वरच्यावर झेलली. कमानीखालून जाताना आईवडिलांनी वाकायची पाळीदेखील येऊन दिली नाही. वडिलांना जगात वाईट काहीच दिसलं नाही, तसंच काहीसं माझं. आता ह्या वयात जेव्हा सर्वत्र अनाचार, अनागोंदी कारभार, भ्रष्टाचार ह्याचंच दर्शन होतं तेव्हाही दुःख होतं. पण 'असंच चालायचं' असं म्हणायची सवय झालेलं मन, ह्या दर्शनाविरुद्ध खवळून उठत नाही. कुठंतरी असामाधान, अपूर्णतेची जाणीव आणि त्याच वेळी तटस्थता, असं काहीतरी चमत्कारिक मिश्रण बनून गेलं आहे.
तटस्थ माणूस कलावंत होत नाही. उफाळून येणं हा कलावंताचा धर्म व्हायला हवा. ह्याउलट स्थैर्य आणि सुरक्षितता आणि सातत्य–ह्याच्यातच माझी शक्ती खर्च होत आहे. सातत्य हा निसर्गाचाच क्रम नाही हे माहीत असूनही मन त्यासाठी बेचैन असतं. सगळं ठीकठाकच असायला हवं असं म्हणणं. ते झालं नाही की मनस्ताप.
त्यात नोकरी अशा ऑफिसात की पूछो मत. तरीसुद्धा ही अशी नोकरी मी न सोडता वीस वर्षं करीत राह्यलो.
नाव, यश मिळत गेलं. तेही रिंगण अर्थातच किती लहान आहे, भ्रामक आहे ह्याची मला जाणीव आहे.
ही जाणीव मात्र कायम राहावी म्हणजे मी उद्दाम होणार नाही, एवढं नक्की.

तेव्हा आहे हे असं आहे. 'अ'ने 'ब'सारखं का होऊ नये असं विचारण्यात काही मतलब नाही.
'ब' बच राहणार आणि 'अ' 'अ.'
शशी शशीच.
वपु वपुच.
म्हणूनच तुझं, तुझ्या गैरहजेरीतही राहणारं नीटनेटकं घर पाहून खूप खूप प्रसन्न झालो आणि अस्वस्थही. गड्या, तुझ्या मैत्रीने आनंद दिला, शंकाच नाही.
परमेश्वराने मला खूप मित्र दिले, पण वेळ दिला नाही.
अनेक कला थोड्या थोड्या दिल्या आणि 'शिस्त' काढून घेतली.
खूप हौस दिली पण 'आरोग्य' काढून घेतलं.
केव्हा भेटणार?
तुझी शिस्त सांभाळणाऱ्या सर्वांना नमस्कार-आशीर्वाद.

तुझा,
वपु काळे

राजदत्तच्या छायाचित्रांवर आधारित असलेल्या पुस्तकाला मी प्रस्तावना लिहिली. पुस्तकाचं नाव होतं–'स्माइल प्लीज'. हे नाव राजदत्तला मीच सुचवल्याचं मला आठवतं. माझ्या प्रस्तावनेला मी 'Steady please' हे नाव दिलं. पण 'Steady' शब्दावर काट मारून 'Study' हा शब्द लिहिला. प्रकाशकांनी हे शब्द इंग्रजीत न छापता मराठीत छापून त्यातली गंमत घालवली.
राजदत्तचं पुस्तक प्रकाशित झालं आणि पुण्याहून डॉ. एम. जी. कानिटकरांचं पत्र आलं.

श्री. व. पु. काळे यांस,
सा. न. वि. वि.,
आज खूप विचार करून पत्रत आहे. नुकतेच एक 'मॅजेस्टिक' मार्फत प्रकाशचित्रकला या विषयावरचे (छायाचित्र हा शब्द चुकीचा)–एक कोणा एका धंदेवाईक राजदत्त यांचे पुस्तक वाचले. त्या पुस्तकाची प्रस्तावना आपली आहे म्हणून पहिल्यांदा वाचली आणि मनात आले की याबद्दल आपणास लिहावे. ते न लिहिणे म्हणजे या कलेच्या अपमानाला वा अपूर्णत्वाला (शब्दयोजना बरोबरच असेल असं नाही) पाठिंबा दिल्यासारखे

होईल.

सुदैवाने जवळजवळ पन्नास वर्षे ही कला मी हाताळली आहे. धंदेवाईक नसल्याने एकच विभाग (कलात्मक) थोडाफार शिकू शकलो व अजूनही अज्ञानी आहे हे ज्ञान झाले व त्याच चष्म्यातून हे पुस्तक वाचले. एका जन्मात ही कला, त्याचे प्रकार हे समजणे, शिकणे हे अशक्य आहे असे मला वाटते. अनेकांशी याबाबत मी बोललो आहे. बऱ्याच लोकांचे असे मत आहे. मलाही असे वाटले. पुस्तक लिहिणाऱ्याने हे ध्यानात धरूनच हे पुस्तक लिहिले असावे. प्रत्यक्षात पुस्तक विषय अपूर्ण असून मात्र त्याचा उल्लेख कुठेही नाही. पुस्तक लिहिणाऱ्याने, तसेच प्रस्तावना लिहिणाऱ्याने हे ध्यानात ठेवावे असे वाटते.

ज्ञानेश्वरीला ज्याने प्रस्तावना लिहावयाची त्याने चार आणे मालेच्या पुस्तकास लिहावी असे हे झाले आहे. ही कला ही भाषा आहे. भाषेपेक्षाही ती प्रभावी आहे. वळणदार अक्षरे, उत्तम छपाई म्हणजे उत्तम ग्रंथ नव्हे, तसेच व्यावसायिक प्रकाशचित्रे हा एक विभाग आहे, ती कला नव्हे. अक्षरे वाचून त्यातील अर्थ समजतोच असे नाही आणि म्हणून अनेक लोक लिहितात पण वपु ते वपुच. त्यांनी एकोपणा उत्पन्न केला आहे व तो आणखी कथाकथनात दिसतो. तो रडू आणतो, श्रोत्यांना स्वतःला विसरायला लावतो. नुकताच आपला 'कुत्रा' या विषयावर एक लेख वाचला. ज्याने हे पाहिले त्याला समजेलच, मी तर अर्धा तास खिन्न झालो. ही किमया वपुंची आहे. नुसत्या अक्षरांची नव्हे. म्हणून तुम्ही ही प्रस्तावना लिहावयास नको होती हे माझे स्पष्ट मत आहे. उद्धटपणाचा आरोप करू नये. अगदी अंतःकरणापासून मला वाटले ते लिहिले याबद्दल क्षमस्वच!

|| श्री ||

१४/७/१९८१

प्रिय रा. रा. कानिटकर ह्यांना,
सा. न. वि. वि.,
तुमच्या पत्राने मी गोंधळलो. व्यक्ती म्हणून तुमची एक प्रतिमा मी जपून ठेवली आहे. त्या प्रतिमेशी तुमचं पत्र मला काहीसं दिशाभूल करणारं वाटलं. 'स्माइल प्लीज' पुस्तकाबाबतचे तुमचे मतभेद मी समजू शकतो. ह्या प्रांतात तुम्ही एक मान्यवर कलाकार आहात. कलेच्या प्रांतातला प्रत्येक मतभेद मला आव्हानात्मक वाटतो. कलेच्या बाबतीत जितके जास्तीत जास्त दृष्टिकोन निर्माण होतील तेवढे कमीच ठरतील. कलेची वृद्धी अशीच होते.

व्यक्तिमत्त्व बाजूला ठेवून कलेचा विचार अशक्य. 'राजदत्त' हा जसा एक दृष्टिकोन, त्याचप्रमाणे 'कानिटकर' हाही दृष्टिकोनच.
एक कलाकार म्हणून मला राजदत्त जसे आवडतात तसेच कानिटकरही. म्हणूनच पुस्तकाद्वारे राजदत्त वाचकांशी काही संवाद साधू इच्छितात. तसाच संवाद कानिटकरांनी का साधू नये? असा विचार मनात आला.
एका जन्मात फोटोग्राफीच का कोणतीही कला समजणं अशक्यच आहे. शेवटच्या श्वासापर्यंत शोध संपत नाही. ह्याचा अर्थ, कलेच्या प्रांतात कुणी काही बोलू-लिहू नये काय?
राजदत्त ह्यांच्या पुस्तकात पुस्तक-विषय अपूर्ण आहे हा जसा तुमच्या म्हणण्याप्रमाणे उल्लेख नाही ह्याप्रमाणे पूर्णत्वाचाही त्यात दावा नाही. म्हणूनच, माझ्या मनात एक विचार आला, तो कळवतो. राजदत्त ह्यांचं पुस्तक वाचून तुमच्यातील जातिवंत कलावंत जागा झाला. कलावंताची चीड संपली की तो कलावंत म्हणून संपला. म्हणूनच मला वाटतं, तुम्ही 'स्माइल प्लीज' ह्या पुस्तकाचा कडकडून जाहीर परामर्ष घ्या. ह्या पुस्तकाच्या आणि त्याहीपेक्षा प्रकाशचित्रकलेच्या विषयावर इतर मान्यवरांचं जे म्हणणं आहे ते वाचकांसमोर येणं जरूरीचं आहे.
स्वत: राजदत्तही त्या लिखाणाचं स्वागत करतील. राजदत्त तेवढ्या खिलाडू वृत्तीचा माणूस नक्कीच आहे. हे विधान मी राजदत्तला १९६५ सालापासून ओळखतो आहे म्हणून करतो आहे. माझ्या प्रस्तावनेतही मी 'माणूस राजदत्त', ह्याबद्दलच लिहिलं आहे. फोटोग्राफीबद्दल त्यात एकही ओळ नाही. फक्त 'माणूस राजदत्त', 'राजदत्त ॲज अ मॅन, ॲज अ ह्युमन बीइंग' हा एकच हेतू. माणूस आणि माणुसकी ह्या बाबतीत तो फार मोठा आहे. म्हणूनच 'ज्ञानेश्वरी' आणि 'चार आणे माला' ही तुम्ही केलेली तुलना, माझ्याबद्दलच्या भावना पूर्णपणे दर्शवणारी असली तरी मी सुखावलो नाही. मी व्यथित झालो.
तुम्ही राजदत्तना प्रत्यक्ष भेटा. तुमचे मतभेद त्यांना सांगा. वादविवाद करा. मोकळेपणी भांडा. तांत्रिकदृष्टया पुस्तक कुठे कमी पडलं ते आवर्जून सांगा. तुमचा तो अधिकार आहे. राजदत्तही तो मान्य करतील. मुलाशी वागताना सख्खी आई जर चुका करू लागली तर तिची कानउघडणी करण्याचा अधिकार दुसऱ्या आईलाच उरतो, असतो. फोटोग्राफीवर तुमचं प्रेम असल्याशिवाय तुम्हाला संताप आलेला नाही. तेव्हा जरूर भांडा, पण कडवट होऊ नका. आकस ठेवू नका.
मला कस समजतो 'आकस' नाही आणि तुम्ही तसे नाहीत हेही मी जाणतो. तुमची नाराजी (जी मला स्वत:ला मुळीच पटली नाही, रुचली नाही) जशी

मला कळवलीत तशीच राजदत्तना कळवा. ते स्वागत करतील तुमच्या पत्राचं. तुम्ही माझ्या लेखनाचे चाहते आहात ही मी माझी श्रीमंती समजतो.
आशीर्वाद असू दे.
सर्वांना नमस्कार.

वपु

डॉ. कानिटकरांच्या पत्राला मी उत्तर पाठवलं. त्यांनी राजदत्तशी संपर्क साधला की नाही हे मला नंतर समजलं नाही. पण स्वतः कानिटकर किती मोठ्या मनाचे आहेत, ते एक वर्षाने समजलं.
वास्तविक राजदत्तचं पुस्तक, माझी प्रस्तावना आणि कानिटकरांशी झालेला पत्रव्यवहार ह्या सगळ्या गोष्टी इतिहासजमा झाल्या होत्या. कानिटकरांनी एक वर्षानंतर पत्र पाठवलं नसतं तर काय बिघडलं असतं?

अर्थात शुद्ध मनाच्या, सात्त्विक वृत्तीच्या माणसांना असले प्रश्न विचारण्यात अर्थ नसतो. ह्या माणसाची नुसती कलानिर्मितीच स्वान्तसुखाय असते असं नाही, तर एकूण सगळा जीवनपटच शुभ्र असतो. बहिरंगापेक्षा अंतरंग स्वच्छ ठेवण्यासाठी धडपडणारी आता किती माणसं उरली आहेत?

२६/८/१९८२

प्रिय व. पु.,
सा. न. वि. वि.,
मध्यंतरी काही दिवसांपूर्वी श्री. राजदत्त यांच्या पुस्तकाच्या संदर्भात तुमचा-माझा पत्रव्यवहार झाला होता. मी सर्वस्वी चुकल्याचे माझ्या लक्षात आले आहे. आपण क्षमा करावी.
परवा मी आपले 'गुलमोहर' वाचले. लक्षात आले, तुम्ही म्हणजे मधाचे मोहोळ आहात. काहींना मोहोळाच्या कप्प्यातील फक्त मेणच दिसते, पण प्रत्येक घरात मधाचा असलेला मधुर कण दिसत नाही. माझे तसेच झाले होते. आपण सर्व विसरून जावे.
मी खुल्लमखुल्ला असल्याने त्यावेळी वाटले ते लिहिले, आत्ताही लिहिले आहे.

आपला,
एम्. कानिटकर.

अनंत थत्ते हा शिपाईगडी आयुष्यात आला तो जयंत आणि सुषमा पटवर्धनमुळे. जयंत-सुषमा दोघंही डेंटिस्ट. अगोदर ह्या जोडीचा परिचय

झाला. त्यांच्या लाघवी स्वभावामुळे तो वाढला आणि त्यांच्याबरोबर एकदा देवळालीला मिलिटरी कँपमध्ये आम्ही एक वीकएण्ड साजरा केला.
नासिक-मुंबई टॅक्सी स्टँडजवळ, नासिकला आम्ही उतरलो. अनंता खास मिलिटरी जीप घेऊन न्यायला आला. अनंताने मनापासून शेकहँड केला. कृती साधी असते. नेहमीची असते. काही सेकंदांची असते. पण त्यातही संजीवनी आणता येते.
काही काही माणसं शेकहँडही भरभरून करीत नाही. आपल्या हाताला कुष्ठरोग झालाय की काय अशी क्षणभर आपल्याला शंका यावी इतकं ते हस्तांदोलन निर्जीव, सुतकी, कोरडं असतं. ह्याउलट सर्वांगाने आलिंगन दिल्याची उत्कटता निव्वळ हातात हात घेऊन प्रकट करता येते.
देवळालीचे दोन दिवस झपाटल्यासारखे संपले. पण त्याच वेळी राष्ट्रा-राष्ट्रात शांतता नांदावी ह्यासाठी मिलिटरीचं केवढं विराट विश्व निर्माण करावं लागतं, राबवावं लागतं, हे पाहून मन तितकंच घायाळ झालं. काही माणसांना जगायला मिळावं म्हणून देशोदेशीच्या काही माणसांनी दुसऱ्या माणसांचे जीव घ्यायचे वा स्वतःचे घालवायचे. जो देश जास्तीत जास्त संहार करण्यात यशस्वी होणार त्या देशातली इतर माणसं मागं उरणार. मरणाऱ्यांनी का मरायचं ह्याला उत्तर नाही.
त्यांच्यासाठी उत्तर नाही. त्यांच्यासाठी एक हुतात्मा स्मारक–संगमरवरी स्तंभाला पितळेच्या पट्ट्या. त्या पट्ट्यांवर जे हुतात्मा ठरले त्यांची नावं कोरलेली. कोऱ्या राह्यलेल्या जागेकडे बोट करीत अनंता म्हणाला,
"आमची नावं इथं कुठेतरी कोरली जातील."
त्याहीपेक्षा मन जास्त विषण्ण झालं ते मिलिटरी ऑफिसर्सचे क्वॉर्टर्स पाहून. हाऊसिंग बोर्डाने कुठंही बांधलेल्या इमारती आणि मिलिटरीच्या अधिकाऱ्यांचे बंगले ह्यात काहीही तफावत नव्हती. गीझर नीट चालत नव्हते. ठिकठिकाणच्या स्लॅब्ज गळत होत्या. सगळ्या देशातल्या नागरिकांची घरं आणि डोक्यावरची छपरं सुरक्षित राहावीत म्हणून प्राण देणाऱ्या सैनिकांनाही हा देश न गळणारी घरं देऊ शकत नाही?
चार मुर्दाड, समाजकंटक कंत्राटदारांना हे राज्यकर्ते विकले गेले आहेत का? पैसा खाण्याची कमाल मर्यादा इथवर जाऊन थांबावी?
जवानांनी आपले प्राण धोक्यात घालायचे ते ह्या असल्या निमकहराम कंत्राटदारांसाठी? ह्या देशासाठी त्यांना बलिदान तरी का करावंसं वाटावं? महापालिकेपासून मिलिटरीपर्यंत, कंत्राटदारांना सगळे सारखेच? युद्धच करायचं तर परकियांची हत्या का करायची? ते तर उघडउघड शत्रूच आहेत.

आपलाच देश गिळायला निघालेले आपलेच शत्रू गल्लोगल्ली वावरताहेत, गाड्या उडवताहेत, थाटामाटाचे समारंभ करताहेत, रोषणाई करताहेत, राज्यकर्त्यांना विकत घेताहेत. ह्यांना गोळ्या कुणी घालायच्या?
मी हाच उद्रेक बोलून दाखवला. अनंता मोठ्यांदा हसला. म्हणाला, "हिरवे कपडे घातले की हे प्रश्न विचारायचे नसतात. इतरांना आणि स्वत:लाही!"
निरोप घेऊन घरी आलो तरी एक दृश्य डोळ्यांसमोरून हलत नव्हतं.
गळणारे क्वॉर्टर्स आणि संगमरवरी हुतात्मा स्मारक!
त्याहीपेक्षा सभोवतालच्या पितळेच्या पट्ट्या!

प्रिय अनंता,
तू असं म्हणालास, ड्रायव्हर ज्या आत्मविश्वासाने जीप वेगाने फाटकापाशी आणतो आणि शेजारचा माणूस ज्या रुबाबात बसलेला असतो त्यावरूनच पहारेकरी हेरतो आणि सलाम करायला पाय जुळवतो, तत्परतेने फाटक उघडतो...
नासिक एस्. टी. स्टँडवर तू ज्या तऱ्हेने हसलास, हस्तांदोलन केलंस, त्यावरून मी पण ओळखलं, तुझं गोत्र अत्रि!
कथाकथनाच्या निमित्ताने मी गेली वीस वर्षं भ्रमंती करीत आहे. शंभराच्या वर घरांतून मी पाहुणा म्हणून वावरत आलो. प्रत्येक प्रवासाच्या प्रारंभी आपल्याला 'स्थळ' कसं मिळेल ह्याची चिंता करीत पाहुण्याची भूमिका सांभाळीत आलो. तशीच चिंता ह्याही वेळेला होती. ती पहिल्या नजरेत, पहिल्या हसण्यात, पहिल्या शेकहँडमध्येच नाहीशी झाली.
फटाफट् फाटकं उघडली जातात, मनाची कवाडं खुली होतात ती पहिल्याच भेटीत. 'कवाडं उघडायची नाहीत' हेही पहिल्याच भेटीत समजतं.
तुम्ही दिलखुलास स्वागत केलंत. परकेपणाचा लवलेश तिथं नव्हता. एका वेगळ्या जगाची तोंडओळख का होईना, ती तुझ्यामुळे झाली. कल्पनेच्या जगाच्या पलीकडे एक केवढी प्रचंड उलाढाल असते ह्याची आमच्या जगाला दखलही नाही. तू ज्या विश्वात वावरत आहेस त्या जगाने मी जसा सुखावलो त्याच्या कितीतरी पट अस्वस्थ झालो.
सुखावलो कशाने? तर सबंध मिलिटरी वसाहतीचं ले-आऊट पाहून. प्रचंड प्रमाणात मोकळी जागा पाहून, भरपूर झाडं पाहून. तुम्ही त्यात आणखीन वृक्षराई वाढवत आहात ते पाहून. एकही झोपडी नसलेला परिसर पाहून आणि हे सर्व बघत असताना तुझ्यासारखा एक रसिला, उमदा माणूस बरोबर आहे ह्याचा आनंद जास्त होता. एखादा चित्रपट, नाटक, सौंदर्यस्थळ

बघण्यातला मोठा आनंद कशात? आपण ते सगळं कुणाबरोबर बघतो ह्याला फार महत्त्व आहे नि त्यातच सगळा आनंद आहे. तो आनंद तुझ्यामुळे शतपटीने वाढला. तुला सगळं सांगावंसं वाटत होतं आणि तुझ्याजवळ सांगण्याचा ढंगही होता.

हिरवा रंग हा आमच्या 'कलर थिअरी'प्रमाणे 'कूल कलर'. हा रंग टवटवीत, गार, सुखद.

मिलिटरीचा गणवेष पण हिरव्या रंगाचा. तरीही एक भीती. मिलिटरीतला माणूस 'हिरवा' राहील की 'हिरवट' होईल?

रणांगणावर सैनिकाला हिरवट व्हायलाच हवं आणि रणांगणाव्यतिरिक्त टवटवीत हिरवं व्हायला हवं. ह्या सर्व घडामोडीत मूळचा माणूस जसा असतो त्या रंगाचा तो राहतो का? त्याचा तो उरतो का?

तुझ्या व्यवसायातील माणसं खूप एकटी, एकाकी पडत असतील.

दिलखुलास बोलतानाही व्यवसायातील शिस्त तुम्हाला तोंडी हिशेब घालून छळत असेल.

काही ना काही शिस्त माणसाला हवीच. त्या शिस्तीचा आमच्याजवळ संपूर्ण अभाव. म्हणूनच तुझ्या सहवासात वावरत असताना, आपलंही कुणीतरी सूक्ष्म निरीक्षण करीत आहे ह्याची मनात जाणीव होती. तुम्हा मंडळींच्या सहवासात असताना आयुष्यातील एका महत्त्वाच्या घटकापासून, म्हणजेच शिस्तीपासून आपण किती अंतरावर आहोत ह्याचं आकलन होऊन अपराधी वाटत होतं. शिस्त हा काटेरी मार्ग नसून ती सौंदर्याची आखलेली पायवाट आहे. मिलिटरी वसाहतीमधील रस्ते सुंदर का? बांधकाम भिकार असूनही आकर्षक का?...तर त्या सगळ्याला एक शिस्त आहे, संकेत आहे.

सरसकट पहारेकऱ्यांचे कडक सॅल्यूट लोभस का वाटले? तर तिथंही शिस्त आहे.

म्हणूनच, कडकडीत पोशाखातील शिस्तबद्ध सेनेकडून लोंबणाऱ्या, बेंगरूळ धोतरातले मंत्री जेव्हा मानवंदना घेतात तेव्हा मला सैनिकांची दया वाटते. मंत्र्यांची कीव येते.

युद्ध फक्त परकियांशीच नसतं खेळायचं. पहिलं युद्ध खरं स्वत:मध्ये लपलेल्या शत्रूशीच खेळायला हवं. पण त्याला प्रचंड धैर्य लागतं. त्यापेक्षा ओळखच नसलेल्या समोरच्या निष्पाप सैनिकाला, चार स्वार्थी राजकारण्यांसाठी मारणं फार सोपं!

मी जसा सुखावलो तसाच जो अस्वस्थ झालो ते ह्याच विचाराने! करोडो रुपयांची शस्त्रास्त्रं जमवायची ती क्षणभंगुर आयुष्य घेऊन आलेल्या माणसाला

मारण्यासाठी.

तुझा निरोप घेऊन तेव्हा टॅक्सीत बसलो तेव्हा परमेश्वराची प्रार्थना केली की, हुतात्मा स्मारकाला ज्या पितळेच्या पट्ट्या बसवल्या आहेत, त्या पितळी पट्ट्या सगळ्याच राष्ट्रांच्या कायम कोऱ्या ठेव. त्याच्यावर आता एकही नाव नको. देशोदेशीचे 'अनंत' सैनिक, अनंत काळ हिरवे टवटवीत राहू देत. माझ्यासारख्या अनेकांना हे अनंत हवे आहेत. कवाडं उघडण्यासाठी!

'प्लेझर बॉक्स'च्या निर्मितीत एक गोष्ट कटाक्षाने टाळायचा प्रयत्न केला आहे. निव्वळ खुषामत करणारी पत्रं किंवा संपूर्ण पत्रातला खुषामत वा बेदम कौतुक करणारा मजकूर प्रकाशित होऊन द्यायचा नाही. ही खुषीपत्रांची पोतडी नाही. हा एक संवाद आहे. आनंदाची देवाणघेवाण आहे. संवादाच्या, गप्पागोष्टींच्या ओघात आपण एकमेकांबद्दल जेवढं चांगलं बोलतो तेवढं स्तुतिपर बोलता येणं अपरिहार्य आहे. हा पत्रव्यवहार मुळातच आवडनावड कळवण्यासाठीच निर्माण झाला आहे. तरीसुद्धा वाचकांची पत्रं काटछाट करूनच प्रकाशित केली आहेत. वाचकांच्या संकोचून टाकणाऱ्या स्तुतीने, त्यांचा भाव कळतो पण संवाद पुढे सरकत नाही. ज्या पत्रांनी आणखीन बोलायला लावलं त्याच पत्रांना अग्रक्रम मिळणं अपरिहार्य होतं.
ही मर्यादा सांभाळूनही काही पत्रांनी मला कुपथ्यं करायला लावली.
त्यातलीच ही श्रीकांतची पत्रं. महाडहून आलेली.
दरवर्षी एक पत्र तेही पंचवीस मार्चच्या अल्याड-पल्याड. श्रीकांतची तीनही पत्रं मी शक्यतो तशीच छापायचं ठरवलं. त्यात भलावणीबरोबर संवाद होता, म्हणून!

प्रिय वपु,
सा. न. वि. वि.,
ज्या नावाने तुम्ही 'आपले' वाटता त्या नावाने सुरुवात केली. स्वतःबद्दल तुम्हीसुद्धा 'वपु' असाच उल्लेख करता. थोडक्यात नावात काय आहे?—असं म्हणून सोडून देत नाही. २५ मार्च तुमचा वाढदिवस! तुम्ही पन्नास वर्षांचे होणार! तुम्ही आमच्यासारख्यांच्या आयुष्यात आनंदाचा मळा लावून दिला, निराशेच्या-अस्वस्थतेच्या वेळी शब्दांच्या संगतीत भान आणि निराशा हरपायला लावली. अगदी अहंकारल्या वेळीही माणसाकडे माणूस म्हणून पाहायला शिकवलं. आपल्या खुमासदार शैलीतून कथाकथन करता करता 'आयुष्याचा असाही विचार करता येतो तर!'—अशा अचंब्यात आम्हाला

पाडून खूष केलंत. आज आपल्या वाढदिवशी, तुम्हाला म्हणजे आमच्या आवडत्या कलावंताला, शुभेच्छा देण्यासाठी ही धडपड.

आपल्याला दीर्घायुरारोग्य लाभो. आपल्या कथाकथनाचे हजार प्रयोग होऊन गेलेच आहेत, त्यावर 'आणखी एक पूज्य'पर्यंत संख्या वाढो.

अस्वस्थतेतूनच जर विलक्षण ताकदीचे शब्द बाहेर पडत असतील, त्याच्याच कथा होत असतील तर तुम्हाला भरपूर अस्वस्थतेचा सहवास घडो. (आमच्या फायद्यासाठी) आणि पुण्याच्या समारंभात पेटीवर तुम्ही जे गाणं वाजवलंत 'जीवनात ही घडी अशीच राहू दे'—ती घडी चिरंतन अशीच राहो, हीच आज ईश्वरचरणी प्रार्थना!

तुम्ही स्टेजवर असताना खूप वेळा पाहण्याचा योग आला. महाडला श्री. अनिल मेहतांकडे तुम्ही उतरला असताना, दोन-तीन तास तुमच्या सहवासात राहण्याचा योग आला. दुरून डोंगर साजरे असा कलावंतांबद्दल समज असतो. परंतु तुमच्या सहवासात असं वाटलं की, कलावंत जवळून अधिक साजरे असू शकतात. गप्पागोष्टींमध्ये लक्षात आलं की, आपल्याला अहंकाराचा जरासुद्धा स्पर्श झालेला नाही. अहंकाराचा वाराच काय पण साधी झुळूकसुद्धा जाणवलेली नाही. आमच्यामधील एक होऊन तुम्ही बऱ्याच गोष्टी सांगितल्या. ज्या गोष्टी आम्ही विचारल्या, त्या सर्वांची उत्तरं तुम्ही मन:पूर्वक दिलीत.

आपणासारखी मंडळी जरूर म्हणून, गरज म्हणून इतरांच्या आयुष्यात डोकावतात—काही 'जर्म' मिळतो का पाहायला. परंतु आमच्यासारखी मंडळी तुम्हा कलावंतांच्या आयुष्यात डोकावतात—कुतूहल म्हणून. लेखकांबद्दल एक प्रचंड आकर्षण सर्वसामान्य माणसांना असतं. म्हणून तुमची भेट महत्त्वाची वाटली. 'रंगपंचमी'बद्दल बोललात, त्यात न आलेल्या माणसांबद्दलही बोललात. वपु, त्यानंतर खरंच खूप खूप बरं वाटलं! 'म्हणजे एकंदरीत लेखक शिष्ट असतातच असं नव्हे तर!' ह्या विचाराने. तर अशी 'ती' रात्र अचानक आयुष्यात मोहोरून आली. लाख चांदण्या आजूबाजूला फुलून याव्यात तशी फुलून आली व आता ती रात्र 'ओनरशिप'ची होऊन गेली. आज थोडंसं अधिक लिहावं असं वाटतं. आमचा आपल्यावर जो लोभ आहे, तो का? आपण उत्तम कथाकथन करता म्हणून? आपल्या कलाटणी देणाऱ्या कथांतील संवाद चटकदार असतात, चतुर असतात म्हणून? अतिशय लहानसहान बारकावे चाणाक्षपणे तुम्ही हेरलेले असतात म्हणून? ही कारणे आहेतच, परंतु मूळ कारण म्हणजे तुमच्या कथांमध्ये गोष्ट तर असतेच, (काहीजण गोष्ट नसलेल्या कथा मोठ्या मानतात. शंकरपाळ्यांत

तरी शंकर कुठे असतो?) पण त्या माणसांबद्दल असतात. त्याला दिलासा देणाऱ्या असतात. आपला एखादा प्रश्न त्यातून सुटू शकेल अशा वाटणाऱ्याही असू शकतात. *Attitudes are important than facts.* हे जर खरं असेल–व ते खरं असावं, कारण आपली सर्व दुःखं ही स्वनिर्मित म्हणजे इतरांशी केलेल्या तुलनेतूनच निर्माण होतात असं कधीकधी वाटतं तर तुमच्या कथा अशी *Attitude* देतात, त्यामुळे जीवन सुसह्यच नव्हे तर समृद्धसुद्धा व्हावं. या दृष्टीने 'रंगपंचमी'तले तुमचे रेंगाळलेले क्षण, 'घर हरविलेली माणसं'मधील गोष्टी व विशेषत: त्याची प्रस्तावना–त्यात तुम्ही सांगितलेले शब्दांचे सामर्थ्य, 'पार्टनर'सारखी कादंबरी यांसारख्या पुस्तकांची नावं सहज समोर येतात. 'भदे', 'जे.पी.'सारख्या गोष्टी ऐकताना खळखळून हसणारे लोक पाहिले की फार बरं वाटतं. हसण्यामुळे मन साफ राहत असावं. निर्मळ हसण्यात मिळणारा आनंद हा नेहमीच निर्भेळ असतो. असा आनंद आपण नेहमीच दिलात. त्याबद्दल आज तुमच्या वाढदिवशी कृतज्ञता व्यक्त करतो.

(कधीकधी तुम्ही जी फिलॉसॉफी सांगता 'यशस्वी हो म्हणा' या गोष्टीतली...बाकी सर्व कारकुनी किंवा 'लेटमार्क' संबंधात पतंग हाच प्राण असतो. हे सर्व आकर्षक आहे. चटकन् 'ऑन द फेस' दाद द्यावी असं आहे. परंतु मला एक-दोन हुशार मुलं माहीत आहेत, अठरा-वीस वर्षांची, ज्यांनी तुमची कारकुनीची फिलॉसॉफी फारच मनावर घेतली व त्याचा त्यांच्या अभ्यासावर परिणाम काय झाला किंवा काय कोण जाणे! कारण सुचणं महत्त्वाचं, बाकी सारी कारकुनी. तुम्हाला पटतं का बघा? श्री. राजा राजवाड्यांचा 'सोबत'मधील तुमच्यावरचा लेख आवडला. तुमच्या घरगुती वागणुकीचं जे वर्णन त्यांनी केलं आहे ते आमच्या अपेक्षेपेक्षा किती तरी सरस आहे.)

माझा पुण्याचा एक मित्र श्री. सुरेश पर्वते हा एका पायाने अधू आहे. अपघातात पाय गमावला. त्यानेही तुमच्याबद्दल एक गोष्ट सांगितली. व्ही.टी.समोर तो टॅक्सीत बसलेला असताना, समोरच्या फूटपाथवर त्याने तुम्हाला बघितलं आणि टॅक्सी ड्रायव्हरला त्याचा निरोप, म्हणजे त्याला वाटणारी कृतज्ञता, तुमच्यापर्यंत पोहोचवायला सांगितली. तुम्ही टॅक्सीपर्यंत आलात, सहजपणे चहाचा आग्रह केलात. कारण तोपर्यंत पाय नसल्याची तुम्हाला कल्पना नव्हती. परंतु तुमच्या ते लक्षात येताच तुम्ही तेथेच चहा मागविलात, ही गोष्ट मनात कुठेतरी खोलवर रूतून बसली आहे. आयुष्यातल्या शिशिरात जेव्हा पानगळ सुरू होते तेव्हा तुमच्या सारख्यांचे

शब्द व अशी वागणूक यांनीच खरा धीर मिळत असावा. मग लक्षात आलं की गोष्टींतले वपु व गोष्टीबाहेरचे वपु हे सहृदय माणूसच आहेत–कथेतल्या असंख्य लोकांसारखे!
एकच प्रश्न विचारतो. रोजच्या आयुष्यातले अनुभव घेताना किंवा आयुष्य जगताना तुम्ही प्रत्येक गोष्टीकडे लेखक म्हणून (भांडवल म्हणून?) की वपु काळे म्हणून–एक माणूस म्हणून बघता?

आपला,
श्रीकांत

प्रिय श्रीकांत,
महाड गावातल्या चवदार तळ्याचा गुण तुमच्या पत्रातील वाक्यावाक्यांतून उतरल्याचं जाणवलं. परिचयाच्या वा अपरिचयाच्या, जिथं जिथं वेव्हलेंग्थ जमते, त्या सर्वांसाठी मी नुसता 'वपु' आहे. तेव्हा 'मायना' योग्य लिहिलात. मला 'अस्वस्थते'चा भरपूर सहवास लाभो ही तुमची 'सदिच्छा' आवडली. ही खरी सदिच्छा.
श्री, खरं सांगू? मी अस्वस्थच आहे. कायम.
आणि अस्वस्थतेची ही बालपणापासूनची गट्टी मरेपर्यंत तशीच राहणार. इतकंच नव्हे, तर जीवनाची अखेर ह्या अस्वस्थतेपायीच होणार. ह्याचं एकमेव कारण–आयुष्यात पावलोपावली होणारे अपेक्षाभंग! माणूस माणसाला अद्यापि समजून घेण्याचा प्रयत्न करीत नाही. अगदी किरकोळ घटनांनी वा एखाद्या निसटत्या वाक्याने त्याचं मूल्यमापन करायचा खटाटोप करतात. साध्या साध्या प्रसंगांना, आपल्या ध्यानीमनी नसलेले हेतू चिकटवतात. शब्दांचा विनियोग फक्त इतरांना दुखवण्यासाठी करतात.
खंजीर धारदार कबूल परंतु तो तर केवळ निमित्त असतो. खंजीर पेलणारा हात मात्र न बुजणारी जखम करतो.
ह्या प्रकारचं माझ्याभोवतीचं चित्र अद्यापि बदलत नाही. शब्द वा संवाद ह्यांच्या माध्यमातून सोडवता येणार नाही, अशी समस्या अस्तित्वातच असू शकत नाही, ह्या सिद्धान्ताचा मी कट्टर पुरस्कर्ता. पण तरीही, तो प्रयोग पंचवीस वर्षं करता-करताही फसलेला एक माणूस.
मित्रा, गर्व कशाचा करू?
वैयक्तिक जीवनातले हे असले अटळ पराभव तुमचे पाय सतत जमिनीवर ठेवतात.
आणि त्याच वेळी 'जगात चांगल्या माणसांची संख्या जास्त आहे' ह्या

आपल्याच सिद्धांताचा आपल्याला गर्वही करायला शिकवतात.
ह्याच आंदोलनात आणि भुलभुलैय्यात जो कायम सापडला आहे तो 'वपु.' तो एकटा असला तरी असाच असतो. मैफलीत असला तरीही असाच असतो. मैफलीत मी प्रत्येक क्षणी लेखक असतो का? हा प्रश्न नेहमीच मला विचारला जातो.
मला वाटतं, मी तिथे फक्त असतो. समोरचा माणूस कधीकधी लख्ख आरशासारखा दिसतो आणि स्वत:चीच रूपं त्यात दिसतात. तर कधीकधी समोरचा माणूस टीपकागदासारखा होतो, मला शोषून घेतो. 'मी कोण आहे' हा विचारही मागं उरणार नाही इतकं, धुक्यासारखं विरळ विरळ व्हावं, कापसाची म्हातारी होऊन जास्त तरल तरल बनावं, बोलणारा वेगळा–ऐकणारा वेगळा ह्याच्या पल्याड जावं, असं म्हणत म्हणत मी माणसांना सामोरा जातो. पण 'हा लेखक बरं का?'–हे जर मैफलीच्या डोक्यात कायम राह्यलं तर?
'मी लेखक आहे' हे समोरचा विसरत नाही, त्याचं शल्य.
जास्त काय? पुन्हा भेटायला हवं.

तुमचा,
वपु काळे

पान उलटल्यावरही, दुसऱ्यांदा भेट होऊ शकते. नाही का?
म्हणून ही पुनर्भेट.
तुम्ही म्हणता, मला अहंकार नाही.
अहंकार कशाचा धरू?
चार सुसंगत वाक्यं लिहिता येतात त्याचा? ह्यात मग फार काही मिरवावं असं नाही. विचारांचं ते केवळ यांत्रिक प्रकटीकरण आहे. तुम्ही लिहीत नाही, तो लिहितो, इतकाच फरक.
हे लेखनही चिरकाल टिकण्याइतकं दीर्घायू नाही. प्रत्येक जरी नसला तरी बहुतांशी लेखक समकालीनांसाठीच लिहितात.
मी त्यापैकी एक.
माझ्याच हयातीत लोक मला विसरलेले मला बघायला मिळणार आहेत.
हे मी निराशेने नव्हे तर जाणिवेने म्हणतोय.
मित्रा,
इतकं हे सगळं वरवरचं आहे.
तरीही,
एक विचार मी जाणिवेने जतन केलाय.

पारिजातकाचं आयुष्य लाभलं तरी चालेल, पण लयलूट करायची ती सुगंधाचीच.
अर्थात सातत्याने हा प्रयत्न चालतो.
कधी साधतो, कधी फसतो.
मैफल रंगवणं हे माझ्या हातात नाही.
समोरच्या माणसाच्या रेडिओवर ते स्टेशन हवं.
महाडच्या मैफलीत तुम्ही एकाग्रतेने ते स्टेशन लावून बसलात. मग प्रत्येक क्षण चिरंजीव का होणार नाही?

वपु

२४ मार्च १९८३

प्रिय वपु,
सा. न. वि. वि.,
बरोब्बर एक वर्षापूर्वी तुम्हाला पत्र पाठवलं होतं. पन्नासाव्या वाढदिवसानिमित्त! पत्राचं उत्तर तुम्ही पाठविलंत. आता १९८३ मधल्या पंचवीस मार्चला तुमचा एक्कावन्नावा वाढदिवस. आज आता पत्र लिहायला हरकत नाही असं वाटतं.
वपु, तुमचं पत्र आलं ते बरोबर सुगंधाची लकेर घेऊन आलं. आम्ही घरातील सर्वजण किती खुषीत होतो त्या दिवशी, त्यापुढेही! ग्रीष्म ऋतूच्या तापदायक संगतीत तुमच्या पत्रांनी आम्हा सर्वांना गुलाबपाण्यात न्हाऊ घातलं. तुमचं प्रेक्षणीय पत्र पाहिल्यापासून लगेच उत्तर लिहावं अशी ऊर्मी होत होती. पत्र फोडायच्या आधीपासून तुमची वृत्ती कळत होती. पुन:पुन्हा पटत होतं की प्रकाशातले 'वपु' व झोताबाहेरचे 'वपु' एकच आहेत. पोस्टाचा शिक्का इतका बटबटीत असतो हेही तुमच्याच पत्रावरून प्रथम लक्षात आलं. वाटलं इतक्या सुंदर पाकिटावर मारायचाच असला तर किती सुंदर शिक्का हवा खरं तर! तिकिटंच फुकट घालवायची तर आणखी किती तरी पद्धतीने–बऱ्या पद्धतीने घालविता येतील, असं सहज वाटून गेलं. 'जागून ज्याची वाट पाहिली, ते सुख आले दारी' या पाडगावकरांच्या ओळींचा अर्थ तुमचं पत्र वाचल्यावर लक्षात आला. फार दिवस कुठेतरी हरविलेलं आणि शोधत असलेलं सुख १० एप्रिल १९८२ ला मिळालं. 'पारिजातकाचं आयुष्य लाभलं तरी चालेल, पण लयलूट करायची ती सुगंधाची!'–या वाक्यापर्यंत भरभर आलो आणि भरल्या मनाने आनंदाश्रूचा थेंब बाहेर ढकलून दिला.

तुमच्या पत्राच्या जातीवरून तुम्ही सुगंधाची लयलूट करत आहात हे चटकन् लक्षात आलं. मित्रमंडळींत सगळीकडे तुमचं पत्र फिरवून तुम्ही मला दिलेलं समाधान इतर मंडळींपर्यंत पोहोचविलं. सर्वांना तेच सुख लाभलं. त्यांनी कौतुक केलं अन् बरं वाटलं.

वपु, पत्रलेखन हा तुमचा छंद आहे. त्यामागची तुमची स्वत:ची काही फिलॉसॉफी असेल ना? काय आहे ती? वेगवेगळ्या तऱ्हेची कव्हर्स, कार्ड्स तुम्ही वापरता. सुंदर अक्षरात आणि विशेषत: मनापासून लिहिता. त्यात वेळही बराच जात असेल. मग अशा छंदातून तुम्हाला काय मिळतं?

मनाचे पापुद्रे सोलत कथा रंगवायची की, दगड किंवा संगमरवर छिन्नून त्यातून नेटकी मूर्ती उभी करायची, व्यक्ती साकारायची याचं स्वातंत्र्य कथाकाराने घ्यावं. तुमची पद्धत दुसऱ्या प्रकारची आहे. तुमच्या कथेतील माणसं वृत्ती घेऊन अवतरतात व त्या वृत्ती कमालीच्या जपत जपत आयुष्य जगतात. कॅसेटवर 'जेके'ची भेट झाली आणि हे सारं मनात आलं.

'जेके'च्या रूपाने आणखी एक अफलातून असामी भेटली. (का कुणास ठाऊक मला नेहमी वाटतं की 'जेके'मध्ये कुठे तरी 'वपु' लपलेले आहेत.) हसता हसता डोळ्यांच्या कडा ओल्या करण्याचं सामर्थ्य असलेली ही कथा आहे. 'जेके' व्यक्तिचित्र नाही तर वृत्तिचित्र आहे. नाहीतरी तुम्ही व्यक्तीच्या background वर वृत्तिचित्रंच रेखाटता असं वाटतं.

इतकं आणि असं लिहिता लिहिता पत्राचं मुख्य प्रयोजन राहून गेलं. २५ तारखेला तुमचा वाढदिवस! आजपर्यंत तुम्ही सतत देत आलात. आमच्यासारख्यांना हसवत, खुलवत आलात. यापुढे अखंडपणे, असंख्य वर्षं देण्यासाठी परमेश्वर तुम्हाला दीर्घायुरारोग्य देवो. तुमच्यातल्या पारिजातकाला उदंड आयुष्य लाभो आणि सुगंधाची अखंड बरसात होत राहो. 'सदा रहत सावन ऋतु हमपर' या वृत्तीने तुम्ही जगता. ती वृत्ती अखंडपणे तुमची साथ करो अशीही ईश्वरचरणी प्रार्थना करतो.

नेहमीच असे विचार मनात येतात. पण आज वाढदिवस म्हणून जरा मोठ्याने उच्चार करायचा इतकंच!

तुमचा
श्रीकांत

प्रिय श्रीकांत,

पोस्टाच्या शिक्क्याचा बटबटीतपणा...

तुम्ही अशा किती गोष्टींचा निर्देश कराल? थकून झालं की, सांगा. आम्ही

प्रथम जर काही करत असू तर तो सौंदर्याचा विध्वंस. स्वातंत्र्य मिळाल्यापासून अनेक सुंदर मनं आम्ही अक्षरशः पायदळी तुडवली. किंबहुना, हेच करण्याचं स्वातंत्र्य आम्ही मिळवलं.

सुंदर सुंदर रंगवलेल्या इमारतींवर आम्ही निवडणुकांची आणि खोट्या आश्वासनांची पत्रकं चिकटवली. बहरलेल्या उद्यानातून आम्ही 'दो या तीन–बस'ची स्त्री-पुरुष मिलनाची धिंड काढली जाणारी पोस्टर्स लावली. एस. टी. स्टँडपासून एअरपोर्टपर्यंत आम्ही तंबाखूच्या पिचकाऱ्या टाकल्या. रेल्वेच्या डब्यातले पंखे आम्ही चोरतो, गाद्या फाडतो, वाहणारे नळ बंद करायची आमची जबाबदारी नाही. आम्ही बसेस् जाळतो, मिल्क बूथसची होळी करतो. आम्ही कोण आहोत? जनावरं? छे!

आम्ही पूर्णत्वाने जनावरं झालो तर चांगलं होईल. जनावरं वाजवीपेक्षा जास्त खात नाहीत. जनावरं बलात्कार करीत नाहीत. जनावरं सज्जनांची राजरोस हत्या करून 'दयेचा अर्ज' करीत नाहीत.

हे सर्व मी थांबवू शकत नाही आणि मला सानेगुरुजींइतकं हळवं पण होता येत नाही. मग मी माझ्यापुरतं आणि माझ्यावर जीव टाकणाऱ्या मित्रांपुरतं एक छोटंसं विश्व निर्माण करू शकतो का?

थोड्याफार प्रमाणात होय! परमेश्वराने थोडी प्रतिभा दिली. हळूहळू ऐपत दिली. हस्ताक्षर सुधारण्यासाठी पैसा लागत नाही. पण चांगले कागद घ्यायला पैसे लागतात. मग कागदांचा शोध. लिहिताना स्वतःला आनंद व्हावा आणि वाचणाऱ्यावर आपल्या आनंदाचा अभिषेक व्हावा, ह्या इच्छेपोटी हे सगळं. हे सर्व साधायचं म्हणजे पैसा हवा. वेळ हवा. एनर्जी हवी.

आज ह्या गोष्टी परमेश्वर कृपेने आहेत. सेवानिवृत्त होईन तेव्हाचा विचार केलेला नाही. पुढच्या पिढीला हीच लागण झालेली आहे, तेव्हा मुलगा मला काही कमी पडू देणार नाही. ह्या सर्व माध्यमांतून मी 'त्या' शक्तीची पूजा बांधत असतो. ह्या पलीकडची परमेश्वरभक्ती मी मानत नाही. पत्र पाहून तुम्हाला बरं वाटणं, इथं माझी पूजा पोहोचली.

आजवर ह्याच प्रयत्नासाठी धडपडलो. कुठंतरी साक्षात्कार घडतो. अनेक ठिकाणी ठेचा बसतात. शल्य कशाचं? तर बोटं बोथट होत नाहीत, ह्याचं. प्रत्येक वेदना, संवेदना ठेच लागताक्षणी मेंदूपर्यंत पोहोचायलाच हवी का? झिणझिण्या येतात हेच जिवंतपणाचं लक्षण मानायचं का? मग ठेचा लागू देत आणि श्रीकांत, ठेचांना काय तोटा? वाण फुंकर घालणाऱ्यांची. मग कुठंतरी वाटतं, फुंकर घालणाऱ्याची भूमिका आपण

का नाही करायची? त्यासाठी प्रयत्न, सौंदर्यदृष्टीची जोपासना तेवढ्याचसाठी. साठी उलटलेले एक गृहस्थ. जात भंडारी, शिक्षण चौथीपर्यंत. लहानपणी अनवाणी राह्यलेले. आज दाराशी तीन मोटारी. पण प्रत्येक वेळी मोटारीत बसण्यापूर्वी पायांतल्या चपला काढतात. तापलेल्या रस्त्यावर अनवाणी थांबतात. दोन-चार सेकंदच, पण थांबतात. मग गाडीत बसतात. हा वेडेपणा आहे का? असेल. मी म्हणतो, हे मातीशी नातं टिकवणं आहे. यथाशक्ती, हीच माझी धडपड. ह्याला फिलॉसॉफी म्हणता येईल का? हे मला माहीत नाही. मी ह्या सर्व धडपडीत रममाण होतो, तितकाच जखमीही.

सर्वांना प्रेम-प्रेमपूर्वक स्मृती.

तुमचा,
वपु

२३ मार्च १९८४

प्रिय वपु,

सा. न. वि. वि.,

पंचवीस मार्चला तुमचा वाढदिवस! बावन्नावा. तेव्हा आज आता पुन्हा एकदा पत्र लिहितो.

गेल्या वर्षी तुम्ही पाठवलेलं उत्तर दोन मे रोजी, गावाला निघायला काही मिनिटं असताना मिळालं. उकाडा व एस. टी.चा प्रवास याचा नूरच त्या पत्रानी बदलून गेला. तुमचं पत्र नेहमीप्रमाणे सुंदर होतं.

This letter comes to you with all my love.

छापणाऱ्यांनी छापलं होतं, परंतु वापरणाऱ्याने खरोखर त्यावर सुंदर शब्दांत, सुंदर अक्षरात, कोमल भावनांची आणि नेटक्या भाष्यांची पखरण घातली होती. प्राजक्ताच्या फुलांसारखी भावना, प्रतिक्रिया पोहोचविण्याचं काम त्या शब्दांनी अतिशय मार्मिकपणे केलं म्हणून कौतुक–म्हणजे, आधीच असणाऱ्या कौतुकात भर!

'लिहिताना स्वत:ला आनंद व्हावा आणि वाचणाऱ्यावर आपल्या आनंदाचा अभिषेक व्हावा. ह्या इच्छेपोटी हे सगळं...'

तुमच्या आनंदाचा अभिषेक असा ठिकठिकाणी कितीजणांवर झाला. तुमची पूजा अशी पोहोचली.

कुठे...कुठे...दूरवर!

माणसाची एक मोठी मजा आहे. त्याच्या मनात एक झाड असतं. वनस्पतीशास्त्राचे कुठेलही नियम न पाळता ते वाढत असतं. निसर्गात त्या त्या झाडाला तीच ती फुलं, फळं येतात. मनातलं झाड मात्र असं बहरतं की, त्याच्यावर असंख्य प्रकारची, वेगवेगळ्या रंगांची, किती किती पाकळ्यांची फुलं येतात. एक्झोआचं फूल जसं गुच्छासारखं दिसतं, तसाच गुच्छ असावा तो! परंतु प्रत्येक कळी वेगळ्या आकाराची, रंगाची असं वाटतं. अशा या आतून फुललेल्या झाडांतूनच नाती निर्माण होतात किंवा काय? त्या नात्यांची व्याख्या करता येत नाही. जन्माबरोबर मिळालेली नाती निश्चित असतात, जन्मसिद्ध असतात. अपघातातून, ओळखीने जी नाती निर्माण, तयार होतात ती संमिश्र स्वरूपाची असतात. 'आईच्या भावाला मामा म्हणतात' अशासारखी त्यांची व्याख्या करता येत नाही. बरीच कसली तरी सरमिसळ त्यात असते. आणि मुख्य म्हणजे तार कुठेतरी जुळलेली असते. असं कुठलंसं नातं तुमच्याशी जुळल्याचं जाणवतं. त्यामुळेच पंचवीस मार्चला पत्र पाठवावंसं वाटतं.

'मला सानेगुरुजींइतकं हळवं पण होता येत नाही'–असं तुम्ही म्हणता. सामान्यांनी काय करावं? त्यांच्यासाठी हळवेपणाने वागणं इतकाच पर्याय राहू शकतो काय? कुठेही आजूबाजूला अगर वर्तमानपत्रांत पाहिलं की, काय दिसतं? त्यातून सामान्य माणसावर काय प्रतिक्रिया उमटावी?

एक उदासी त्यातून उमटते आणि अंतर्मुखता येते. अशा वेळी साहित्याचा, तुमच्यासारख्यांच्या पत्रांचा आधार वाटतो.

आणि नेमक्या अशाच वेळी जगाला शहाणं करायला, सुखी करायला निघालेली 'वेडी' माणसं दिसतात, भेटतात. तुम्ही म्हणता तसं ते एक छोटसं विश्व निर्माण करू बघतात, फुंकर घालणाऱ्यांची भूमिका घेतात. गेल्या वर्षी, मे महिन्यात असेच लोक पाहिले. कल्याणपासून काही अंतरावर मामणोली नावाचं गाव आहे. तेथे 'वनवासी सेवा संघा'तर्फे शाळा व वसतिगृह बांधलं होतं. त्याचा उद्‌घाटन समारंभ होता. श्रीमती अनुताई वाघ– ज्यांनी आपलं आयुष्य काही ध्येयासाठी भिरकावून दिलं, त्या पाहुण्या होत्या. नि:स्वार्थी वृत्तीने, लोकांसाठी-ज्यांना कुठलंही स्टेट्स नाही अशा लोकांसाठी–काहीजण रात्रंदिवसच नव्हे, तर आयुष्यभर खपत होते, खपणार होते. हे चित्र त्या सोहळ्यात दिसत होतं!

गावातल्या एका म्हाताऱ्या बाईने–जिचं पातळही धड नव्हतं, तिने आपली काही जमीन त्या संस्थेला दिली. ही प्रेरणा तिला कुणी दिली? यालाच मातीशी नातं टिकवणं म्हणायचं किंवा काय? जमलेल्या इतर लोकांनी खूप देणग्या दिल्या,

काहींनी काही खोल्यांचा खर्च दिला याचं नंतर विशेष वाटलं नाही.
आणि दुसरीकडे एक भलतंच चित्र दिसतं–बकासुराचं! त्यांना 'बक्–अप्' करणाऱ्या गँगचं. ज्याच्यामुळे भयचकित व्हावं. नेमकी तीच गँग रोजच्या रोज वाढते आहे.
हे सारं मारुतीच्या शेपटीसारखं आहे.
आता गेल्या वर्षातला हिशेब!
टीव्हीवरचा तुमचा 'गजरा' आवडला. पालकांचा फोटो देऊन त्याखाली 'हे मुलाला हरवले आहेत' अशी लिहिण्याची कल्पना आवडली.
'पक्ष्यांचे ठसे'ची प्रस्तावना–कवी व त्याच्या कवितेबद्दल खूप काही सांगून गेली.
'कालनिर्णय'ला दत्तक दिलेला शहाणपण शिकवणारा तुमचा 'मूर्ख माणूस'ही आवडला.
'शरदाचं चांदणं'मध्ये म्हणजे 'स्वाद व संवाद'मध्ये तुमची मुलाखत आहे. त्याची वाट पाहत आहे. ती चांगलीच होणार याची खात्री आहे. पण, वपु, एक करा. 'गोनीं'च्या वेळी सौ. फाटकांनी, थोडक्यात उत्तरं द्या असं सांगून काही प्रश्न विचारले. हे सारं टाळता आलं तर टाळा.
आज आता तुमच्या वाढदिवशी तुम्हाला काय शुभेच्छा देऊ?
तुम्ही नोकरीला सलाम ठोकलात. तुमच्या पायांची चाकं व चाकांची गती आता वाढत जाणार. तेव्हा ती चाकं व ती गती पेलणारे समर्थ पाय तुम्हाला लाभोत. तुमच्या रक्ताचा दाब त्यावर कमी पडून तुमच्या यशात, लौकिकात उत्तरोत्तर भर पडत जावो. त्याचबरोबर 'तुम्हाला दीर्घायुरारोग्य लाभो' ही श्रीचरणी प्रार्थना करतो.
जाता जाता एक प्रश्न विचारतो. तुम्हाला पेंटिंगची कला चांगलीच अवगत आहे. तुम्ही काही वाद्यं चांगली वाजवता व तुम्ही उत्तम लेखनही करू शकता. तिन्ही गोष्टींमधून अभिव्यक्तीसाठी लेखनाचीच निवड का केलीत? तीच आवड का जोपासलीत?
'माणसांच्यासाठी–माणसांबद्दल' या तुमच्या आवडत्या विषयासाठी तुम्ही इतर दोन्ही कलांचाही उपयोग करू शकला असता!
का तुमच्यातील कथाकथनकारामुळे लेखनाची गाडी पुढे गेली?
आता थांबतो, पुढच्या भेटीची वाट पाहत.

तुमचा,
श्रीकांत

ता. क. 'ठिणगी'मधील सुबत्तेला, ऐश्वर्याला बाधणारे शिव्याशाप हे प्रत्येक

वेळी बाहेरच्या जगातले असतात असं नाही. स्वत:च्याच डोळ्यांत वाढून दृष्टीच्या वैभवाला पारखं करणाऱ्या मोतीबिंदूप्रमाणे हा शाप कधीकधी स्वत:च्याच वास्तूत वाढत असतो.' हे खूप आवडलं–श्रीकांत.

प्रिय श्रीकांत,
नेहमीप्रमाणेच तुमचं पत्र, विचारांना उधाण आणणारं.
काही वाचकांजवळ जिव्हाळा असतो. भाबडेपणाचं केशर लावलेला.
काही वाचकांच्या पत्रात बुद्धीची झेप असते. माझ्यापेक्षा ती मंडळी बहुश्रुत असतात.
तुमच्या पत्रात दोन्हींचा संगम असतो.
संगम असूनही खळखळाट नाही. अगदी जिथं दोन प्रवाह एकमेकांना भिडतात, त्या स्थळी जो, सामावून घेण्यापूर्वीचा संघर्ष असतो, त्याचाही लवलेश तुमच्या पत्रात नसतो.
ज्या पत्रोत्तरांमध्ये मित्राशी साधलेल्या हितगुजाबरोबर स्वत:शीच संवाद घडल्याचा आनंद गवसतो त्याच पत्रांना उत्तरं पाठवावीशी वाटतात.
ह्यावरून हे केवळ पत्रलेखनाच्या बाबतीतच घडतं का?
संवाद हा निव्वळ पत्रलेखनातच असतो का?
ते तर एक माध्यम.
मला तर वाटतं,
संवाद हा एकच धर्म.
माणसाचा आणि निसर्गाचाही.
जीवनाच्या प्रत्येक दालनात संवाद हवा.

जगायचं म्हणजे जेवण हवं.
मग त्याला उदरभरण म्हणा किंवा यज्ञकर्म. पण तरीही त्या पूर्णब्रह्माशी संवाद जुळला नाही तर जेवण नकोसं वाटतं.
जेवण करणाऱ्याची चूक नसते. आपलाच संवाद हरवलेला असतो.
पाकसिद्धी आणि भोजनप्रबंध करणारी गृहिणी 'आज काय कमी आहे?' असं जेव्हा विचारते तेव्हा संवादच संपलेल्या आपल्या वाणीला समर्पक शब्दही आठवत नाही.
वाणी रुसते तेव्हा रसनाही रुसते.
खरं वार्धक्य हेच असावं.
संवाद संपणं किंवा करण्याची इच्छा न उरणं.

ह्या संदर्भात मला रवी दातेचं एक विधान आठवतं.
रामूभैय्या दाते गेले त्याआधीचा एक प्रसंग.
रवीने रामूभैय्यांना विचारलं, 'एखादी गझल ऐकणार का?'
तेव्हा रामूभैय्या 'नको' म्हणाले. रवी मला म्हणाला, 'बाबा? आणि संगीताला कंटाळले?'–त्यावेळेलाच मी ओळखलं की बाबा आता जास्त दिवस जगणार नाहीत.
आणि श्रीकांत, तसंच झालं. एक-दोन दिवसांनीच तो रसिकाग्रणी गेला.
आता मला प्रश्न पडतो,
रामूभैय्यांची खरी पुण्यतिथी कोणत्या तारखेला?
माणसाच्या आयुष्यातही, त्याच्याही नकळत तो कणाकणाने मरत असतो आणि जिवंतपणीच स्वत:च्या अनेक पुण्यतिथ्या तो साजऱ्या करीत राहतो. एकेक दात जाणं वा डोक्यावरचा एकेक केस कमी होणं इथपासून हळूहळू प्रवासाचा कंटाळा येणं, नव्या ओळखींचा सोस कमी होणं, जोडलेल्या मित्रांबद्दल वा काही नातेवाइकांबाबत एके काळी उसळी मारून येणारं मन, त्यांचा अपराध नसताना तटस्थ होणं, ह्या सगळ्या पुण्यतिथ्याच नव्हेत का?
पूर्वी कुणाच्याही निधनाची वार्ता समजली की आपल्याच पंखांचं एकेक पीस गळल्यासारखं वाटायचं. आता 'साहजिक आहे' ह्या दोन शब्दांत आपण सांत्वन गुंडाळतो.
ह्याला 'मॅच्युरिटी' हा गोंडस शब्द वापरायचा की विरक्ती?
की अंडरस्टँडिंग?
ह्या सर्व घोळात मी अलीकडे अडकलोय.
गेल्या सबंध वर्षात 'लेखक' म्हणून मी जगलो नाही.
माणूस हा प्रथम माणूस हवा. त्याव्यतिरिक्त तो कलावंत, विद्वान, राजकारणी, न्यायधुरंधर, वगैरे वगैरे आणखीन कोणी असेल तर उत्तम. माणूस ह्याच एका स्तरावरून जे जे अभिप्रेत होतं ते मिळणं किती दुरापास्त आहे, ह्याचा अनुभव घेतला. ह्या कसोटीला मी स्वत:ही किती वेळा उतरलो नाही हेही पाह्यलं.
स्वत:सहित सगळ्या अस्तित्वावरचा विश्वास उडाल्यावर जे अस्तित्वातच नाही त्या साहित्यानिर्मितीचं काय होणार? पूर्वी सरसरून लिहावं असं वाटायचं. पाणी उकळतच असायचं. आता उकळी यायच्या आत धग नाहीशी होते. हीच अवस्था जर कायम टिकली तर प्रश्न आहे की मुंबईतल्या नव्वद लाख लोकवस्तीपैकी आपण एक, असं आयुष्य जगण्यात कोणतं प्रयोजन?

काय स्वारस्य?
आयुष्यात एक 'आजचा दिवस' असा होता की त्या दिवसाला आपण लेखक होणार आहोत ह्याची चाहूल नव्हती.
आज एखादा दिवस ती कवचकुंडलं हिरावून नेणाराही असेल. त्यासाठी शोक अपरिहार्यच असावा काय?
कलावंत वपु आणि माणूस वपु ही भिन्न व्यक्तिमत्त्वं असती तर कलावंत वपु 'हा: हा: हा:, क्या बात है' करीत रंगमंचावरून हकालपट्टी होईतो नाचला असता वा नाचत राहील. पण तो 'वपु' माणूस वपुशी इतका जखडला गेला आहे की होणारे आघात दोघांवर एकदम होतात.
दोघांचे अवतार एकदमच संपणार आहेत.
काय लिहू आणखीन?

एखादं गाणं लवकर का संपलं?–असा प्रश्न पडावा, इतक्या ताकदीचे कलावंत फार मोजके. नाट्यसंगीतात वसंतराव देशपांडे ह्या शेवटच्या सम्राटाबद्दल सतत हेच वाटायचं.
श्रीकांतच्या पत्रांबद्दल हेच म्हणता येईल.
मोजक्याच वाचकांशी झालेल्या पत्रांचं पुस्तक वेगळं काढायचं ठरवलं असतं तर श्रीकांतच्या पत्रांना अग्रक्रम मिळाला असता.
वीणा पुरोहितची बुधगावहून येणारी पत्रं अशीच. तीच ताकद रेवती नावाच्या एका टेलिफोन ऑपरेटरकडे आहे.
अशोक चिटणीस, डॉ. शेजवलकर, स्मिता शेवडे, भालचंद्र खरे, प्रभाकर पेंढारकर, शमिन-शाश्वत अशा कितीतरी व्यक्तींच्या पत्रव्यवहारासाठी मला वेगवेगळे कप्पे करावे लागले आहेत. स्वयंपाकघरात वेगवेगळे असंख्य डबे असतात. प्रत्येकाला स्वतंत्र अस्तित्व. स्वत:चं वेगळेपण. पण तरीही, मसाला-तिखटाचा पंचपाळ्याचा डबा, त्यातही स्वतंत्र. इतर डब्यांची फळी एकच पण राज्यं वेगवेगळी. पण ह्या पंचपाळ्याचं नातं प्रत्येक डब्याशी.
काही वाचकांची, मित्रांची पत्रं अशीच आहेत.
संपादक–लेखक पत्रव्यवहार खरं तर एक व्यवहारच. पण त्यातही 'मनगटा'पासून पत्रं न लिहिता 'मना'पासून पत्रं लिहिणारे 'महाबळ' एखादेच. ह्यापैकी काहींची ओळख पहिली. पत्रं नंतर. तर काहींच्या मैत्रीची वीण पत्राच्या सूत्रातून साधत गेली.
परिचय नसतानाही माणसं किती मोकळेपणी लिहू शकतात ह्या विचारापायी एकही पत्र फेकावंसं वाटत नाही. पेडणेकरसारख्या वाचकाची पत्रं तर नुसती

प्रसिद्ध करून प्रकटच होणार नाहीत. ह्या भल्या वाचकाची शंभराच्या आसपास पत्रं मला आली, पण माझा पत्ता लिहिण्याची एक प्रथा त्याने दोनदा वापरली नाही. एका पत्रावर तर चक्क उलट अक्षरात माझा पत्ता लिहून, त्याने वरती 'आरशासमोर पत्र धरून पत्ता वाचायला पोस्टमन मंडळींना सवड असते का आणि ते इतके रसिक असतात का', असं त्याने विचारलं होतं.

ह्या सर्व पत्रप्रपंचावरून पुन:पुन्हा एकाच गोष्टीचा साक्षात्कार झाला की सुजाण माणूस केवळ 'अन्न, वस्त्र, निवारा' एवढ्यावर जगत नाही. 'उमरभर जिंदा रहा, लेकिन जिंदगी देखी नही' ह्या सुभाषिताप्रमाणे अन्न, वस्त्र, निवारा ह्यांवर तो 'जिंदा' राहतो, पण 'जिंदगी' बघायची म्हटलं की त्याला संवाद लागतो. जिंदगी शोधायच्या कैफात सापडलेल्या असंख्य माणसांनी मला पत्रं पाठवली आणि आजतागायत 'जिंदा' ठेवलं.

'परिचय नसतानाही' असं मी का म्हणू?

'तुम्ही आम्हाला ओळखत नाही, पण आम्ही तुम्हाला ओळखतो' अशा ठिपक्याठिपक्यांनी रांगोळी प्रकट होते असं मी म्हटलं. अगदी प्रारंभीच. पत्रलेखकही वेगवेगळ्या गावी, ठिपक्यांप्रमाणेच कमी-जास्त अंतरावर असतात. एकमेकांपासून आणि माझ्यापासून. वाचलेल्या वा ऐकलेल्या कथेला त्यांनी प्रतिसाद दिला की ते ठिपके मला जोडले गेले. असे काही ठिपके मग मी निव्वळ माझ्यापुरते न जोडता, ते परस्पर एकमेकांनाही जोडले जातील, अशी धडपड केली. त्यांपैकी काही ठिपक्यांचं, ते रांगोळीचेच असूनही एकमेकांत जमलं नाही. मी ते एकमेकांना जोडले. नुसतेच एखाद्या स्टेशनसाठी रूळ टाकावेत, तसं काही ठिपक्यांच्या बाबतीत झालं. संवादाची गाडी त्या गावावरून कधी गेलीच नाही. ह्याउलट काही काही ठिपक्यांचे संवाद परस्पर सुरू होऊन त्यांच्या टाइमटेबलात माझंच स्टेशन वगळलं गेलं. आपल्या स्टेशनवर गाडी जरी थांबत नसली तरीही पोर्टरला हिरवं निशाण दाखवीत प्लॅटफॉर्मच्या काठावर तिष्ठत उभं राहावं लागतं, तसं झालं. कालांतराने रांगोळीतल्या काही ठिपक्यांनी मला तेवढेही कष्ट नकोत, म्हणून त्यांच्या गावांसाठी स्वतंत्र, लाइन टाकून घेतली. ती 'बायपास सर्जरी'सुद्धा मी झेलली. कारण संवादाची रांगोळी, कोणत्या ना कोणत्या दारासमोर अवतरत होती.

मुळात रांगोळीवरच प्रेम हवं, म्हणजे प्रत्येक ठिपका आपल्याच रांगोळीत पडला पाह्यजे हा अट्टहास संपतो. मनाची कवाडं विशाल होत गेली की त्यात सगळ्यांचे दरवाजे रांगोळीसहित उघडतात.

हा चमत्कार जिथं जिथं तो घडतो तो कसा आणि का?

त्याचं कारण वेगळं आहे.
'मासिकात प्रकाशित झालेल्या मतांशी, विचारांशी संपादक सहमत आहेच असं नाही' ह्यासारखं वाक्य फक्त संपादकांचीच जमात छापते. त्यांच्या ह्या विधानाशी जरी ते प्रामाणिक राह्यले असते तरी विषाद वाटला नसता. तसं असतं तर कोणत्याही नवोदिताचं साहित्य 'साभार परत' गेलं नसतं किंवा प्रथितयश लेखकाच्या लेखातील काही भागावर कात्री फिरवून, उरलेला मजकूर छापला गेला नसता. हे जेव्हा घडतं तेव्हा कोणतंही दैनिक 'मित्र' वाटत नाही, कारण त्यांच्यावर लोकांची नसून एकाचीच 'सत्ता' असते.
लेखकाने जर कथासंग्रहात किंवा कादंबरीच्या अखेरीस, 'व्यक्त केलेल्या विचारांशी वा घटनांशी मी सहमत नाही' असं लिहिलं तर?
ह्याउलट त्याला म्हणावं लागतं, 'व्यक्ती-घटना-प्रसंग काल्पनिक आहेत. प्रत्यक्षाशी कुणाला साम्य आढळलं तर तो योगायोग समजावा.'
ह्या सगळ्या कायदेशीर पळवाटा.
सहमताशिवाय सहकार्य अशक्य.
वाचकांच्या पत्रव्यवहाराचं रहस्य इथंच कुठंतरी आहे. साहित्यात जसं लेखकाचं प्रतिबिंब वाचक शोधतात, तसं स्वत:चंही प्रतिबिंब न्याहाळून बघतात. ज्या वाचकांना ज्या लेखकांच्या निर्मितीत दोघांची प्रतिबिंब दिसली त्या त्या लेखकांच्या दारात त्यांच्या वाचकवर्गाने सडा-रांगोळ्या घातल्या. अशा अनेक लेखकांपैकी मी एक.
आणि तरीही असं वाटतं, ज्याचं साहित्य वास्तवतेशी एकरूप होतं, त्या लेखकाला वाचक आपली कितीही खाजगी व्यथा असली तरी ती मोकळेपणी कळवतो. आता वास्तवता म्हणजे काय?
भोवतालचं व्यावहारिक जग, समाज. ही जशी एक वास्तवता त्याचप्रमाणे, लेखकाच्या भावविश्वातला जो समाज आहे तीही एक वास्तवताच.
'कसं आहे' ह्याचं एक जसं चित्रण असतं, त्याचप्रमाणे 'कसं असायला हवं' ह्याचंही एक चित्र असतं. भावविश्वात ते चित्र साकार केलं की त्या जगातली ती वास्तवताच. ह्यापैकी जे चित्र वाचकाला भावेल, पटेल, तिथं संवादाची ओढ निर्माण होते. ही ओढ एकदा का निर्माण झाली म्हणजे हातचं राखून ठेवलं जात नाही. नाहीतर प्रेमभंगापासून घटस्फोटापर्यंतच्या हकिकती, ज्यांना मी पाह्यलेलं पण नाही, अशा वाचकांनी मला का कळवाव्यात?
मला खात्री आहे की शनिमहात्म्यात विक्रम राजाच्या उपस्थितीत चित्रातला हंस जिवंत होऊन माळ खातो त्याप्रमाणे, लेखकाच्या पुस्तकातली पात्रं, त्या त्या वाचकासमोर पुस्तक वाचतानाच जिवंत झाली, तर वाचक मनाची

कवाडं त्या पात्रांसमोरच उघडतील. ते घडत नाही. म्हणून एखादी शैला कळवळून मला लिहिते,

वपु,

जगणं असह्य झालं. जीव लावला, स्वप्नं पाह्यली. हिंडले-फिरले. डॉक्टर पदवी मिळेतो लग्न करायचं नाही असं ठरलं होतं. पण त्याचं एकाएकी मन उडलं. त्याला दुसरी आवडली. आता ती दोघं स्कूटरवरून फिरतात. ज्या स्कूटरवरून मी हिंडत होते, तीच स्कूटर. समोरून जातात. मला बघवत नाही...'

...इत्यादी मजकुराबरोबरच 'मी आता कुणासाठी जगू? जीव देणार...इ. भाषा. मी लिहिलं,

प्रिय शैला,
अत्यंत मोकळ्या मनाने तुम्ही तुमची वेदना कळवलीत.
मी ह्यावर काय लिहू?
प्रेम-सफलता आणि विफलता ह्या दोन्ही विषयांवर लिहिलेल्या शेकडो कविता मी तुम्हाला दाखवल्या असत्या. अशाच अनेक भग्न मनांचा तो आक्रोश. त्याने कदाचित तुम्हाला हलकं वाटलं असतं.
कदाचित हा शब्द महत्त्वाचा.
कारण, ज्या मनाला आपण हळवं समजतो, ते तुफान बलदंड आणि मस्तवाल असतं. त्याला पर्याय चालत नाहीत. त्याला हरवलेली वस्तूच हवी असते.
आणि दुरावलेली व्यक्ती.
पैशाचं पाकीट चोरीला गेलं तर त्याला तेच पाकीट हवं असतं. जिवाभावाची व्यक्ती जवळ असली तरीही त्याचं मन मारल्या गेलेल्या पाकिटाभोवतीच फिरतं. सोडून गेलेली व्यक्ती तुम्हाला काहीच सुचू देत नाही. कोणताही उपदेश, उपदंशासारखा वाटतो. भक्तिरस सक्तीसारखा वाटतो. बेदम कामात स्वतःला गुंतवून घ्या, हे सांगणं म्हणजे 'गाडीतलं पेट्रोल संपलंय हे कुणाला सांगू नका, प्रवास करा' असं म्हणण्यासारखं आहे.
आघात झालेलं मन, जिथं सगळ्या प्रेरणांवरच घाला घालतं तिथं 'सगळं विसरून जा' असं सांगण्यात काय अर्थ आहे?
तेव्हा,
पत्रातून मी हे असं काही सांगणार नाही. आपलं वांड मन, आपल्याला काय

विसरायचं आहे, हे सातत्याने सांगत राहतं.

मी फक्त इतकंच सांगतो की, ह्या सगळ्या घटनेत तुम्ही स्वतःला कमी लेखू नका. आपलं फार काही चुकलं होतं असं मानू नका. मला अशी का भुरळ पडली?—मी इतकी बेसावध का राह्यले? ह्यासारख्या प्रश्नांना कधीही समाधानकारक उत्तरं मिळत नाहीत, तेव्हा अशा प्रश्नांच्या आहारी जाऊ नका.

ताठ मानेने राहा. आत्मविश्वासाने वावर करा. आपली प्रेम करण्याची शक्ती कुणीच हिरावून घेऊ शकत नाही. खडकाळ प्रदेशावर पाऊस पडला की तिथं निर्मिती होणार ती शेवाळाचीच. काळी मातीच फक्त योग्य प्रतिसाद देते. प्रतिसाद देणारं मन, साद देणाऱ्या मनाइतकं विशाल असतं. बरसणारा मेघ काळी माती आणि खडक ह्याचा हिशोब मनात ठेवून बरसत नाही. तेव्हा जशा आहात तशाच राहा.

आठवणी येतील तेव्हा आठवत राहा. काहीच चुकवू नका. विस्मरण व्हावं ह्याची केविलवाणी धडपड म्हणजे स्मृतींचेच वाढदिवस साजरे करणं. तेव्हा त्यात शक्ती घालवू नका. आठवणी आल्या तर त्या बेधडक येऊ द्यात. विस्मृती ही सहजवृत्ती होईतो, हा मानसिक छळ होत राहणार, हे गृहीत धरून शांत राहा. आपण प्रेमात हवं ते दान मिळवू शकलो नाही हा गुन्हा होऊ शकत नाही. स्वतःला गुन्हेगार समजलं नाही म्हणजे शांती मिळवणं कठीण जात नाही. जनतेचे गळे कापून सुखात नांदणारे राज्यकर्ते आठवा. आपण गुन्हेगार नाही हे ठामपणे मानल्याशिवाय ते मिळालेल्या संपत्तीचा उपभोग घेऊ शकणार नाहीत. तसं शांत व्हायला तुम्हाला जमलं तर आत्मघाताचा विचारही तुम्हाला शिवणार नाही.

एका अयोग्य माणसाला, भूतकाळातले काही दिवस दिलेत. आता तितक्याच कदर नसलेल्या नादान माणसाला आपला संपूर्ण भविष्यकाळ आत्मघात करून द्यायचा का?

आपले आईवडील, मित्र-मैत्रिणी, नातेवाईक, आपलं शिक्षण, त्याचा समाजाला होऊ शकणारा उपयोग, हे सगळं एका व्यक्तीपायी कःपदार्थ वाटावं, इतकं ते क्षुल्लक आहे का?

पण बलदंड मनाची हीच मस्तवाल मागणी असते. हरवलेली वस्तू आणि दुरावलेली व्यक्तीच त्याला हवी असते.

ह्या पत्राने तुम्हाला मुळीच समाधान मिळणार नाही. सांत्वन होणार नाही. कारण सांत्वन हा प्रकारच हव्या असलेल्या वस्तुऐवजी देण्याची गोष्ट आहे आणि मन तर पर्याय स्वीकारतच नाही.

तेव्हा...

तुमचा,
वपु काळे

प्रेमभंगाच्या शापाने पुरुष जास्त उद्ध्वस्त होतो की स्त्री? हा एक कायम सवाल विचारला जातो. अनेक अर्थहीन प्रश्नांप्रमाणे हा एक प्रश्न. वृत्तींना सेक्स नसतो. एका कथेत नमूद केलेलं हे विधान पुन्हा इथं करावंसं वाटतं. पुरुषही अति कोमल वृत्तीचा असू शकतो आणि निर्ढावलेली स्त्री असंभव असं म्हणता येणार नाही. पूज्य सानेगुरुजींना त्या काळात जे समाजाचं दर्शन घडलं ते असह्य होऊन त्यांनी इथली यात्रा संपवली. आत्महत्या एकदाच करता येते. ती वारंवार करता आली असती तर आजचा भ्रष्टाचार, न्यायासनाची अप्रतिष्ठा, पैसा खाण्याची राक्षसी वृत्ती, प्रचंड नरसंहार, कोणत्याही क्षेत्रात उजळ माथा न राह्यलेला सत्तारूढ पक्ष आणि काही विरोधी पक्षांतला उल्लूपणा सहन न होऊन सत्प्रवृत्त सानेगुरुजींनी रोज तीन वेळा आत्महत्या केली असती.

तेव्हा स्त्री आणि पुरुष ह्यांच्यात जास्त कोमल कोण हे सेक्स ठरवीत नाही. गुरुदत्त, सी. रामचंद्र, राज कपूर ह्यांच्या संदर्भातल्या शोकांतिका सिनेरसिकांना माहीत आहेत.

प्रेमभंगाच्या अनुभवानंतरच्या उर्वरित आयुष्याचं तुम्ही काय करता ह्यावर कितीतरी गोष्टी अवलंबून आहेत. तुमच्या प्रेमभंगावर इतरांचा इलाज नसतोच. तरीही तुम्ही अनुकंपेचा विषय होणार की तुमची निर्भर्त्सना करावी असं वाटायला लावणार?

स्वत:जवळ पदवी नाही. कर्तृत्व नाही. बाणा नाही. हिरिरीने चॅलेंज स्वीकारण्याची लढावू वृत्ती नाही अशा अरविंदचं मला 'मी तुमच्या भावासारखा आहे' अशी हाक घालणारं पत्र आलं, तेव्हा मी चक्रावून गेलो. कडक शब्दांत संभावना करण्याची माझी वृत्ती नसतानाही मी त्याला लिहिलं.

प्रिय अरविंद,
तुमचं पत्र मिळालं.
तुमचं पत्र अत्यंत पोरकट, त्यातल्या घटना बेजबाबदार वृत्ती दर्शवणाऱ्या आणि धूम्रपानाचा उल्लेख मन उद्विग्न करणारा वाटला.
'बडे बापके बेटे' असाल तर प्रश्न नाही.
Go ahead and get lost.

पण चार मध्यमवर्गी माणसांप्रमाणे बेदम कष्ट करून तुमचे वडील प्रतिष्ठितांप्रमाणे जगत असतील तर तुमच्यासारखा मुलगा होणं हे त्यांचं दुर्दैव.
त्यांनी तुमचा नाद सोडला असेल तर ठीक. पण तुमच्यासाठी ते अजून रक्त आटवत असतील तर तुमच्या कितीतरी पट जास्त मनस्ताप त्यांना होत असेल. आपण प्रेमात पडलोत, सिगरेटी ओढतो इ. मजकूर लिहिताना संकोच, भीड, मर्यादा कशा वाटल्या नाहीत?
मराठी मातृभाषा असून तुम्हाला चार शब्द लिहिता येत नाहीत. वाचता येईल असं हस्ताक्षर नाही. ती जी कुणी तुमची प्रेयसी असेल तिने तुमच्यावर प्रेम का करावं ह्याचा विचार कराल का?
तुमचं वय किती? शिक्षण? इतर छंद? कर्तृत्व? नोकरी? प्राप्ती?
वरील प्रश्नांपैकी कोणत्या प्रश्नाचं समाधानकारक उत्तर तुमच्याजवळ आहे? आयुष्यातली प्रत्येक गोष्ट किंवा कोणतीही गोष्ट मर्दाप्रमाणे करावी. घायाळ व्हावं किंबहुना प्रेमात पडणं हे एकप्रकारे घायाळ होणंच असतं. पण चांगल्या प्रेमासाठी घायाळ होणं हेही उदात्त असतं.
पण तुमच्या सगळ्याच अवस्था मला पोरकट वाटतत. आव्हानं स्वीकारण्याच्या वयात तुम्ही व्यसनाधीन होता आणि तेही कौतुकाने सांगता? जरा आजूबाजूला बघाल का?
कितीतरी प्रचंड प्रमाणावर भ्रष्टाचार चाललाय. बेगडी संस्कृती झपाट्याने वाढतेय. स्वार्थ बोकाळलाय. पुढारी, मंत्री आणि डुकरं ह्यात डुकरं जवळची वाटतात. म्हणूनच तग धरायचं सामर्थ्य दोनच गोष्टी देतील. मंत्री-व्यापारी ह्यांच्यापेक्षा नफ्फड होणं किंवा जबरदस्त कष्ट करून जास्तीत जास्त शिकणं, बुद्धिमान होणं.
कोणता मार्ग स्वीकारणार?–पहिला पर्याय निवडणारा माझा भाऊ होऊ शकत नाही.

वपु काळे

माझ्या पत्रामुळे कुणा अनोळखी वाचकाचे डोळे उघडतील हे माझ्या गावी नव्हतं. पण अरविंद बदलला. तो झडझडून अभ्यासाला लागला. पदवीधर झाला आणि तो आता पीएच. डी.ची तयारी करीत असून बंगलोर युनिव्हर्सिटीला त्याने एक पेपरही पाठवला आहे.
पूर्वीच्या संकल्पानुसार 'प्लेझर बॉक्स' हे पुस्तक एकोणीसशे पंच्याऐंशीमध्ये प्रकाशित होणार होतं. वसुंधरेच्या दीर्घ आणि अनाकलनीय आजारापायी

आयुष्यातला सगळा आनंदच हरपला होता आणि आता तर मी त्या आनंदाला कायमचा पारखा झालो आहे.
मात्र लिहून प्रकाशित झालेल्या मजकुरात, कोणताही बदल करायचा नाही, असं ठरवावं लागलं. 'जत्रा' साप्ताहिकातून बरेचसे लेख प्रकाशित झाले होते. त्या सगळ्यांचं पुनर्लेखन करण्याची मन:स्थिती नाही.
ह्याचा एक फायदा, अरविंदचं पत्र.
अरविंदने त्याच्या विचारात जी क्रांती झाली, ती मला मनमोकळेपणाने कळवली आणि मला एक छोटा भाऊ मिळाला. त्याची प्रत्यक्ष भेट होईल तेव्हा होईल.
'वेटिंग रूम' ही कथा प्रकाशित झाल्यावर असाच एक सुखद अनुभव आला. नवीन लग्न झाल्यावर, स्वत:च्या आईवडिलांना, आनंदातदेखील सहभागी करून न घेणं, मिळालेली प्रेझेंट्स न दाखवणं, परस्पर जागा घेऊन बिऱ्हाड थाटणं, अशा बदललेल्या मुलाची ही कथा. ती वाचल्यावर अशाच कोणा तरुणाचे डोळे उघडले. त्याने आईची आणि बहिणीची क्षमा मागायचं ठरवून अत्यंत मोकळेपणाने तसं मला कळवलं. त्याचा हा विचार, आचरणात रूपांतरीत झाला की नाही हे मला माहीत नाही.
पंचवीस वर्षांपूर्वीच्या चुका मान्य करताना आपल्याला काही वाटत नाही. काळ फक्त सगळ्या दु:खावरच इलाज नसतो तर चुकांवरही असतो. काल जर आपण एखाद्याचा अपमान केला, तर आज दिलगिरी दर्शवणं जड जातं. म्हणूनच त्या कोण्या वाचकाने, खरोखरच आईची आणि बहिणीची क्षमा मागितली असेल तर तो मोकळ्या मनाचा असेल आणि आईने आणि बहिणीने क्षमा केली असेल तर ती मोठ्या मनाची असली पाह्यजेत.
मोकळी होणारी मनं खूप असतील. मोठ्या मनाची माणसं भेटतील न भेटतील, ह्या शंकेने ती गप्प राह्यली असतील, स्वत:चं मन कुरतडत असतील.
समाजात वाण आहे ती मोठ्या मनाची.
मोकळ्या मनाची नव्हे.

असंच एक मोकळं मन, त्याच्या समस्या घेऊन माझ्याकडे धावलं. तिच्या समस्यांवर मी उपाय सुचवावा असं अरुंधतीचं म्हणणं.
पत्र जळगावहून आलेलं.
'घर हरवलेली माणसं' ह्या पुस्तकामुळे तिची आणि दिनेशची ओळख झाली. ही ओळख वाचनालयात झाली. दोघांनाही एकच लेखक आवडतो.
माणसामाणसांत सुसंवाद असावा ह्या एकमेव आक्रोशासाठी, ज्या लेखकाने

तीस वर्षं लेखन केलं, त्याचं लिखाण आवडणारा हा दिनेश. आपल्या संसारात संवाद राहणारच, अशा विचारांनी अरुंधतीने दिनेशशी लग्न केलं. हा आंतरजातीय विवाह होता म्हणून अरुंधतीचं माहेर तुटलं.

पण लग्नानंतर अरुंधतीचा भ्रमनिरास झाला.

गायन, वाचन, कविता करणं, चित्रकला ह्या सगळ्या छंदांप्रमाणेच, मित्रसंग्रह असावा, गप्पागोष्टी इ. मोकळ्या वातावरणाची, अरुंधतीची भूक. संसारात पैसा अपुरा पडतो म्हणून आर्थिक जबाबदारी उचलण्याची जिद्द. आणि घरातलं वातावरण, सासू, इतर नातेवाईक हे पराकोटीचे ऑर्थोडॉक्स. दिनेश संशयी वृत्तीचा. बायकोला कुणाशीही चार शब्द बोलू न देणारा.

'सामान्य जीवन जगावंसं वाटत नाही. काहीतरी वेगळं जगावंसं वाटतं,' असं लिहून, अरुंधतीने 'मार्ग सुचवा' असं पत्राने कळवलं.

'सविस्तर पत्र पाठवीन' इतकंच उत्तर मी पाठवलं. भरपूर गप्पागोष्टी करणारी वसुंधरा तेव्हा वाचा गमावून बसलेली. तिने जाणीवेने एक तरी शब्द उच्चारावा म्हणून मी रात्रंदिवस कासावीस झालेलो. मी सविस्तर पत्र काय लिहिणार? शुद्धीवर असलेली माणसं जेव्हा संवाद नाकारतात तेव्हा नि:शब्द पडलेली पत्नी आणि इतर माणसांत फरक काय? अरुंधती तर बोलणारी, संवाद साधू पाहणारी. अनोळखी वाचक. बोलतं करायला हवं दिनेशला. तो बोलणारा नाही, मग आम्हा दोघांत संवाद होऊन फायदा काय?

आणि त्याहीपेक्षा मलाच जनसंपर्क नकोसा वाटू लागला होता, ते वसुंधरेची अवस्था पाहून. ज्या माणसांशी दोन तपांच्या वर मैत्री होती ती माणसंसुद्धा, वसुंधरेच्या आजारपणापायी दुरावली होती. खरे मित्र आणि केवळ स्वत:चं मनोरंजन व्हावं म्हणून जमा झालेला थवा, ह्यातला फरक जाणवल्यामुळे मी उजाड झालो होतो. मैत्री, नातं, लेखन, कथाकथन, पत्रव्यवहार ही सगळी संवादाची दालनं मलाच नकोशी झाली होती. फार मोजकी माणसं माझी अवस्था जाणून, मुद्दाम मला त्यातून बाहेर काढण्यासाठी झटत होती. वैयर्थ्यांच्या पेहरावासहित माझा वावर, त्यांच्यापुरता चालला होता.

अरुंधतीला पाच बहिणी. वडील दारूडे. आईने वेगळं बिऱ्हाड केलेलं. भाऊ एकच. त्याचा जम बसलेला नाही. अरुंधतीचा प्रेमविवाह. तिच्या एका बहिणीचाही प्रेमविवाहच. पण एका वर्षात, एका अपत्यासहित ती नवऱ्याला सोडून आलेली. त्यामुळे आईचा प्रेमविवाहावर राग. ह्याचा अर्थ, काही माणसं एक बल्ब जर चार दिवसांतच जळला तर दुसरा बल्बच नको असं म्हणणारी असतात, असं म्हणायचं. म्हणून अरुंधतीला ताकीद, 'नवऱ्याशी भांडून आलीस तर घरात घेणार नाही.'

ह्याचा अर्थ, बल्बसारखं मुलीने रोज पेटावं, घर प्रकाशित करावं, पण जळून जायचं नाही. न जळता पेटायचं.

आणि इथं तर नवऱ्याची प्रचंड हुकूमशाही. मोकळा श्वास घेण्याची चोरी. अरुंधतीच्या पहिल्या पत्रात, नेमका प्रॉब्लेम समजलेला नाही. 'सविस्तर पत्र पाठवीन' इतकंच मी उत्तर पाठवलं.

त्यानंतरचं पत्र 'पार्टनर' दौऱ्यावर निघता-निघता हातात. मी उत्तर पाठवलं नाही, म्हणजे सविस्तर पत्र पाठवलं नाही म्हणून बाई चिडलेल्या. माझं पहिलं पत्र दिनेशच्या उपस्थितीत घरी पोहोचलेलं. त्यामुळे अरुंधतीला मारहाण झालेली. खरं तर ह्याच संभाव्य परिस्थितीच्या धास्तीने मी स्त्रियांच्या पत्रांना उत्तरं पाठवण्याचं लांबणीवर टाकतो. नंतरच्या पत्रातली अरुंधतीची विधानं वाचून गंमत वाटली. तिने लिहिलं होतं,

'ओळखपाळख नसताना मी आपल्याला पत्र पाठवून मला मार्गदर्शन करायला सांगितलं, पण मला आता असं वाटू लागलं आहे की, वरून हिरवी मखमल भासणाऱ्या पण खाली चिखल असलेल्या डबक्यातच मी पाऊल टाकलं आहे. तुम्हाला ह्या वाक्याचा राग येईल, त्याच्या शतपटीने मला तुमचा राग आलाय. एका पुरुषाची फिर्याद मी दुसऱ्या पुरुषाकडे केली. एकाच माळेतील दुसरा मणी मला काय मार्ग सांगणार?'

अनोळखी वाचक लेखकाला तडकाफडकी जेव्हा अशी पत्रं पाठवतो तेव्हा त्या प्रक्षोभामागे आकस नसून अगतिकता असते. 'मला माझा मार्ग आता मोकळा झाला, मी काहीही करीन' ह्या वाक्यावरच अरुंधतीने पत्र संपवलेलं. मुंबई सोडण्यापूर्वी मी तिला तार केली आणि नाशिकला पोहोचल्यावर पत्र पाठवलं.

प्रिय सौ. अरुंधती,
नाशिक दौऱ्यावर निघता-निघता पत्रं हातात पडली. तशीच बॅगेत टाकली. प्रवासात वाचली. नाशिकमध्ये पोहोचताक्षणी चार-पाच पत्रांतून प्रथम तुमचं पत्र वाचलं आणि आता उत्तरही तुमच्याच पत्राला प्रथम लिहितोय.
सात्त्विक संतापाचा षड्ज लावून तुमचं पत्र सुरू झालं आणि शेवटी ते पत्र वकिलाच्या नोटीसप्रमाणे संपलं.
तुमच्याशी पत्रव्यवहार स्थगित करायचा असं मी प्रथम ठरवलं वगैरे नव्हतं. तसं काही कारणच नव्हतं.

तरी अवांतर प्रश्न उरतातच.

तुमची पत्रं केवळ साहित्यिक स्वरूपाची, म्हणजे इतर वाचकांसारखी, कोणती कथा आवडली...वगैरे टाइपची असती तर पत्रसंवाद साधणं सोपं होतं. पण तुमच्या पत्रात काही वैयक्तिक समस्या होत्या. तुमच्या घरात, योग्य ती संधी आणि अवसर साधून तुम्ही पत्र लिहू शकता. उत्तर पाठवणाऱ्या व्यक्तीला विचार करावाच लागतो.

हा पत्रव्यवहार एका स्त्रीमध्ये आणि एका परपुरुषात.

तो पत्रव्यवहार कौटुंबिक समस्येच्या संदर्भात. अजून समस्या समजलेली नाहीच. पण पत्रसंवादातून समजण्याइतपत वातावरण निर्माण झालं आहे. एकमेकांना प्रत्यक्ष न बघताही संवादातून विश्वास, दिलासा आणि आपलेपणा व्यक्त झालेला आहे.

तरीही मी विचार कशाचा केला?

माझं पत्र तुमच्याच हातात पडेल का? तुमची पत्रं न फोडली जाता ती तुम्हालाच मिळण्याइतपत व्यक्तिस्वातंत्र्य तुमच्या परिवारात आहे का? दोन माणसांतला पत्रसंवाद हा खाजगीच असतो आणि नेसेसरली तो इतरांच्या विरुद्धच असतो असा काही संकेत नाही. पण काही काही संकेत हे शिष्टाचार सांभाळण्यासाठीच पाळायचे नसतात, तर आपल्याच कुटुंबातील व्यक्तीवरचा विश्वास, प्रेम आणि त्याच्या अस्तित्वाची कदर करण्याची ती रीत आहे. सभ्यतेचा मामला आहे तो. आयुर्विमा जसा ज्याचा त्याचाच असतो, तसे काहीकाही अधिकार प्रत्येक व्यक्तीला मिळायलाच हवेत. ज्याचं पत्र त्यानेच फोडणं हा साधा माणुसकीचा रिवाज प्रत्येक परिवाराने सांभाळावा आणि नंतर त्या व्यक्तीने आपण होऊन 'माझं पत्र कुणीही वाचावं' म्हणत ते उघड्यावर ठेवावं. ह्या दोन्ही गोष्टी जिथं घडतात तिथं माणसं नुसती वास्तव्य करीत नाहीत, तर तिथं ती माणसं नांदत आहेत असं समजावं. असं वातावरण तुमच्या घरात आहे की नाही, हे माझ्यासारख्याला कसं समजावं?

ज्या परिवाराला मी बघितलेलंही नाही त्या परिवारात माझ्या पत्रामुळे किंवा माझ्याशी पत्रव्यवहार केल्यामुळे एखाद्या व्यक्तीला जास्त मनस्ताप व्हावा किंवा कुटुंबात ते संघर्षाचं कारण व्हावं, हे मला कसं आवडेल?–यदाकदाचित तसा संघर्ष झालाच तर तोही माझ्यापर्यंत पोहोचणार नाही. म्हणजे मग जी काय पहिलीवहिली समस्या असेल तर ती समजणं दूरच, पण नवीन समस्या निर्माण व्हायची.

एखाद्या व्यक्तीच्या प्रपंचात जेव्हा काही व्यथा निर्माण होतात तेव्हा त्याला

इतर व्यक्तींपेक्षा परिस्थिती जबाबदार असते. ही परिस्थिती प्रत्येक व्यक्तीला कमीअधिक प्रमाणात जाणवते. काहींना जणू भूकंपाचे धक्के बसतात, तर काहींना केवळ वेधशाळेने नोंद केली तरच समजतं. जी व्यक्ती मनाने जास्तीत जास्त संवेदनाक्षम असते तिलाच तातडीने त्या वातावरणावर उपाय हवा असतो.

हा उपाय कधी प्रत्यक्ष स्वरूपात हवा असतो तर कधी निव्वळ शब्दांची फुंकर पुरते. स्वतःच्या यातनामय आयुष्यक्रमाचे आणि भावनात्मक ताणतणावाची तितक्याच लहरींवर दुसऱ्या कुणाला तरी जाणीव आहे आणि ती व्यक्तीही तेवढीच बेचैन आहे, एवढाही आधार काहींना पुरेसा असतो. अशा आधाराची आवश्यकता निर्माण होणं आणि चार भिंतींच्या घरकुलात तसा हात न मिळणं इथंच कुठंतरी वाळवी लागली आहे ह्याची साक्ष आहे. घरकुलाच्या बांधकामात कुठंतरी ओल आहे. मी व्यवसायाने आर्किटेक्ट असूनही सांगतो, की भिंतीत ही अशी 'ओल' नक्की कुठून येते हे शोधणं अशक्य असतं. पुनर्बांधणी करणं हाही इलाज योग्य ठरत नाही.

एखादी व्यथा अशी असते.

वाळवीचा बंदोबस्त एक वेळ करता येतो पण बांधकामात 'ओल' कुठं वा का आहे हे भल्याभल्या तंत्रज्ञांना कळत नाही.

तशी एखादी व्यथा–रूखरूखीची पाळंमुळं किती खोलवर गेलेली आहेत, ते उकलत नाही. मानसोपचारतज्ज्ञ त्याचं अस्तित्व मान्य करतात, पण त्याचं उच्चाटण करू शकत नाहीत.

तुमचं पहिलं पत्र आत्ता माझ्यासमोर नाही. पण त्या पत्रातही तुम्ही तुमची व्यथा नेमकेपणाने सांगितल्याचं मला स्मरत नाही. मुंबईला गेलो की मी ते पत्र काढून वाचेन. २९ ऑगस्टच्या पत्राला उत्तर पाठवावं असा विचार आला पण आज दुपारी मी नाशिकहून नगरला जाणार. तिथं रात्री प्रयोग करून तीन सप्टेंबरला पहाटे मुंबईला पोहोचणार. लगेच संध्याकाळच्या विमानाने नागपूरला जाणार आणि चार तारखेला रात्री मुंबईला परतणार. ह्या धावपळीत निवांतपणा, शारीरिक आणि मानसिक ताकद उरणार नाही. पत्र राहून जाईल म्हणून इथंच थिएटरमध्ये बसून पत्र लिहितोय.

मुंबई गाठताक्षणी सौभाग्यवतीची देखभाल. ती ड्यूटी सुरू होते. त्यासाठी एनर्जी ठेवावीच लागते. मग पत्रलेखन लांबणीवर पडत जातं. पॅरॅलिसिसच्या तिसऱ्या ॲटॅकमधून ती आता सावरते आहे.

तिची प्रकृती पुन्हा बिघडली की माझ्या पार चिंध्या होऊन जातात.

'वरून हिरवी मखमल' असं तुम्ही माझ्या संदर्भात सहज लिहून गेलात ते

खरं आहे. व्यथा, कष्ट आणि सौ.च्या भविष्याची चिंता हा चिखल झाकण्यासाठी ही मखमलच मला मदत करत आहे.
मला खचून जाऊन चालणार नाही आणि तुम्हीही खचून जाऊ नका.
काहीकाही माणसं खचून जाण्याच्या बाबतीतही भाग्यवान असतात. म्हणजे कशी?
तर त्यांना खचून गेल्यावर रिकामपणाचे तास भाग्यात असतात. ती स्वस्थ बसू शकतात. काहींना तीही उसंत मिळत नाही. त्यांना खचून टाकणाऱ्या समस्याच अशा असतात की, त्याच समस्यांना तोंड देण्यासाठी त्यांना पुन्हा उभंच राहावं लागतं. तशा परिस्थितीत मी गेली सात ते आठ वर्षं आहे.
तुम्हाला तुमचं अस्तित्व स्वतंत्रपणे जगायचं आहे. संसारात हरवून जायचं नाही म्हणजे नक्की काय करायचं आहे? काय करू दिलं जात नाही? काय कारण?
आपल्या पत्रव्यवहाराबाबात तुमचे साहेब नाराज आहेत, हे जाणवलं. ते स्वाभाविक आहे. आम्ही पुरुष असेच असतो. आमच्याजवळ Sense of belonging नसतो तर Sense of possession असतो. आमचा जोडीदार जर आमच्या पुढे गेला तर तो आपल्या हातातून निसटेल, अशी आम्हाला दहशत वाटते. म्हणून मग आम्ही पत्रसंवादालाही बंदी घालतो. ही परिस्थिती ध्यानी आल्यावर मी तुम्हाला मार्गदर्शन काय करणार?
तरीही तुम्ही मुंबईला आलात तर भेटा. सह या. आपण बोलू. गप्पागोष्टी करू. जाणून घेऊ. दिनेशला घेऊन या. मोडतोड करून आपण काहीच करणार नाही आहोत.
आधी तुम्हाला काय करावंसं वाटतंय ते स्पष्ट करा.
मी पाच सप्टेंबरपासून घरीच आहे. तरीही अगोदर कळवून या. म्हणजे तुमची खेप वाया जाणार नाही.
आपण पत्रोपत्री किती करणार? लिहिलेला शब्द योग्य ती भावना पोहोचवू शकेल, ह्याची शाश्वती नाही. तेव्हा प्रत्यक्ष भेटून गप्पागोष्टीतून मनोदय व्यक्त करू.
मी तुम्हाला 'सह' म्हणतोय. ह्यातला अर्थ श्री. दिनेशजींना समजेल, असं मी गृहीत धरतो. त्यांचा माझा परिचय नाही. तेव्हा त्यांच्याबद्दल मी माझ्या मनात कोणतंही 'इमेज' तयार केलेलं नाही. ह्या पत्रातला काही मजकूर 'जनरलाइज्ड' स्वरूपाचा आहे. समस्या आणि संघर्ष कोणत्या घरात नाहीत? परिस्थिती कारणीभूत असते, जी माणसाला छळत थकवते, वाकवते. कधीकधी ही परिस्थिती संसारातल्या एखाद्या व्यक्तीमुळेही निर्माण होते.

कोण कुणाला जन्माला घालतो हा तपशिलाचा भाग होतो. तरीही पुष्कळशा गोष्टी संवादाने हलक्या होऊ शकतात.
श्री. दिनेश भेटायला तयारच नसतील आणि तुम्हालाही भेटून द्यायला तयार नसतील तर काय करणार आहात? निदान मला तसं कळवण्याची व्यवस्था करा. माझ्याशी पत्रव्यवहार करण्यात, केवळ सगळ्या परिवाराचा भविष्यकाळ सुखद व्हावा, हा तुमचा हेतू आहे व असावा. ह्याबद्दल श्री. दिनेश ह्यांची खात्री पटली तर ते सहकार्य का देणार नाहीत?
त्यांनाही सुख व शांतीचं आयुष्य नकोय का?
मग साथीदाराला असंतुष्ट ठेवून ते सुख कसं मिळवू शकतील?
तेही कदाचित अगतिक असतील.
तसं असेल तर सुवर्णमध्य नक्की सापडेल.
माझे सगळे तर्क आहेत.
त्याचा शेवट संवादाने होईल.
all the best.

तुमचा,
वपु काळे
२ सप्टेंबर १९८८

प्रेमप्रकरणात कोण जास्त उद्ध्वस्त होतो किंवा कुणामुळे कोण माणसातून उठतो, ह्याबद्दल ज्याला जनरालाइज्ड स्टेटमेंट म्हणतात ते करताच येणार नाही.
पण,
एका संध्याकाळी असं वाटलं, ज्या कुटुंबसंस्थेवर आमचा पराकाष्ठेचा विश्वास आहे, ती कुटुंबसंस्थाच अनेक जिवांना बरबाद करते आहे.
एक जबरदस्त नैसर्गिक गरज भागवण्यासाठी व्यक्तीला संसार हवा असतो. घर उभं राहतं. जिथं विलक्षण जिव्हाळा आहे, दुसऱ्याच्या भावनांची कदर आहे आणि स्वत:ची नैसर्गिक गरज पूर्ण करून घेतानाही सुसंवादाचा ओलावा आहे तिथं माझी ही विधानं तकलादू ठरतील. अतिरंजित वाटतील. जितक्या जास्त प्रमाणात माझं लेखन हे बिनबुडाचं ठरेल तितक्या प्रमाणात मला माझ्या पराभवाचा आनंद होईल. पण मला अभिप्रेत असलेलं माणसामाणसांतलं हे नातं झपाट्याने नष्ट होतंय म्हणून तर हे विधान दु:खाने करावं लागतंय.
काही मोजकी घरं वगळली तर विवाहसोहळ्यानिमित्त दरवाजावर लावलेलं

तोरण जीर्ण व्हायच्या आतच सगळ्या वास्तूला विसंवादाची वाळवी लागल्याचं चित्र सर्वत्र दिसतंय.

इतक्या झपाट्याने अनेक ठिकाणी हेच चित्र का दिसावं? एकीकडे वेगवेगळ्या आकारांच्या, रंगांच्या, माध्यमांच्या कलापूर्ण मंगलपत्रिका छापल्या जाताहेत. प्रत्येक मंगलपत्रिकेगणिक गणपतीबाप्पा नावीन्यपूर्ण फॉर्ममध्ये अवतार घेत आहेत. बुद्धीच्या ह्या दैवताला कलावंतांनी वेगवेगळे आकार दिले आणि त्या दैवतानेही चित्रकाराच्या कुंचल्यापेक्षा आपण जास्त लवचिक आहोत हे सिद्ध केलं. प्रत्यक्ष विवाहसोहळ्यात तर पौरोहित्य करणाऱ्या गुरुजींपेक्षा जास्त महत्त्व व्हिडीओ कॅमेरामनला प्राप्त झालं आहे.

मंत्रसंस्कारांच्या पावित्र्याकडून किती झपाट्याने बुद्धिवान समजला जाणारा आपला समाज, यांत्रिक झगमगाटाकडे वळतोय त्याचं हे विदारक उदाहरण.

खरं तर आपल्या मंगलकार्यालयांवर 'थिएटर्स'चे फलक लावावेत. 'श्रुती मंगल थिएटर', 'आनंद थिएटर' असं म्हणावं. स्टुडिओतले कॅमेरे फक्त बटणंच दाबायची अक्कल असलेल्या माणसांच्या हातात आले आणि संसारात रंग भरायचं कौशल्य, अर्पणभाव ह्या गुणांशी फारकत घेऊन आम्ही फक्त सोहळे सुशोभित करायला लागलो.

आम्ही इतके कुणाला विकलो गेलो? का गेलो?

ज्या संध्याकाळी हे प्रकर्षानं जाणवलं, त्या संध्याकाळी अपर्णा माझ्या घरी आली. तिच्याबरोबर तिचा मित्र. दोघं डोंबिवलीला राहणारी. दुपारीच अपर्णाचा फोन आला होता.

"मावशीकडून बोलताय का?"

"त्याशिवाय मला फोन करताच येत नाही. डोंबिवलीहून फोन करायचा म्हणजे ट्रंककॉल करावा लागतो. आणि आमच्या घरी फोन नाही."

"बोला."

"तुमचं पत्र मला अजून मिळालं नाही."

"मी ते मित्राबरोबर हँड डिलिव्हरीनं पाठवलंय."

"घरच्या पत्त्यावर की ऑफिसच्या?"

"घरच्या."

"मर गयी."

"का?"

"आता घरी उलटतपासणी होईल. तुमचा मित्र माझ्या घरी केव्हा जाईल?"

"ते मी कसं सांगू?"

"तुम्ही पत्र कधी दिलंत?"

"चार दिवस झाले."
"मग अजून तो का आला नाही? मला आता ते कधी मिळेल?"
"तुम्ही वांद्र्याला या आणि घेऊन जा."
"मला मुंबईची माहिती नाही."
मग मी चेष्टेत म्हटलं,
"मुंबई ही महाराष्ट्राची राजधानी असून..."
"असं काय हो वपु..."
"व्ही.टी.कडे येणारी गाडी पकडायची आणि..."
"मला बोरीबंदर माहीत आहे. व्ही.टी. कुठाय?"
मग मी उडालोच. डोंबिवलीत राहणारी, नोकरी करणारी, बी.कॉम. शिकलेली मुलगी. व्ही.टी. म्हणजेच बोरीबंदर हे ह्या मुलीला माहीत नाही. एकविसाव्या शतकाकडे जग चालल्याच्या गप्पा कशासाठी करायच्या? मी मग अपर्णाला कसं कसं यायचं ते सांगितलं. ती प्रयत्न करते म्हणाली. मी टेलिफोन वगैरे विसरून गेलो.

अपर्णाचा पहिलावहिला फोन आठ-दहा दिवसांपूर्वी आला होता.
"मी अपर्णा. आपली ओळख नाही. पण मला तुमच्याशी बोलायला आवडेल. मी अधूनमधून फोन करत राह्यले तर तुम्ही बोलाल का?"
"जरूर."
त्यानंतरच्या तीन-चार वेळा तिने फोनवरूनच तिच्या समस्या सांगितल्या. त्या बोलण्यावरून तिचं समस्यांसकट एक चित्र मनासमोर आलं. मी तिला 'पत्र पाठवीन' म्हटलं.

प्रिय अपर्णा,
तुमचा फोन आला. अशाच काही रसिकांप्रमाणे. मी त्यांच्याबरोबर फोनवर बोलेन की नाही अशा साशंक मन:स्थितीत ही रसिक माणसं फोन करतात. मी बोलतो. मग ती जिंदादिल माणसं गोंधळतात. गप्प बसतात. पुन्हा फोन करू म्हणत फोन बंद करतात.
अशाच काही माणसांप्रमाणे तुमचा फोन असं म्हणत मी कामाला लागलो. तुमचा दुसरा फोन आला.
"मी बोलतेय.'
गंमत करायची सणक येऊन मी म्हणणार होतो, "मीही मीच बोलतोय." पण मी तसं केलं नाही. तुमचा फोन असावा असा अंदाज केला. आवाज

किंवा स्टाइलवरून तुम्हाला ओळखावं इतकी आपली ओळख नाही.
ओळख.

हा शब्द मित्र की वैरी?

माणसांचं तर सोडाच. पण 'ओळख' ह्या शब्दाचीच आणि आपली खरी
ओळख झालेली नाही.

ओळखीसाठी हपापलेलं आपलं मन, अपेक्षित व्यक्तीशी ओळख झाल्यावर
अंशत: शांत होतं. त्यानंतर 'जास्त ओळखतो, जवळून ओळखतो' म्हणता-
म्हणता केव्हातरी 'खरी ओळख' होते. मग ती व्यक्ती एक तर अंतरावर
जाते किंवा अंतर उरत नाही. काही व्यक्ती अंतरावर गेल्या तरी काही वाटत
नाही. काही दुरावायला नको होत्या असं वाटत राहतं. ज्यांच्या बाबतीत
दुरावा निर्माण होतो त्यांच्याच–आणि तेही जिथं दुरावा निर्माण व्हायला नको
असेल, त्यांच्याच बाबतीत आपण आत्मसंशोधन करतो. त्या दुरावण्यात
आपलाही वाटा असेल तर आपण गप्प बसतो. मोठं मन लाभलं असेल तर
आपल्या चुका मान्य करण्याचं धैर्य आपोआप येतं. अंतर पुन्हा कापलं जातं.
दुराभिमान आड आला तर 'हे असं होणार होतं' असं समाधान मानून घेत,
आपण गप्प बसतो.

कालच तुम्ही मला स्वाभिमान आणि दुराभिमान ह्यातला फरक विचारलात.
काल ह्या शब्दांच्या व्याख्या माझ्यासमोर फार स्पष्ट नव्हत्या. आत्ता काही
प्रमाणात आहेत. समाजापासून, वर्तुळापासून, नातेवाईक-मित्र, थोडक्यात
म्हणजे 'संवादा'पासून जो तुमची फारकत करतो, ज्या वृत्तीमुळे तुम्ही एकटे
पडता तो सगळा दुराभिमान. दुराभिमानात थोडी हिंसा डोकावते. इतरांची मनं
ही अशी सहजी मारता मारता, दुराभिमान स्वत:चीही हत्या करतो.
स्वाभिमान गौरवास्पद असतो. तेवढाच फक्त जतन केला तर वर्तुळातली
माणसंही त्याची बूज राखतात. स्वाभिमानाची सोयरीक कर्तृत्वाशी असते.
कर्तृत्वशून्य स्वाभिमानाला 'पोकळ' विशेषणाचा भरगच्च आहेर मिळतो.
स्वाभिमानी माणूस परावलंबी नसतो. नियतीच्या लहरीपायी त्याला सत्तेपुढे
नमतं घ्यावं लागतं. पण ती परिस्थिती तो फार सहन करू शकत नाही.
स्वतंत्र, स्वायत्त होण्याच्या वाटा तो शोधत असतो.

'स्व'ची यथार्थ जाणीव आणि ओळख असलेला माणूस स्वाभिमानी असतो.
ह्याच दृष्टिकोनातून आई-वडिलांवर आपला 'भार' पडू नये हा तुमचा विचार
भावना आणि व्यवहार ह्यांची सांगड घालणारा आहे. व्यावहारिक दृष्टीतून,
तुम्ही अर्थार्जन करावं ही तुमची गरज नसेल आणि आईवडिलांची अपेक्षा
नसेल तर ह्या क्षणी नोकरी सोडा. कारण नोकरी करायची की नाही, हा

चॉइस फक्त माहेरीच मिळू शकतो.
सासरी हे स्वातंत्र्य संपतं.
सासर म्हणजे अगदी तीन जावा, तीन दीर, लग्न न जमणारी एखादी नणंद, सासू-सासरा आणि आते-मावस-चुलत नातेवाइकांचा 'जनता शो' जरी नसला तरी स्वातंत्र्य घालवण्यासाठी एक बंधनसूत्र पुरतं. सध्याच्या काळात मी तरी त्याला 'मंगलसूत्र' म्हणू शकत नाही.
लग्नामुळे 'स्त्री' वा 'पुरुष' पारतंत्र्यात गेले असं न होता त्यांच्या स्वतंत्र विहारात त्यांना एक साथीदार मिळाला असं का होऊ नये?
ह्याचं कारण आमचे विचार पक्के नाहीत.
विचार ठाम नसल्यामुळे आम्हाला आमच्या Priorities ठरवता येत नाहीत. स्वत:चा आत्मविश्वास वाढेल असं शिक्षण मिळत नसल्यामुळे, लाथ मारू तिथं पाणी काढण्याची हिंमत आमच्यात नाही. आम्ही फक्त लाथाळी करतो. शिक्षण क:पदार्थ मानण्याची आमची वृत्ती इतकी वाढते आहे की संप, बंद ह्या निष्प्रभ ठरलेल्या चळवळींपुढे परीक्षाही पुढे ढकलाव्या लागल्या तरी आम्हाला खंत वाटत नाही. हीन अभिरुचीची करमणूक आम्हाला वर्षानुवर्षं चालते. झटपट प्रसिद्धीसाठी आम्हाला चुटपुटतं यश पुरतं. सगळ्या राष्ट्राचा धर्म 'निवडणुका' हाच झाला आहे. लोभसवाण्या जाहिरातींनी आमच्या गंजलेल्या आणि गांजलेल्या मेंदूवर, शरीरावर झगमगीत कपडे चढवले आहेत. ह्या सगळ्या सामाजिक परिस्थितीपुढे आम्ही प्रगल्भ भिकारी होऊन लाचारीने माथा टेकतो किंवा व्यसनी होतो.
साहजिकच लग्न हा एक मिरवण्याचा सोहळा झाल्यास नवल काय?
माहेरी ज्या गोष्टी मिळाल्या नाहीत त्या सासरी मिळतील ह्या भ्रमात मुली असतात, तर मुलगी आपल्या घरात येताना तिच्याकडून काही काही गोष्टी येतील ह्या स्वप्नात काही पुरुष मशगूल असतात.
स्वाभिमानी स्वभावाची कदर ह्या शर्यतीत कोण करत असेल सांगा.
तुमचीच सध्याची मन:स्थिती पाहा.
घर सजवावं, मुलांचं संगोपन करावं, पाकसिद्धी करून नवऱ्याची वाट पाहावी, हे तुमचं संसाराचं तुम्ही रंगवलेलं चित्र. स्वप्न कोणतं बाळगावं ह्याचे नियम होऊ शकत नाहीत. पण कुणाच्याही स्वप्नाला आपल्या सहवासापायी तडा जाणार नाही, हा नियम माणसाने सांभाळायला हवा. स्वत:चं स्वप्न साकार करायचा अधिकार प्रत्येक माणसाला मिळायला हवा. ह्या स्वप्नासाठी तुम्ही तनामनाने राबायला जर तयार आहात तर कपाळावरच्या टिकलीने त्या स्वप्नाला प्रारंभीच 'पूर्णविराम' होऊ नये.

तुमच्या जोडीदाराला तुमच्या पैशाची गरज आहे. का? तर त्याला स्थैर्य हवं म्हणून. म्हणजे लग्नाचं वय होईतो मातापित्यांनी सांभाळायचं आणि नंतर अंशत: पत्नीने, असा काही हिशोब केला आहे का? पत्नी मिळवती हवी ही अपेक्षा गैर असं मी मानत नाही. पण आपल्या जोडीदाराची ती वृत्ती नसेल तर तिच्यावर नोकरीची सक्ती का?

तर आर्थिक स्थैर्यासाठी.

आता स्थैर्याची व्याख्या ठरवायला हवी.

अन्न, वस्त्र, निवारा ह्या मूलभूत गरजा. संसाराच्या प्रारंभी ह्या तीनही गरजा, मन मारावं लागणार नाही इतक्या ठणठणीत अवस्थेत भागणाऱ्या असतील तर ह्याच्यापलीकडच्या ज्या गोष्टी हव्या आहेत, त्या सगळ्या wants आहेत. त्या needs नाहीत.

मागण्या आणि गरजा इतका स्पष्ट फरक आहे हा.

अन्न, वस्त्र, निवारा ह्या किमान गरजा जो भागवू शकत नाही, त्याने मुळात लग्न का करावं?

'पुरुष' होण्यापूर्वी त्याने 'नवरा' आणि नंतर ओघानेच 'बाप' व्हायची घाई का करावी?

वरील तीन गरजांपैकी 'निवारा' ही गरज, राज्यकर्त्यांनी इतकी महाग करून ठेवली आहे की ती घेता घेता रक्त ओकावं लागतं. ह्या एवढ्याच एका बाबतीत पत्नीने आर्थिक सहकार्य द्यावं ही नवऱ्याची अपेक्षा गैर मानता येणार नाही. पण निवाऱ्याचा प्रश्नही सुटलेला असेल तर आडकाठी राह्यली कुठे?

फ्रीज, फोन, होंडा, टीव्ही, टेपरेकॉर्डर हे फॅमिली मेंबर्स विकत घेऊन सांभाळायचे असतील तर 'फ्रीज' वगळता बाकीच्या wants आहेत.

ह्यासाठी तुमच्या जोडीदाराने तुमच्या मनाविरुद्ध तुम्हाला नोकरीची जबरदस्ती केली तर नाइलाजाने त्याच्या मनगटात ताकद नाही असं म्हणावं लागेल किंवा त्याला रातोरात पॅरिस बांधून हवंय म्हणावं लागेल.

ह्यातला दुर्दैवाचा भाग हाच आहे.

कष्ट आणि वेळ, सातत्य आणि निष्ठा ह्यांच्या पाठपुराव्याशिवाय जगात काहीच मिळत नाही. ह्यावरचा उपवर तरुणाचा विश्वास उडत जाणं हा दुर्विलास आहे. अशा माणसाच्या आयुष्यात तुम्ही एकजीव होऊ शकाल का? सगळं भवितव्य त्याच्या हातात सोपवताना, तुमचं अगदी छोटं पण रास्त स्वप्न, लग्नाच्या होमात आहुती म्हणून टाकणार का?

प्रारंभीच्या काळातलं प्रेम आंधळं असू शकतं. कोणती व्यक्ती का आवडावी

ह्याला उत्तरं नाहीत. पण संसार हा एक व्यवहार आहे. प्रेमाइतकाच तो
कर्तृत्वाचा भाग आहे. कालांतराने कर्तृत्वशून्य सहवास तुम्हाला नकोसा झाला
तर?

आंधळ्या प्रेमाकडेही डोळसपणाने पाहा; कारण अजून तुमचे डोळे तुम्हाला
हवं ते दृश्य बघायला मोकळे आहेत. संसारात अधूनमधून बाईला 'गांधारी'
व्हावं लागतंच. समजूतदार वृत्ती आणि पत्नीला पुरुषानेच सांभाळायची
असते–ह्या रास्त जाणिवेच्या बाबतीत नवरा जर 'धृतराष्ट्र' असेल तर तो
आपल्या पत्नीला जबरदस्तीने 'गांधारी' बनवणारच.

पण माझ्या मते, ह्या बदलत्या काळात महाभारतातील गांधारीची निष्ठा
सर्वस्वी चुकीची ठरेल. 'जे सुख नवरा उपभोगू शकत नाही, त्या सुखाकडे
मीही पाठ फिरवीन' ह्या गांधारीच्या जबरदस्त पत्नीधर्माचं तेज अलौकिक
आहे.

पण सध्याच्या काळाचा विचार केला, तर आंधळ्या साथीदाराची 'डोळस
काठी' व्हायचं की आपणही आंधळं व्हायचं? हाच प्रश्न विचारावा लागेल.
ज्या माणसाला आपल्या Priorities समजत नाहीत तो काही प्रमाणात
धृतराष्ट्रच.

एकशय्येवर साधी गृहिणी होण्याचं तुमचं स्वप्न उधळून तुमचा साथीदार
शांत झोप घेऊ शकेल का?

ह्या प्रश्नाचं उत्तर 'हो' असं असेल, तर मी फक्त इतकंच सांगेन,
'विचार करा.'

तुमच्या नोकरीची तुमच्या संसाराला नितांत गरज आहे. हे जर तुम्हाला
स्वत:ला पटलं तर तो जीवनक्रम खळखळ न करता स्वीकारा.

त्यानंतर सगळ्या 'प्रायोरिटीज' बदलतील. त्याचंही मग स्वागत करा.

'नोकरी' की 'अपत्य' ह्यातही अग्रहक्क कशाला हे ठरवणं आलं. हा सगळा
तिढा अवघड का? तर ह्या वेगवेगळ्या पातळीवरच्या डिमाण्ड्स आहेत
म्हणून.

नोकरधर्म श्रेष्ठ की मातृत्वाची भावना?

प्राप्ती की अपत्य?

अपत्यप्राप्ती हा मग एकच शब्द उरत नाही. तिथंही 'प्राप्ती' हा शब्द प्रथम
लिहायचा की अपत्य?

अपत्य आणि प्राप्ती दोन्ही साधायचं म्हणजे मूल नोकराकडे किंवा सासू–
Unwilling guardian की willing?

अपत्य झाल्यावर हे कळणार. नाहीतर मग शेजारी, थोडक्यात म्हणजे त्या

निष्पाप पिल्लाला 'आई' सोडून कुणीही. बाप परकाच असतो.
'स्त्री ही क्षणाची पत्नी, अनंतकाळची माता' असं एक वचन. ह्याउलट 'पुरुष हा क्षणाचा पिता आणि अनंतकाळचा...'
मोकळ्या जागेत, पुरुष पिता खऱ्या अर्थाने झाला तर, नाहीतर पती, dictator *जो शब्द असेल तो.*
शाळा, अभ्यास, संगोपन, शुश्रुषेबरोबर नोकरी. त्यातही स्त्रीला म्हणजे बायकोला नवऱ्यापेक्षा पगार जास्त असला तर किती नवऱ्यांना खपतं?
नोकरीमुळे परपुरुष मैत्री...
न संपणारा विषय.
पुन्हा 'नोकरीचा रुबाब दाखवू नकोस' ही अरेरावी आहेच.
पुरुषप्रधान संस्कृतीत आम्ही पुरुषांनी आमच्या गृहिणींना, मातांना, बहिणींना, मुलींना त्यांच्याच सहवासात जास्त लोटली. स्वत:चं स्त्रीत्व तिने त्यातही टिकवायचं, पण स्वत्व टिकवायचं नाही.
मॉडर्न लाइफ, सोसायटी, स्टेट्स, एकॉनॉमिकल क्रायसेस ह्या नकली पोशाखी संस्कृतीकडे आम्ही पुरुषत्व गहाण टाकलं आणि बायकांना बांगड्यातच ठेवलं. स्वत:ची कमाई रुबाबात गृहिणीच्या हातात ठेवायचं मानाचं पान आम्ही गमावलं आणि बांगड्यासहित आम्ही आमच्या स्त्रियांना काही 'कम्फर्ट्स'साठी भणंग समाजाच्या स्वाधीन केलं.
पुरुषांनी 'मन' आणि 'मनगट' ह्यातली ताकद गमावल्याचं हे दु:खद दर्शन आहे.
अरे लेको, घर हवंय? मग व्यवसाय मिळवा.
पण आम्हा पुरुषांना फक्त 'साय' हवी.
ह्याचं दर्शन जितक्या मुलींना लग्नापूर्वी होईल, तितक्या त्या सावरतील. पुरुषांना विकल्या जाऊन त्या समाजाकडे गहाण पडतात. गांधारी आणि आजकालच्या स्त्रिया ह्यांच्यात हाच फरक आहे. तिने विवाह केला तो उघड्या डोळ्यांनी आणि नंतर 'पट्टी' बांधली. हल्लीच्या मुली डोळ्यांवर पट्टी बांधून साथीदार निवडतात आणि होमात आहुती पडल्यावर ती पट्टी सोडतात.
तुम्ही भाग्यवान आहात. तुमचा विवाह ठरून दोन वर्षं झाली आणि आता अक्षता पडायला अद्यापि एक संवत्सर आहे. अक्षता ह्या शब्दातलं प्रत्येक अक्षर महत्त्वाचं आहे.
अ=अर्पणभाव.
क्ष=क्षमाशीलता.
ता=तारतम्य.

हे तीन गुण दोघांजवळ हवेत.

प्रेमातील नवी नवलाई आता काहीशी कमी झाली असेल तर दोघांनी आपापल्या डोळ्यांवरच्या पट्ट्या उतराव्यात. एकमेकांच्या वृत्तींचा खरा मागोवा घ्यावा. सप्तकातले किती सूर जुळतात ते भाबडेपणा टाकून तपासावं. मुख्य म्हणजे एकमेकांसाठी आपण कोणत्या गोष्टींना, किती प्रमाणात मुरड घालू शकणार आहोत त्याचा ह्याच कालावधीत शोध घ्यावा. संघर्षाच्या जागा हेरून ठेवाव्यात. मुरड घालणं हा सहजधर्म व्हायला हवा. कात टाकली की साप तिकडे वळूनही बघत नाही इतक्या सहजतेने आपण एकमेकांसाठी काय टाकू शकतो, त्याचं संशोधनच करायला हवं. एकमेकांना टाकण्यापेक्षा, एकमेकांसाठी काही ना काही टाकणं ह्यालाच अर्पणभाव म्हणतात.

स्वत:तल्या उणिवांची खरी जाणीव झाली आहे. दोष समजले आहेत. कमकुवतपणाच्या जागा समजल्या आहेत. पण प्रामाणिक प्रयत्न करूनही आपल्या जोडीदाराचे वृत्तीदोष जात नाहीत समजल्यावर तिकडे दुर्लक्ष करण्याची शक्ती म्हणजे क्षमाशीलता.

तरतमभाव न बाळगता घ्यायचं कसं आणि लडिवाळ हट्ट करून वसूल कधी करायचं, वाकायचं कधी आणि कधी वाकवायला लावायचं, स्थळ, काळ, स्थिती ह्याचं भान म्हणजे तारतम्य.

अक्षतांचं आध्यात्मिक, पारंपरिक किंवा रूढी म्हणून जे प्रयोजन असेल ते असो, पण ह्या विज्ञानयुगात आणि समानतेच्या काळात 'अक्षतां'चा मी लावलेला अर्थ हा आहे. कारण अर्पणभाव, क्षमाशीलता, तारतम्य–ह्या त्रयीत संवादाचा आत्मा आहे. संवादाचं एकमेव गणित आणि गमक ज्याला साधलं त्याला संसाराचं शास्त्र गवसलं.

Architecture ह्याची व्याख्या *It is an art and science of building* अशी आहे.

आर्ट आणि सायन्स हे दोन्ही शब्द संसाराच्या व्याख्येत बसवता येतील. संवाद काय करायचा ही कला झाली, तर तो कसा करायचा हे शास्त्र झालं. ही बेरीज ज्याला जमली त्याच्या संसारात किल्मिषं 'वजा' होऊन 'बाकी' उरेल तो आनंद, समाधानाचा 'गुणाकार' आणि वैफल्याचा 'भागाकार.' असं असूनही प्रेमविवाह यशस्वी का होत नाहीत? मित्र वा मैत्रीण ह्याची गरज निर्माण का होते? माणसं कुढत का बसतात? संसारातला ताजेपणा झपाट्याने का ओसरतो? त्याचं रूटीन का होतं?

अगदी ढोबळ उत्तर सांगतो.

जी उत्तरं ढोबळ असतात ती अवघड असतात.
समस्येचा नुसता अभ्यास करायचा असेल तर उत्तरावर भागतं. ढोबळ शब्द चालतो.
पण समस्या प्रत्यक्ष सोडवायची असेल तर आचरणाचा भाग येतो. आचरण आलं की ढोबळ उत्तरंही अवघड वाटतात. तपशिलाचा प्रश्नच नाही.
प्रवाह आणि प्रेम–दोन्हीत ओढ असेल तरच ते गतिमान होतात. मोठे होतात. स्वत: वाहता वाहता समृद्ध होतात. समृद्ध करतात. त्यांची गती संपली की ते जागच्या जागी जिरतात.
प्रेमाचं तसंच. प्रेम प्रवाही असतं.
संसार स्थिर असतो. संसाराला 'स्थैर्य' प्राप्त होण्यासाठी जो कालावधी लागतो तो लागतोच. पण तरीही तो स्थिर असतो. ही स्थिरता कशी येते? ती येते मालकी हक्क प्राप्त झाला म्हणजे.
म्हणजेच sense of possession.
ह्याचा अर्थ sense of belonging गेला.
मालकी हक्काच्या सगळ्याच गोष्टी स्थिर असतात.
नावावर जागा होण्यापासून, नोकरीत 'पर्मनंट' होण्यापर्यंतच्या सगळ्या गोष्टी स्थिर असतात.
निवडणुकीचा भरवसा नसतो. म्हणून उमेदवाराची पळापळ असते. खुर्ची मिळाली की काही दिवस का होईला 'मालकी' आली.
हेच नेमकं, प्रेम आणि संसार ह्यांचं होतं.
'मी तुझीच आहे' किंवा 'मी तुझाच आहे' हा टाहो अक्षता पडण्यापूर्वीच चालतो.
आणि लागतोही.
लग्नानंतर एकमेकांना गृहीत धरलं जातं. प्रेमाचा अधिकार संपून, अधिकारावरच प्रेम बसतं.
अधिकारात अर्पणभाव, क्षमा आणि तारतम्य ह्या सगळ्याच गोष्टींचा अभाव असतो. इतकंच काय, आपण कोणत्या सुखाला पात्र वा अपात्र आहोत ह्याचाही विचार नसतो.
संसार अपात्र माणसालाही सुरक्षितता देतो. सुरक्षितपणाला सुविचारांची जोड नसेल तर?
स्टेशनवरचा माणूस डब्यात घुसतो तेव्हा जागा मिळावी म्हणून नम्र असतो. लाचारही होतो. डब्यातल्या माणसांनी, थोडा त्रास सोसून त्याला सामावून घेतलं की तोच माणूस अरेरावीने, पुढच्या स्टेशनवर डब्यात घुसणाऱ्यावर

डाफरायला लागतो. का? तर तो आता सुरक्षित असतो.

आज तुम्ही दिवसातल्या चोवीस तासांपैकी दोन-तीन तास एकमेकांना भेटत असाल. ह्या दोन-तीन तासांच्या भेटीत परस्परांना न दुखवण्याची पराकाष्ठा चालते. सतरा-अठरा तास भेटीसाठी वाट पाहण्याचा टॅक्स भरलेला असतो आणि पुन्हा तितक्याच तासांची प्रतीक्षा करायची शिक्षा असते. त्यामुळे ह्या चुटपुटत्या भेटीत फक्त एकमेकांना सुखी करण्याची आश्वासनं दिली-घेतली जातात. निरीक्षणातच दंग असलेले जीव परीक्षणासाठी मोकळे राहतच नाहीत.

तुमच्या बाबतीत तरीही वेगळी परिस्थिती आहे असं मला वाटतं. दोन वर्षांचा कालावधी मोठा आहे. भुकेने कडाडलेला माणूस पहिला भात पोटात गेल्यावर काहीसा शांत होतो. आता तुम्ही दोघांनी जरा तटस्थपणे एकमेकांच्या वृत्तींचा अभ्यास करायला हवा.

ह्या अभ्यासात आपला जोडीदार आपल्याशी कसा वागतो ह्याचाच केवळ अभ्यास करून चालणार नाही. मित्र-मैत्रिणी, वडीलधारी माणसं, घरातले नोकरचाकर, हॉटेलातले वेटर्स, रेल्वेतले सहप्रवासी, टॅक्सी-रिक्षावाले, नातेवाईक, दुकानदार, थोडक्यात म्हणजे संसाराला प्रारंभ केल्यावर ज्या ज्या व्यक्तीचा समाजात समावेश होतो त्या सर्वांशी त्याचं वागणं कसं आहे ह्याचं अवलोकन तुम्ही करायला हवं. कारण दैनंदिन व्यवहार ह्या सगळ्या घटकांवर अवलंबून असतो. सुख आणि संवाद ह्या तराजूत तोलून खरेदी करण्याच्या वस्तू नव्हेत हे तुम्ही जाणता. तुमचा-माझा परिचय नसताना, तुम्ही आपण होऊन फोन केलात आणि संवादाचा आनंद मिळवलात आणि दिलात. प्रपंच करणाऱ्या माणसाचा आनंद ह्या ना त्या रूपात व्यवहारातच गुंतलेला असतो. व्यवहारासारखी परखड गोष्ट, सुसंवादानेच सुलभ होते. ह्या सुसंवादाचं वेड, छंद तुमच्या जोडीदाराला आहे की नाही, ह्याचाच कसून शोध घ्या. वेगवेगळ्या स्तरांतल्या व्यक्तींशी बोलताना तुमचा सखा, त्या त्या गोष्टी जोडत जोडत व्यवहार साधतो की मोडतोड करीत कार्यभाग उरकतो हे पाहा. बारीकसारीक गोष्टींतूनच देवगण, माणूसगण, राक्षसगण प्रकट होत असतो. निरीक्षणाशिवाय, परीक्षणाशिवाय लक्षणं-अवलक्षणांचा अभ्यास अशक्य. वेगवेगळ्या भूमिकांतून व्यक्तीचा वावर कसा होतो हे पाह्यल्याशिवाय माणसाचा सर्वांगीण विचार होत नाही. हे आवश्यक आहे. प्रेमात पडलेली व्यक्ती फक्त प्रियकर असते. ती 'प्रिय' असेल तेच बोलते. प्रिय असेल तेवढंच बघते, ऐकते, स्पर्शून घेते. 'प्रियकर' म्हणजे आदर्शवाद. 'माणूस' म्हणजे वास्तववाद.

वास्तवतेच्या पातळीवर आल्याशिवाय, समोरच्या माणसातलं आपल्याला नेमकं काय आवडलं आहे ह्याचा शोध लागत नाही. काय आवडलं हे सापडलं म्हणजे काय काय पटत नाही हेही समजतं.

एखाद्या पोस्टमनप्रमाणे व्यक्तीचा शोध घेतला पाह्यजे. गावाचं नाव, पेठ, रस्त्याचं नाव, इमारत, मजला, खोली क्रमांक आणि व्यक्ती अशा टप्प्याने रजिस्टर पत्र जातं. आनंदाच्या गावी, समाधानाच्या पेठेत, शांतीच्या इमारतीत, सहकाराच्या मजल्यावर, संस्कारांच्या खोलीत संवाद करणारी व्यक्ती भेटायला हवी. त्याच व्यक्तीच्या सहीनिशी acknowledgement रिसीट मिळायला हवी. रजिस्टर पत्र घरातल्या इतर माणसांनी for म्हणून स्वीकारता कामा नये. मुलाचे आईवडील, अन्य नातेवाईक सज्जन असून फायदा नाही. ज्याच्याशी संसार करायचा तोच चांगला हवा, म्हणून सही त्याचीच हवी. त्यासाठीच. सही न सही ती व्यक्ती ओळखीची हवी.

Proposed marriage पेक्षा Love marriage मध्ये जास्त रिस्क. इथं कोणाही दुसऱ्या व्यक्तीला वा वरच्या शक्तीला जबाबदार धरता येणार नाही. 'आपण कसे चुकलो?' ह्याची आयुष्यभर चुकचुक राहते.

म्हणून सांगतो,

आणि तेही विचारलंत म्हणून की, लग्नानंतर गांधारी होण्याची त्यागशील वृत्ती नसेल तर आत्ताच पट्टी काढा. न जमणाऱ्या गोष्टींची यादी मोठी असेल तर एकमेकांचा निरोप घ्या.

पण तोही कसा? तर,

वो अफसाना उसे तकमील तक
लाना न हो मुमकिन
उसे एक खुबसूरत मोड देकर
छोडना अच्छा.
चलो एकबार फिरसे
अजनबी बन जाये हम दोनो!

ह्यातला 'खुबसूरत' शब्द महत्त्वाचा.

'दोन वर्षं त्याच्याबरोबर फिरली' वगैरे वगैरे बडबड करणारा समाजच तुम्हाला लग्नानंतर रडण्याची पाळी आली तर म्हणणार आहे, 'दोन वर्षांत सहवास लाभून, स्वभाव समजूनही सावध का झाली नाहीस?'

तेव्हा सावध राहा.

जोडीदाराच्या अभ्यासाइतकाच स्वत:चा अभ्यास जास्त महत्त्वाचा. दुसरा माणूस कदाचित 'आयत्या वेळी विचारल्या जाणाऱ्या प्रश्नपत्रिकेसारखा'

सतत वाटत राहील. स्वत:च्या संवेदना तर पूर्ण परिचयाच्या असतात ना? तेव्हा,

तो साथ देऊ शकणार आहे की नाही ह्यापेक्षा जास्त शोध मी साथ देऊ शकेन की नाही, हेच पाहायला, साक्षेपाने शोधायला हवं.

जो सावध असतो, तो सुखी होतो.

'सावधान'च्या अक्षतांचा वर्षाव सतत होतच असतो.

आपण तो गजर किती वेळा ऐकतो हे पाहणं महत्त्वाचं.

आणखी खूप सांगता येईल.

कारण, हा न संपणारा विषय.

'स्वाभिमान' असावा की नसावा, हा संभ्रम प्रेमात असतानासुद्धा तुम्हाला पडला म्हणून म्हणतो.

'पट्टी आत्ताच काढा. काय पाहायचं ह्याचं स्वातंत्र्य आहे, तोपर्यंत.'

तुमचा,
वपु काळे

माझं पत्र अपर्णाला मिळालं. तिचं उत्तरं वाचून मी पुन्हा एकवार आश्चर्यचकित झालो.

एवढ्या-एवढ्याशा वाटणाऱ्या ह्या मुली. पण ह्यांनीही आयुष्याचा किती विचार केलेला असतो?

तिने तोडीस तोड पत्र पाठवलं.

प्रिय वपु यांस,

कुठलीही औपचारिकता वगळून मी हे पत्र लिहीत आहे. तुमच्या पत्रातला शब्द न् शब्द वाचला व हृदयात ठसवला. 'शब्द' माणसाला इतके आधार देऊ शकतात ह्याचा पदोपदी प्रत्यय आला. काही काही शब्दच असे असतात की कितीही वेळा लिहिले अथवा उच्चारले असता त्यातली भावना कमी होत नाही. ते सदा टवटवीत असतात. 'तेजोमय' असतात.

शब्द—आणि पर्यायाने वाक्यं—कधीकधी माणसाचं जीवन घडवणारी, आधार देणारी किंवा उद्ध्वस्त करणारी. शेवटी सगळे 'संसार' शब्दांचे. प्रत्येक रागदारी वेगळी, ताल वेगळे पण सूर मात्र तेच. म्हणून कोणाच्या वाट्याला कुठला 'राग' येईल हे सांगता येत नाही. काही माणसांच्या जीवनाची सुरुवातच 'भैरवी'ने होते, तर काहीजणांच्या आयुष्यात अनेक आरोह-अवरोहांचं मिश्रण असतं. मिलाफ असते. पण म्हणून प्रत्येकाच्या आयुष्यात

आलेल्या 'रागां'चं महत्त्व कमी होत नाही. फक्त त्यांच्या जागा चुकलेल्या असतात. ह्या जागा कधी स्वत:मुळे, स्वत:च्या वृत्तीमुळे चुकलेल्या असतात, तर कधी त्या नियतीने चुकवलेल्या असतात. स्वत: चुकवल्या असतील तर माणूस त्या सावरण्याचा प्रयत्न करतो, पण ज्यावेळेस त्या नियतीने चुकवलेल्या असतात तेव्हा...

ज्यावेळेस न्याय देणाराच अन्याय करतो तेव्हा कुणाची दारं ठोठावायची?

वपु, हृदयातील प्रत्येक भावना, आंदोलनं कागदावर उतरवणं कठीण असतं; कारण एकाच वेळी माणसाच्या मनात अनेक भावनांचं द्वंद्व चाललेलं असतं तर कधी एकाच भावनेने तो व्यापून जातो.

'क्षणात येते सरसर शिरवे, क्षणात फिरूनी ऊन पडे' असे यथार्थ वर्णन कवीने पावसाला न म्हणता मनाला म्हणायला हवं; कारण मनासारखा बेभरवशाचा प्राणी कुणी नसतो. हृदयातील प्रत्येक भाव-भावना ही खरी असते आणि ते विचारदेखील हृदयातच सुंदर असतात. ते बाहेर येईपर्यंत त्याच्यावर 'रासायनिक प्रक्रिया' झालेली असते. संस्कारांची, स्त्री–पुरुष भेदाभेदांची. म्हणूनच प्रत्येक भावना ही ओठांबाहेर पडत नाही. जीभ बोलायला उच्चारते, पण कधी शब्द अपुरे पडतात तर कधी ओठांची 'लक्ष्मणरेषा' त्याला धरबंध करते आणि यदाकदाचित जर ते बाहेर आलं तर त्यातला 'आत्मा' संपलेला असतो.

वपु, कधीकधी स्वाभिमानाची उलट बाजू म्हणजेच 'अहंकार' असं म्हणतात. त्यामुळे जो माणूस स्वाभिमानी असतो, तो अहंकारी असतो असा समज. स्वाभिमानाला 'गर्विष्ठ' हे विशेषण बहाल केलं जातं. स्वाभिमान हा केवळ पुरुषाला असावा, स्त्रीला असू नये ही आमच्या समाजाची धारणा. म्हणूनच 'हुंडा द्यायचा नाही' किंवा 'नोकरी करायची किंवा नाही करायची' हे स्वत: ठरवणारी, स्वत:ची स्वतंत्र विचारप्रणाली असणारी स्त्री दुराभिमानी ठरते. समाजापासून दूर फेकली जाते. जिथं तिची स्वत:ची अशी माणसं त्याची बूज राखत नाही तिथं इतरांनी ती का राखावी?

वपु, गांधारीने डोळ्यांवर पट्टी बांधली ती धृतराष्ट्राच्या प्रेमामुळे नाही किंवा पातिव्रत्याच्या थोर कल्पनेनेदेखील नाही, तर कधीकधी स्त्री समाजाचा सूड स्वत:वर उगवते. म्हणूनच आजही बायका सती जातात. स्वत:ला शंकराचार्य म्हणवणारी व्यक्ती त्याला धर्माच्या उदात्त नावाखाली पाठिंबा देते. गांधारीने काय, सीतेने काय किंवा द्रौपदीने काय, हा सूड स्वत:वर उगवला.

ज्यावेळेस संपूर्ण समाजरचनाच 'पुरुष' म्हणवून घेणाऱ्या प्राण्याच्या हातात आहे तेव्हा तिने कुणापुढं न्याय मागावा? न्याय देणारा, बनवणारादेखील

तोच व अन्याय करणारादेखील तोच. आणि ह्यातूनही स्त्री उभी राहिली तर तिच्या माथी अंबेचं जिणं येतं. ज्यावेळेस भरसभेत द्रौपदीची विटंबना चालली होती, त्यावेळेस पाच नवरे म्हणवून घेणाऱ्या पुरुषोत्तमांनी संयम, सत्यवचनी या विशेषणांखाली आपलं पौरुषत्व गहाण टाकलं. त्यावेळेस द्रौपदीने मनात त्यांची नक्कीच षंढ म्हणून संभावना केली असेल. सीतेसाठी राम युद्ध खेळला त्या सीतेला एका धोब्याच्या सांगण्यावरून त्यजणारा राम नक्कीच सीतेच्या मनातून उतरला असेल. म्हणूनच तिने धरणीमातेला उदरात घेण्यासाठी विनवलं. कारण घडवणारे आणि उद्ध्वस्त करणारे हात तेच होते.

आजच्या युगात स्त्री मिळवती आहे. तिच्यात स्त्रीत्व आहे, पण 'स्व'त्व मात्र अजूनही नाही आणि असेल असं वाटत नाही. कारण पुरुष House बांधतो पण स्त्री Home टिकवते. पुरुष मिळवतो पण स्त्री टिकवते. आणि हे जर टिकवायचं असेल तर बहुतेकदा तिला तिच्यातल्या 'स्व'ला विसरावं लागतं. 'स्त्रीचं स्त्रीत्व हेच तिला मारक ठरतं.' एखाद्या माणसाला त्याच्या चांगुलपणामुळे दुबळेपण येतं, तर एखाद्याला त्याच्या दुष्टपणाचं बळ मिळतं. मनाविरुद्ध वागण्यामुळे आधी स्वार्थत्यागाचा आनंद मिळतो आणि नंतर ते लादलं जातं.

वपु, स्वत:ला नोकरी करणं पटो अथवा न पटो, पण कर्तृत्वशून्य स्वाभिमानपेक्षा लादलेला व्यवहार हा श्रेष्ठ ठरतो. म्हणून नोकरी करायची ही Need नसली तरी Want आहे. Standard of living साठी. कारण वलय असलेली स्त्री ही चौकट असलेल्या स्त्रीपेक्षा जास्त सुखी (?) ठरते.

वपु, 'अक्षता'चा अर्थ खूपच सुंदर वाटला. 'अर्पणभाव', 'क्षमाशीलता' व 'तारतम्य' ह्या त्रयीत संवादाचा आत्मा आहे हे खरं, पण 'अर्पण केव्हा करायचं?', 'क्षमा कधी करायची?' ह्याचंदेखील 'तारतम्य' हवं; कारण ह्या वृत्ती कधीकधी स्वत:हून घडलेल्या असल्या तरी खूपदा त्या लादल्या जातात. (मुख्यत्वे स्त्रीवर) एखाद्याने वाकायचं ठरवलं, अर्पण करायचं ठरवलं तर जन्मभर त्याला फक्त 'क्षमाशीलता' व 'अर्पणभाव' ह्या वृत्तीच अंगिकाराव्या लागतात, ही समाजातील स्थिती आहे. ह्याला अपवाद असू शकतो.

'स्त्री' आणि 'पुरुष' ही संसाराची दोन चाकं ही उपमा असली तरी 'माणूस' हा 'वास्तववाद' आहे, म्हणून पुरुषाने स्त्रीवर केलेला अन्याय हा अन्याय ठरत नाही, तर स्त्रीने अन्याय सहन करायलाच हवा ही आमच्या स्त्रीत्वाची खरी लक्षणं. आतून कितीही तिला वाटलं की समानता आणावी तरी तिला

हे कितपत शक्य होतं? म्हणूनच अनेकांनी उद्ध्वस्त करण्यापेक्षा एकाने केलेला अन्याय हा संसार ठरतो. कारण *Home* व *House* यांच्यातला फरक.

शेवटी सुगंध व सोनं यांचा मेळ घालता येत नाही. ज्याला सुगंध हवा असतो त्याने सोन्याच्या मोहाची अपेक्षा धरू नये. कधीतरी हा सुगंध संपणार आहे ह्याची तयारी ठेवावी. कारण सुगंध किंवा आनंद हा क्षणिक असतो. (अथवा काही काळापुरता.) दुसऱ्या क्षणाने तो जुना होतो. पुनरुक्तीतून मिळणारा आनंद प्रत्येक वेळी पहिल्या आनंदाइतका उत्कट असत नाही. त्याची उत्कटता खूपच कमी झालेली असते, पण म्हणून सुगंधाने वेडावणारी माणसं ह्या जगात नाहीत असं होत नाही. कारण कधी 'सुगंध' तर कधी 'सोनं' ह्या वेगवेगळ्या पातळीवरच्या डिमांड्स आहेत. आणि ज्याला सोनं हवं असतं त्याने त्यातून सुगंध मिळणार नाही ह्याची तयारी ठेवावी. कारण 'सोन्याला सुगंध नसतो व सुगंधात सोनं नसतं.'

म्हणूनच आपण कुठल्या वेळेला कुठलं निवडायचं हे ठरवायला हवं. कारण सुगंध हे 'काव्य' आहे तर सोनं हा 'व्यवहार' आहे. आयुष्यात निव्वळ सुगंध पुरत नाही तर सोनंदेखील लागतं ह्याची जाणीव कधीकधी होते. स्वप्नातला संसार हा संसाराच्या स्वप्नापेक्षा वेगळा असतो.

भावना व कर्तव्य ह्यांचा मेळ मला घालता येत नाही हेच दु:ख आहे.

वपु, मी कशी आहे तेच मला कळत नाही. सुखाचे सुंदर भविष्यातील मनोरे रचता-रचता वर्तमानकाळ हरवून बसते व दु:खाच्या सावटाची चाहूल लागताच भविष्यकाळ डगमगू लागतो. वर्तमान, भूत व भविष्य यांचा मेळ मला घालता येत नाही. हे सर्व मला लगेच हवं असतं. सुखाचा पेला एकाच घोटात संपवावासा वाटतो आणि दु:खाचा जहरी पेलादेखील एकाच वेळी पचवावासा वाटतो. जीवन एकाच रस्त्याने, एकाच *Level* वर घालवावंसं वाटतं. सुख आणि दु:ख एकाच तराजूत टाकावंसं वाटतं. वपु, दुर्दैवाचा आणि सुदैवाचा असा विचित्र खेळ माझ्या आयुष्यात चालू आहे. संतापाचे कढावर कढ येतात. सुखाचे उमाळे येतात. कधीकधी कितीही खाल्लं तरी पोटातील पोकळी भरून येत नाही. आत कुठंतरी शरीरातला गाभारा ओका ओका वाटतो. न संपणारी पोकळी व्यापून राहते. सुखाचा झरा तिथपर्यंत कधी पोहोचलाच नाही वाटतं. मग माझ्याकडेच मी परक्या, अनोळखी नजरेने पाहत राहते. माझी सुखदु:खं मलाच परकी होतात.

स्वत:च जाळी विणायची आणि स्वत:च त्यात गुंतायचं हेच आमचं आयुष्य, मग तक्रार कुठं करायची?

म्हणूनच सांगते, 'वास्तववाद' व 'आदर्शवाद' यांचा मेळ घालायचा नाही. मी माणूस म्हणजेच वास्तववादाशी लग्न करणार आहे, म्हणून आदर्शवाद विसरायचा. सुगंध आणि सोनं ह्यांपैकी काय निवडायचं हे ठरवायचं. भुकेने कडाडलेला माणूस अगोदर अन्न बघतो मग चव बघतो. पोटात गेलेल्या अन्नाने आपली भूक काही प्रमाणात भागवलेली असते हे महत्त्वाचं. अन्न जर देवाने निर्माण केलंय तर चव माणसाने निर्माण केली आहे. पण चव नाही म्हणून कोणी अन्न फेकून देत नाही; कारण आपण त्याची किंमत चुकवलेली असते. कृतघ्न माणूसच फक्त चव नाही म्हणून अन्न फेकून देतो. वपु, संसाररथाची स्त्री व पुरुष ही चाकं अशी कल्पना केली तर अथक परिश्रम हे घोडे होतात व नियती ही सारथी होते. सगळं कौशल्य सारथ्यावर अवलंबून म्हणून सारथ्यावरच विसंबून राहायचं.

आपला आधार वाटणारी,
अपर्णा

अपर्णाच्या पत्रासारखंच जयूचं पत्र.
जयाची तीन-चार पत्रं आली. पहिल्या पत्रातच मला जाणवलं, आयुष्याकडून ह्या मुलीची मागणी वेगळी आहे. आपल्या कुवतीनुसार, आपण मोकळेपणी सुसंवाद करू शकू. ह्या मुलीचं लग्न व्हायचं आहे. परक्या माणसाला पत्र का लिहिलं, असा सवाल नवऱ्याप्रमाणे घरातली माणसं करणार नाहीत. जयूने पहिल्याच दीर्घ पत्रात लिहिलं होतं ते असं–

पुणे-११
२०/५/८८

प्रिय वपु,
तुम्हाला खूप दिवसांपासून पत्र लिहायचं डोक्यात होतं, पण नेहमीच्या संकुचित विचारांपोटी असं वाटायचं, कसं लिहायचं, काय लिहायचं? पण आज अगदी राहवत नाही. तुमच्या पुस्तकांची मी वाचक कॉलेजमध्ये असल्यापासून झाले. त्यावेळेपासून प्रत्येक पुस्तक तन्मयतेने वाचते आहे. गंमत अशी आहे की, एखादं आधी वाचलेलं पुस्तक पुन्हा वाचायला घेतलं तर नवीन वाटतं. तीच परिस्थिती पण फार सोपी वाटते किंवा खूपच अवघड वाटते. कदाचित जाणारे दिवस विचारांमध्ये पालट घडवून आणत असतील, कोणास ठाऊक? आपले विचार चूक की बरोबर हे तरी कोणाला विचारायचं? आणि रोजच्या धावपळीत हे जर प्रश्न कोणाला विचारले तर

म्हणतील वेडी आहे झालं. काहीतरीच प्रश्न पडतात. तुमच्या कथा वाचून खरं तर मी फार विचार करते. तुम्ही म्हणाल कसला? तर मी प्रत्येक भूमिका जगून पाहते. मी या परिस्थितीत असते तर कशी वागले असते? माझ्यावर बाबी होण्याची वेळ आली असती तर मी काय केलं असतं? मला एखाद्या शशिकांतने Guarantee मागितली तर? मला स्वत:ला या प्रत्येक भूमिकेतून एक खंबीर मन मिळतं की, निसर्गाला झुगारून मानवाने आखलेली चौकट खोटी आहे. मानभावी आहे. लग्न केलं तर दुसऱ्या पुरुषाकडे न बघणं, विधवा होऊन एकाचीच आठवण उगाळणं, बायकोचे मित्र, मैत्रिणी न आवडणं हे सगळे तात्कालिक पण मनाचा कोंडमारा करणारे प्रश्न. एखादी गोष्ट गुन्हा आहे किंवा नाही हे कोण ठरवणार?
या समाजाच्या चौकटीत पहिलं प्रेम जर सफल झालं नाही तर त्याचा उच्चारही करायचा नाही. तो केला की संपलं. तुम्ही बदनाम! ही बदनामी तरी कोणी करायची? ज्यांनी स्वत:ही कोणाला तरी समर्पित केलेलं होतं. हे पहिलं प्रेम सहसा कोणाला पत्करता येत नाही आणि ते विसरायचं तरी का? जर विसरायचंच असतं तर करायचंच का? जगरहाटीमध्ये ते विसरून दुसऱ्याबरोबर लग्न करायचं, संसार करायचा आणि मानसिक समरसता नाहीच जमली तर? हल्ली 'लग्न' या गोष्टीइतका तर दुसरा गलिच्छ जुगार राहिलेला नाही. प्रत्येकजण आपलं नाणं खपवायला इतकी वर्णनं लावून घेतो की, त्या बेगडीपणाचा खरोखर उबग येतो. अजूनही इतक्या पुढारलेल्या कलियुगात मुलगा मुलीला दहा मिनिटांच्या चहा-पोह्याशिवाय मिळवू शकत नाही. व्यावहारिक शाश्वती मिळतही असेल कदाचित, पण वैचारिक, भावनिक शाश्वती? का ती आवश्यक नाही? ती जर मिळत नसेल तर? का तरीही त्या मुलाकडे गाडी आहे, त्याचा दोन लाखांचा धंदा आहे, अमुक आहे, तमुक आहे, पण विचाराने थंड आहे, वागायला षंढ आहे. आखलेल्या चौकटीतून उत्तर येतं, नाहीतरी विचार करून पोट भरतंय का? मोठे आलेत विचारवंत! नोकरी करतानासुद्धा–माझं उदाहरण देते. मी स्टेट बँकेत आहे. वयाने माझ्या Staff च्या वयाच्या मानाने निमपट आहे. कामात पुढं गेले तर मत्सर. इतक्या लहान वयात लागले म्हणून मत्सर! इतकी कूपमंडुक वृत्ती का? तुम्ही म्हणाल ही का माझ्या डोक्याला कल्हई करते आहे? पण आपल्या विचारांना दाद मागायची कोणाकडे? घरातले ज्येष्ठ समाजाच्या चौकटीतले! मित्र आणि मैत्रिणी तत्त्वावर भांडणारे, पण स्वत:ची वेळ आली की, बाजूला सरणारे. अशा या परिस्थितीत संतुलित राहायचं कसं? मी तत्त्वासाठी आज घरच्यांना दुखावते. मित्र-मैत्रिणी तोडते. तितक्या

दुपटीने जोडतेसुद्धा, पण तरी समाधान नाही. कारण मी पैशाला महत्त्व देत नाही. पैसा काय आज आहे उद्या नाही. मी शरीरसुखाला महत्त्व देत नाही. ते नश्वर आहे आणि जे डोळ्यांची पापणी मिटण्याइतकं क्षणिक आहे. सध्याचं शिक्षण–जे मूल्यं शिकवत नाही, माणुसकी शिकवत नाही, त्याचं महत्त्व किंवा त्याचा बाऊ आपण का करतो! ज्या गोष्टी मूलतः आपण शाश्वत ठेवू शकत नाही...जीवन इतकं अस्थिर झालं आहे की, आताचा क्षण आपला. नंतरचा माहीत नाही. कदाचित परलोकवासीही असेन! म्हणूनच मी आत्ताचा क्षण काठोकाठ समाधानी करण्याचा प्रयत्न करते. मग तो एखाद्या मित्राबरोबर खडकवासल्याला धरणाच्या काठावर असेल किंवा एखाद्या गडाच्या तटबंदीवरच्या वाऱ्यात असेल, कदाचित आंबा खाण्यात असेल, कदाचित गप्पात असेल किंवा एखादी सुंदर कलाकृती करण्यात असेल, असे कितीतरी. कधी बँकेत Customerशी काऊंटरवरच मनसोक्त गप्पा माराव्या वाटतात. रोज त्याच त्या एक ते शंभर असणाऱ्या नोटांना लाथा मारून मनसोक्त वाऱ्याबरोबर धावावं वाटतं. हे चूक आहे का? पण चौकटीतलं नाही. मग तत्त्व का चौकट? पुस्तक लिहिणं वेगळं–तुमची प्रत्येक व्यक्तिरेखा मला या दृष्टीने त्रास देते. तुमच्या व्यक्तिरेखा जर खरंच तुम्हाला भेटलेल्या असतील तर त्यांची उत्तरं मी खरी मानीन, पण काल्पनिक असतील तर? चौकटीचा खेळ तुम्ही स्वतः मोडला आहे का? आणि नसला तर मोडणाऱ्या चौकटीचंच स्वप्न बाळगणाऱ्या मला तुम्ही काय सल्ला द्याल? मी स्वतः माझ्याच विचारांत गुरफटते–हरवते. पण 'घर हरवलेली माणसं' जवळची वाटली. 'पार्टनर'ने साद घातली, पण आयुष्यात आवश्यक असलेल्या वळणावर मी उभी आहे. कदाचित जीवनसाथी मिळेल किंवा नाहीही. प्रत्येक वाक्यात माझ्या मनाचा पडसाद आहे. तुम्हाला कदाचित विचित्रही वाटेल. पण तुम्हाला त्रास द्यावा असा उद्देश अजिबात नाही. तुम्ही मला पत्र लिहाल किंवा नाही मला माहीत नाही. मी या कलियुगाकडून एक गोष्ट मात्र मिळवली. काहीही झालं तरी अपेक्षा करायची नाही. अपेक्षाभंगाचं दुःख बोचरं असतं. असो. हे सगळं फक्त बावीस वर्षांत आलेल्या अनुभवांचं फळ आहे.

या पत्रात मी तुम्हाला माझी थोडक्यात ओळख करून देते. मी शिकले हुजूरपागेत. कॉलेज बी.एम्.सी.सी. अतिशय लाडात वाढले. आईपेक्षा बाबांचा ओढा जास्त. संपूर्ण शिक्षण first class अगदी distinction ही नाही. पण अभिमानास्पद. बाबांची इच्छा मी सी.ए. व्हावं. मी ठरवलं पूर्ण करायचं. एफ्.वाय.ची प्रवेशपरीक्षा दहा दिवसांवर. बाबा दवाखान्यात. पहिला

हार्ट अॅटॅक. रिझल्ट लागायच्या आधी चार-पाच दिवस बाबा गेले. मी फारच थोड्या मार्कांसाठी entrance घालवली. बाबा गेले आणि मी कोसळले. पण तरीही नोकरी केली आणि शिक्षण पूर्ण केलं. बी.कॉम्. झाले आणि स्टेट बँक ऑफ इंडियाला ताबडतोब रूजू झाले. बाकी माझे छंद ट्रेकिंग. मी महाबळेश्वरला सर्व पॉइंट्स चढले. (ऑर्थरसीटसहित) काश्मीरचा किश्तवाड भागातला ट्रेक पंचवीसजणांची Group leader म्हणून केला. रायगडजवळचा लिंगाणा Rock climbing द्वारे चढला हे अभिमानस्पद. बाकी दर शनिवारी-रविवारी शक्यतो घराबाहेर पडते. दोन दिवस जरी निसर्गाच्या सान्निध्यात काढले तरी फारच सुरेख वाटतं. पुढचा आठवडा सुखात जातो. पण हे घरी अजिबात आवडत नाही. मी निघाले की, रडारडी, मारामाऱ्या. जिवाचा आकांत करून टिकवते आहे. या छंदाने एक सामर्थ्य दिलं आहे. मी कोणत्याही दुःखाला कणखरपणे सामोरी जाऊ शकते. मी एकटी कशी जाऊ? हा प्रश्न मला कधीच पडत नाही. माझ्या कपडेखरेदीपासून घरातल्या किराणा खरेदीपर्यंत सगळ्या गोष्टी मी एकटी करते. रात्री बारा वाजतासुद्धा कोठे जायला आणि घरी यायला मला भीती वाटत नाही. (मी कराटे वगैरेसुद्धा शिकलेली नाही.) पण माझं आत्मबल ही माझी शक्ती आहे. या गोष्टी वाईट का चांगल्या मला कळत नाही. पण मी बोलणी मात्र खूप खाते–या सगळ्या गोष्टींवरून! घरात माझ्यावर कोणाचाही विश्वास नाही. कोणताही मुलगा बरोबर दिसला की संबंध नाहीत ना–ट्रेकिंगला सारखी जातेस. तुला मुलांचा सहवास हवाहवासा वाटतो–असं. मला हे लिहायला आवडत नाही, पण आपण जे विचार जोपासतो ते चूक का बरोबर याचा निर्णय करू शकत नाही. म्हणून हे स्वानुभवावर आधारित पत्र तुम्हाला लिहिलं ते तेवढ्यासाठीच! तरीही मी सुखी आहे. कारण सकाळी उठल्यापासून अमर्याद कष्ट करते. रात्री पटकन् छान झोप लागते आणि छान पुस्तकं वाचते. सध्या बँकेत इमानदारीने नोकरी करते. ट्रेकला गेले की आईला वाटतं, पोरगी काळी पडते. मग तिचं लग्न कसं होणार आणि मुलीचं ध्येय लग्न हे नाहीच. एखादा–मला समजुतीने सांभाळणारा जोडीदार–मग तो वयाने लहान असला तरी-पण त्याचे विचार महत्त्वाचे! आयुष्यात खरंच लग्न हे इतकं महत्त्वाचं का? स्वतःचे संसार दुःखाच्या किनारीतच सजवलेली माणसंच लग्न करायचा आग्रह कसा करू शकतात? मला खरंच लग्न, घर, नवरा, पैसाअडका यांची ओढ नाही. आणि याबाबतीत मला चौकटही आखता येत नाही. असो. ही माझी थोडक्यात ओळख. तुम्ही निश्चितच वैतागले असाल. मुंबईशी माझा आत्तापर्यंत कधीच

संपर्क आला नाही. पत्रमित्र आहेत, पण येणं-जाणं नाही. आता यानंतर आपली भेट पत्रातून होणार का? माझ्याकडे एक प्रॉब्लेम आहे. माझ्या आईला मी पाठवते ती पत्रं वाचायला मी कधीच देत नाही. पण त्याचा सूड म्हणून ती माझं प्रत्येक पत्र माझ्याआधी फोडून वाचते. जर आक्षेपार्ह काही आढळलं तर मला ते पत्र मिळत नाही. मी कोसळते हो खरंच! मला नाही सहन होत. वयाच्या अठराव्या वर्षांपासून नोकरी केलेल्या मुलीने ज्याप्रकारे जग पाहिलं आणि जी अतिशय स्वतंत्र विचारांची बनली आहे तिला तिचं पत्रही न फोडता मिळू नये इतक्या सुधारित जगात? माझी अपेक्षा चूक आहे का? अशा अनेक गोष्टी. तुम्हाला काय काय लिहू असं होतं आहे. आम्हा लहान मुलांना मोठी माणसं सांगू शकतात तुझं इथं काय चुकलं, पण मोठ्या माणसांना त्यांच्या चुका दाखवणारी यंत्रणा कोणती? त्यांना हे कोण सांगणार की, मुलांनी विश्वासाने जोपासलेल्या छंदांना धाक घालून तुम्ही त्यांना त्या गोष्टी चोरून करायला भाग पाडता. संस्कारित मन त्यांचा अवमानही करू शकत नाही आणि आतल्या आत विचारांनी डोकं पोखरून घेण्याशिवाय काही करू शकत नाही.

स्वतंत्र विचार आणि संवेदनशील मन दोन्ही गोष्टी एकाच वेळी सांभाळणं हा गुन्हा आहे का?

तुमची चाहती,

जयू

जयूने जे प्रश्न पहिल्याच पत्रात मांडले होते, त्यातल्या काही प्रश्नांनी मी फार बेचैन झालो. त्यांपैकी मुख्य प्रश्न जयूला, तिला आलेली पत्रं न फोडता मिळत नाहीत हा. आईने किंवा घरातल्या वडीलधाऱ्या मंडळींनी आपली मुलगी योग्य मार्गाने जात आहे की नाही, ह्याचा जरूर मागोवा घ्यावा. पण 'सेन्सॉरबोर्ड' किंवा 'कस्टम ऑफिसर्स'ची भूमिका का घ्यावी? सेन्सॉर बोर्डातल्या सदस्यांशी विचारविनिमय करून कदाचित चित्रपट सोडवून घेता येत असेलही. पण कस्टम्सबाबत बोलायचंच नाही. सुसरीच्या तोंडातूनही जिवंत सुटता येईल. सुटणारे सुटतातही आणि अजापुत्र म्हणून जन्माला आलं की खरं मरण वाट्याला येईपर्यंत, आयुष्यभर मृत्यूच्याच पालखीतून प्रवास करायचा.

अर्थात जयूच्या आणि माझ्या पत्रसंवादात काही समस्या उभी राहणार नाही. आम्ही प्रेमपत्रं नक्कीच लिहिणार नाही.

जयूचा दुसरा सवाल तितकाच अस्वस्थ करणारा होता. 'स्वत:चे संसार

दु:खाच्या किनारीतच सजवलेली माणसं लग्न करायचा आग्रह कसा करू शकतात?'

ह्या प्रश्नाचं उत्तर शोधण्यासाठी मला वेळच मिळाला नाही आणि मिळाला असता तरी त्यावर उत्तर नव्हतं. कारण माझं पत्रही तिला फोडल्यावर मिळालं. तिने बँकेच्या पत्त्यावर उत्तर मागवलं तर फक्त पाकीट मिळालं, आतलं पत्र गायब. संवादाचा नारायण मारण्यासाठी गारद्यांना तोटा नाही. जयाच्या दुसऱ्या पत्रात वेगळ्या समस्या.

प्रिय वपु,

तुम्हाला पत्र लिहिण्याचं कारण सध्या मी फार मोठ्या वादळात सापडलेली आहे. मंगळवार दि. ५/७/८८ ला बाबासाहेबांनी पर्वतीवर पेशवेकालीन संग्रहालयाचं उद्घाटन केलं, तेव्हाच पेशवाईचा प्रयोगही होता. तो पाहून अतिशय आनंदाने घरी आले. त्यानंतर एका क्षुल्लक कारणावरून (विश्वास ठेवा) माझं आणि बंधुराजांचं कडाक्याचं भांडण झालं. त्याच्या म्हणण्याचा मथितार्थ 'मला मित्र जास्त. मैत्रिणी कमी. मुलांबरोबर फिरण्यामुळेच लग्न होत नाही. सगळी मुलं भिकारचोट. एकही कामाचा नाही वगैरे वगैरे.' त्या दिवशी राग आला, पण आता या वाक्यांचं हसू येतं आहे. त्या भांडणाची परिणती म्हणजे त्याने मला बेदम मारलं. माझं तोंड सुजलं. डोळ्यांखाली बराच मुका मार लागला आहे. घाबरू नका, मी तुम्हाला माझा गृहकलह सोडवायला बोलावणार नाही आहे. बंधुराजांनी मला हाताला धरून घराबाहेर काढलं आणि मी घराबाहेर पडले. पण मला असा प्रश्न आहे, की गुरासारखं मारताना तरुण बहीण विसरणारा भाऊ आणि त्याला पूर्णपणे पाठिंबा देणारी आई हे द्योतक अमानुषेतचं. यानंतर मात्र मला सांगण्यात आलं की विसरून जा. ही नाती तुटणारी नाहीत. तुलाच सांभाळून घ्यायला हवं. का? मी काहीही चूक केली नाही म्हणून? मी कोणतीही गोष्ट चोरून केली नाही म्हणून? का प्रत्येक मित्र-मैत्रिणींच्या स्वयंपाकघरापर्यंत ओळखी आहेत म्हणून? आता समाजाला उत्तर द्यायला तोंड नाही म्हणून माझे पाय धरणारे भाऊ आणि आई खरे की, मला क्रूरतेने विचार न करता मारणारे खरे? आता मी त्यांच्याशी आई आणि भाऊ म्हणून वागू शकत नाही, पण तरीही माझ्या मनाचा कमकुवतपणा ओळखून भावनिक संबंध जोडतात.

केवळ समाज–जो तुम्ही-आम्हीच बनवला–तो नावं ठेवेल म्हणून एखाद्या चौकटीत राहायचं आणि आपली तत्त्वं, आपले विचार चूक नसले तरी सोडून द्यायचे आणि डोळे असूनही आंधळेपण दाखवायचं. हे का जीवन,

ही का लोकशाही, हा का आनंद–हेच का कुटुंब आणि हाच का
एकमेकांबद्दलचा जिव्हाळा?

मीसुद्धा *No compromise* या तत्त्वावर बाहेर पडले आणि संस्कारित मनाने
पुन्हा एकदा दगा दिला. एकटीला हॉटेलात जायची सवय नाही. एकटीला न
बोलता राहायची सवय नाही. समाजाला खोटं सांगायची सवय नाही. या
सगळ्या खोट्या (?) सवयी नडल्या मला. आणि वाटलं, आपण मूर्ख
आहोत. समाजाच्या विरुद्धची वावटळ दाबली जाते. तिला स्वतंत्र अस्तित्व
कोणीही देत नाही. मग ती सुगंधी असली तरी आणि स्वतंत्र असली तरी.
आणि खरंच या एका प्रसंगाने मुळातच भावनिक असलेली मी अंतर्मुख
झाले आणि सगळं फोल वाटायला लागलं. स्वत:साठी तरी जगायचं म्हणजे
काय? कोठेतरी समाज या शब्दालाच घाबरून स्वत:चं खरेपण लपवत
राहायचं. घर या सुंदर स्वप्नाचे तुकडे हाताशी धरून पुन्हा घराचीच स्वप्नं
पाहायची. असं कसं हे जीवन? मला कंटाळवाणं वाटायला लागलं आहे.
संपवावं वाटायला लागलं आहे. शक्यतोवर ती अवस्था आणू न द्यायचा
आटोकाट प्रयत्न करते आहे. पण मोह पडावं असं हातात काही नाही.
केवळ नोकरी आहे म्हणून आज करू शकते आहे. बाकी काही नाही. मला
काहीतरी वेगळं व्हायची इच्छा आहे. आणि तेच घरी नको आहे. याचा अर्थ
मी करते आहे ते वाईट धरायचं का समाजाला घाबरून सगळं सोडून फक्त
एका चाकोरीचं ध्येय बाळगायचं? घराबाहेरचे लोक विश्वास टाकू शकतात,
खात्रीही देऊ शकतात, त्याच बाबतीत घरचे अविश्वास दाखवतात. मग
जवळचे लोक नातं असूनही परक्यासारखे वागणारे आणि जे परके आहेत
तेच आधारासाठी उभे राहतात. असं का?

माझ्या डोळ्यांपुढे खरंच अंधारी आलेली आहे. जगण्याची इच्छा संपुष्टात
येते आहे. काहीच समजत नाही. अभ्यासाची आवड आहे, पण करवत
नाही. कलाकुसरीची आवड आहे, पण बिघडून जाते आहे. लिहिण्याची
आवड आहे, पोस्टकार्डसुद्धा मोठं वाटतं आहे. गप्पा माराव्याशा वाटतात,
पण माझे विचार फोल ठरतात. कोणालाच पटत नाहीत. काय करू? काय
करू? असं वाटतंय. पण घडत काहीच नाही.

जयू

माझी पत्रं जयापर्यंत पोहोचत नाहीत, हे समजल्यावर मी आणि स्मिता
शेवडेने तिचं घर शोधून काढलं. पण प्रत्यक्ष भेटीत जास्त सविस्तर बोलता
आलं. त्यानंतरच्या तिच्या पत्रातले प्रसंग वाचून 'आई' ह्या संस्थेबद्दल

आणखी एक धक्का बसला. मत्सर आणि स्पर्धा ह्या दोन टूर्नामेंट्स फक्त नवरा-बायकोसाठी असतात, असं मी मानत होतो. माझ्या घरी माझ्या बारीकसारीक गोष्टींचंही कौतुक करणारी आई मला लाभली होती व आहे. वयाच्या पंचाहत्तराव्या वर्षीसुद्धा माझ्या आईचे डोळे कौतुकाच्या भावनेने दुथडी भरून वाहतात. तरीही 'पार्टनर'मधली आई मी अशी रंगवली की 'श्यामची आई' वाचणाऱ्यांनी माझ्याविरूद्ध मोर्चे काढावेत. पण गेली चौदा वर्षं ही कादंबरी वाचली जात आहे. दूरदर्शन मालिका झाली. 'पार्टनर' नाटकाचे शंभर प्रयोग झाले, पण अशी आई दाखवल्याबद्दल ज्या प्रतिक्रिया आल्या, त्या अभिनंदनाच्या होत्या. कादंबरीच्या सहा आवृत्त्या निघाल्या, तरीही 'पार्टनर'मधली आई पटत नाही, असं कुणी म्हणत नाही. आणि तरीही 'अशा आया संख्येने फार असतील का?' हा प्रश्न मला पडत होता. जयाचं आणखी एक पत्र वाचलं आणि वाटलं, 'होय, अशा आयांची संख्या कमी नसावी.'

पुणे-११
१५/६/८८

प्रिय वपु,
तुम्ही माझ्या दुसऱ्याही पत्राचं उत्तर नाही पाठवलंत. माझं काही चुकलं का? रागावलात का माझ्यावर? तुम्ही माझ्या विचारांना चांगलं म्हणालात आणि उगाचच एक आधार वाटायला लागला होता. माझ्या पत्रांनी तुम्हाला त्रास होतो का? तसं असलं तर मी पुन्हा कधीही नाही लिहिणार. तुम्ही माझ्यासारख्या एक क:पदार्थ मुलीकडे आलात यातच मी धन्य झाले. आयुष्य काढायलासुद्धा एवढी एकच गोष्ट मला पुरेल. तुम्ही माझ्याबद्दल, माझ्या पत्रलेखनाबद्दल काहीही लिहा. egoistic आहे. स्वत:ला फार शहाणी समजते, काय मूर्खासारखं लिहिते वगैरे काहीही लिहा. मला आवडेल. ह्यातली कोणतीही गोष्ट उपहासाने लिहीत नाही. मला वरचे आणि आतले मुखवटे ठेवता येत नाहीत. तुम्हाला एक गंमत सांगू, मी कॉलेजमध्ये असताना निबंधस्पर्धेत बक्षीस मिळवलं. ते मेडल मला वसंत कानेटकरांच्या हस्ते मिळालं. त्यानंतर कॉलेजच्या मासिकातल्या लेखाला पहिलं बक्षीस मिळालं. ही कौतुकं पाहून खूष होणं सोडाच, पण हे लेख वाचण्याचे कष्टसुद्धा घरी घेतले नाहीत. या अशा गोष्टींपेक्षा तुम्ही म्हणालात की लिहू नकोस तर ते नक्कीच स्तुत्य वाटेल. माझा फोटो बँकेतल्या मासिकामध्ये ट्रेकिंगच्या संदर्भात आला होता. एकदा बघण्याचे कष्टसुद्धा नाइलाजाने घेतले गेले. कारण जे वाईट आहेत तेच छंद माझ्याकडे आहेत. पत्रलेखन, ट्रेकिंग,

प्लेझर बॉक्स । १८१

निसर्गाची मनमुराद ओढ वगैरे वगैरे. पत्रलेखनामुळे पुरावे राहतात, ट्रेकिंगमुळे चटक लागते आणि फिरून कोणाचं भलं झालंय का? हे असे विचार! मी काय डोकं आपटून प्राण दिला तरी बदलणार नाहीत.

लोकांच्या बाबतीत इतर मित्र-मैत्रिणी, भावंडं बदललेली दिसत असतील. माझ्या बाबतीत मात्र आईच बदललेली आहे–आणि बाबा नाहीत मला हेच सहन होत नाही. पैसा माणसाला इतका वेडा करतो? मी एक यंत्र झाले आहे. पैसे मिळवण्याचं. जिने प्रत्येकाच्या तालावर पाहिजे तेव्हा नाचलं पाहिजे.

तुम्हाला पत्र लिहायला घेतलं की, अनेक प्रसंग गर्दी करतात. मी अकरावीत असताना मला लग्नाचं वचन देणारा एकजण भेटला. ज्याने मला इयत्ता चौथीपासून बघितलेलं होतं. तो मी बी. कॉम. होईपर्यंत थांबणार होता. दोन्ही घरांची नाती एकदम उत्तम–फक्त प्रश्न आंतरजातीय विवाहाचा. तरीही त्याने वचन दिलेलं, 'आपण पळून जाऊ.' बाबा गेले आणि तो सांगून मोकळा झाला, 'माझं लग्न ठरलेलं आहे. आई-वडिलांनी एका मुलीला मागणी घातली. मी त्यांना तोडू शकत नाही', 'मग घेतलेल्या आणाभाका मोडल्या का?', 'नाहीतरी तुझं-माझं जमलंच नसतं. तू नॉनव्हेज खात नाहीस. ते मला रोज लागतं आणि तुझे ब्राह्मणी संस्कार झेपणार नाहीत आमच्या घरात.'

हे सगळं मी शांतपणे सहन केलं. त्याच्या लग्नघरी चार दिवस राबले. त्यांची सरबराई केली हे सगळं अलाहिदा. मी कदाचित विसरेनही. कारण ज्या माणसाला संस्कारच नको आहेत आणि ज्याचं ध्येय खाण्यासाठी जगणं हेच आहे, त्याच्याशी लग्न न केलेलं उत्तम. पण हे मी आईला सांगितलं. तिला ते पटलं नाही. ती अजूनही मला याच क्षुल्लक प्रकरणावरून अतिशय खालच्या पातळीला नेऊन आणते. मुद्दाम लक्षात आणून आणून टोचलं जातं. शिवाय कोणालाही सांगायचं नाही. माझा विचार आईनेही केला नाही. त्यानेही केला नाही. माझी चूक ही का मी मनापासून प्रेम केलं, का ही–मी आईला मनमोकळेपणाने सगळं सांगितलं, का तोच माझा शत्रू पानिपतावर केव्हाच गेलेला विश्वास!

माझे मित्र-मैत्रिणी टिकत नाहीत आणि जे पहिल्यापासून टिकलेले आहेत ते खरोखरच हितचिंतक आहेत. माझं वाकडं एकाच ठिकाणी येतं–मी खोट्याला खोटं म्हणते. मला 'हो'ला 'हो' करता येत नाही. एकदा मी ट्रेकला गेले होते. एक माझ्यापेक्षा चार वर्षांनी लहान असलेला मुलगा माझ्याजवळ शरीराने येण्याचा प्रयत्न करू लागला. मीच त्याला ताब्यात

आणलं आणि न मारता सोडून दिलं. शिवाय सांगितलं, 'मी तुझी मोठी बहीण आहे असं समज आणि पुन्हा कोणत्याही मुलीबाबत असं करू नकोस' त्या मुलाचं तोंड मला पुन्हा पाहावं लागलं नाही, पण हा धीरगंभीरपणा चुकीचा आहे–या जगात चोरी करून चोर नसल्याचा आव आणणाऱ्यांची चलती आहे. पण एखाद्याने चोरी करून चोर असल्याबद्दलच शिक्षा भोगण्याचं धैर्य बाळगलं तर? असं का घडत नाही. त्या मुलाला माझ्या वागणुकीने बदल करावासा वाटेल का? इतक्या लहान वयात ही वासना जोपासणारं कोण? हल्ली हे चित्र तर सर्रास दिसतं. दोन पैसे कमावण्याचाी अक्कल नसलेली मुलं लग्न ठरवतात. केवळ आकर्षणापोटी. या पिढीचे मार्गदर्शक कोण?

इतक्या सगळ्या विचारांची लोणची मुरून मुरून किती दिवस मुरणार? आपले विचार लोकांना न पटणं याला तुमच्याकडे उत्तर काय? तुम्हीही माझ्यासारखे कुढत बसता? तुम्ही पुस्तकात लिहिता ते खरोखर घडावं असं तुम्हाला वाटतं का? का तुम्हाला माहीत असूनही की हे असं घडणार नाही तरीही तुम्ही लिहिता? आणि शेवटी वास्तवतेला धरून लिहिणारा माणूस वास्तवता विसरून जातो.

परवाच राज कपूरचा 'जागते रहो' पाहिला आणि मला माझं आयुष्य फार क्षुद्र वाटलं. संपवावंसं वाटलं जीवन. तो भणंग भिकारीसुद्धा स्वतःच्या धडधाकट शरीराने पैसे नाकारतो आणि एका छोट्या जिवाने सांगितलेलं सत्य ऐकून तर थक्क व्हायला होतं. 'जाओ ना! डरे हो? क्यों? तुमने तो कुछ भी नही किया.' पण इतकं सत्य आणि स्पष्टवक्तेपणा अंगी असताना कपाळी मनस्ताप का यावा? मनाची श्रीमंतीसुद्धा कफल्लक ठरवली जावी? का? यात दोष कोणाचा?

मला तुम्हाला परत एकदा भेटावंसं वाटतंय. कदाचित यात माझा स्वार्थ असेल मनःशांती मिळवण्याचा. पण जोपर्यंत मला विचार करणं बंद करायचं यंत्र मिळत नाही, तोपर्यंत मी असाच विचार करत राहणार. आणि स्वास्थ्य बिघडवत राहणार. असो. आता पत्र थांबवते. रात्रीचे बारा वाजलेत. कंटाळले आहे. कॅश काऊंटरला असल्याने झोपूही शकत नाही. एकाग्रता आवश्यक! त्यामुळे आता झोपते.

जयू

जयाचं शेवटचं पत्र आलं.

मी ते शेवटचं म्हणतो. कारण तिचं लग्न ठरल्याची बातमी त्या पत्रात होती.

एका तुरुंगातून तिची सुटका नक्की होणार होती. लग्न हा दुसरा तुरुंग ठरणार की नंदनवन?
साधी कैद संपली. आता नजरकैद, सक्तमजुरी, जन्मठेप की 'काळं पाणी?'
स्वतंत्र विचाराचं कौतुक, आम्ही पुरुष मैत्रिणीच्या बाबतीत करतो. स्वतंत्र विचाराची पत्नी कितीजणांना खपते?—स्वतंत्र विचार ह्याचा नक्की अर्थ कोणता?
बावीस वर्षांचा अनुभव असं जया म्हणते. आई, भाऊ, अकाली गेलेले वडील, मित्र ह्यांच्या सहवासाने आलेला कोणता अनुभव 'नवरा' ह्या नात्याच्या बाबतीत उपयोगी पडणार होता?
लग्नानंतर नवऱ्याच्या स्वभावाचे जे पैलू समजतील त्यांपैकी कोणता अनुभव लग्नापूर्वी येणार?
आयुष्याची गणितं अशीच चुकतात.
रीत चुकते.,
खुलासे उरतात.

पुणे-११
१६/१०/१९८८

वपु,
आज तुम्हाला पत्र लिहिण्याचं कारण आत्तापर्यंतच्या पत्रांपेक्षा वेगळं आहे. तुम्हाला टिळक स्मारक मंदिरमध्ये भेटायला आले होते, तेव्हाच सांगायचं होतं, पण जमलं नाही. इतके दिवस चौकटीतल्या प्रत्येकाला नावं ठेवणारी मी त्याच चौकटीत जाऊन बसते आहे. म्हणजे मी लग्न करते आहे. अगदी दाखवून घेऊन. फक्त तोही ट्रेकर असल्यामुळे प्रत्येक प्रसंगाला रंग वेगळा आला. आश्चर्य वाटलं!
मी एक अपेक्षा बाळगली होती माझ्या पार्टनरच्या संदर्भात, ती संपूर्णतः नाही तरी बऱ्याच अंशी पूर्ण होईल असं वाटतंय. घर सोडून बाहेर पडल्यानंतर घर या गोष्टीची प्रकर्षाने किंमत कळली आणि म्हणूनच मी माझं घर बनवायला तयार झाले असं वाटतं आहे. तरीसुद्धा म्हणतात ना, 'नकटीच्या लग्नाला...' त्याप्रमाणे मातोश्री, बंधुराज नाराज आहेत, ते का? हे मला न उमगणारं कोडं आहे. कोणत्या गोष्टी या लोकांना जपायच्या असतात हेच समजत नाही.
मला मागचं सगळं विसरून काहीतरी नवीन अनुभवावंसं वाटायला लागलंय. त्यासाठी तुमच्यासारख्यांचे आशीर्वाद हवेत. याल ना आशीर्वाद द्यायला?

लग्न २० डिसेंबरला आहे पुण्यातच. पण त्याआधी दसऱ्याला engagement करतो आहोत. तुम्हाला पत्र लिहायला उशीर झालेला आहे. तुम्हाला जमणार असेल तर व्यक्तिशः याच. पण जमलं नाही तर पत्र तरी पाठवाल? मी तुमचीच वाट पाहीन. पुन्हा एकदा तेवीस वर्षं सगळ्याच भट्टीतून तापवलेलं एक आयुष्य पणाला लावायला निघाले आहे. खरं तर भीती वाटते आहे. कारण यात अपयशी ठरले तर फार मोठी हार असेल. इलाज नाही. कारण Negative thinking चीच सवय लागली आहे. चांगलंच व्हावं यासाठी अतोनात कष्ट पडले तरी करीन. सध्या तरी याचंच समाधान आहे. काही दिवसांपुरतं तरी का होईना माझं एकटेपण संपल्यासारखं वाटतं आहे. खरं तर माणूस या शब्दावरच विश्वास नाही आणि आपलं कोण, परकं कोण हेही कळत नाही. तरीही एका नवीन अनुभवासाठी तयार आहे.

–जयू

प्रिय जयू,

पत्राची वाट तू बघणार ह्यात नवलच नाही.

मला कारणांची मालिका लावायची नाही. तू स्मिता शेवडेला भेट. पूर्वीचे राजे-राजवाडे किंवा अमीर, उमराव, सुलतान एखाद्या नामांकित हिरा आपल्या दौलतीत असावा म्हणून आटापिटा, कपट, युद्ध, चौर्यकर्म ह्यांपैकी काहीही किंवा सगळं करीत असत.

स्मिता शेवडे आपल्या परिवारात असणं ही स्वतःला उंची मिळवून देणारी गोष्ट आहे.

माझ्या संसारातल्या, थोपवता न येणाऱ्या लाटांखाली जेव्हा किनारा तुडवला जात होता आणि पायाखालची वाळू जेव्हा सरकत होती, तेव्हा त्या क्षणांना ती साक्ष होती.

किनाऱ्याला सावरत होती.

तिच्याकडून तुला काही गोष्टी समजतील.

तेवढा मजकूर लिहिण्याचा वेळ वाचवणं, हा हेतू.

कारण दीर्घ पत्र लिहायला मला आता शरीर, विचार आणि मन उसंत देईल ह्याची शाश्वती नाही.

अर्थात् स्मिताला भेटायचं ते केवळ तेवढ्याचसाठी नाही. 'पानी तेरा रंग कैसा' ह्या वचनाप्रमाणे स्मिताला कोणत्याही वयाला साथ देता येते. संसाराचं मर्म तिच्या सहज हालचालीतून समजतं.

स्वतःच्या संसाराच्या प्रारंभी स्मिता शेवडेसारखी मैत्रीण लाभली तर विचार,

भावना, कृती, संवाद, सहकार ह्या सगळ्या गुणांशी ती मैत्री ठरेल.

मान्य करा, करू नका, संसारात पडावंच लागतं. सुटका नाही. पुरुषाचीही आणि बायकांची पण. स्वत:चा संसार जरी सुरू केला नाही, तरीसुद्धा कुणाच्या तरी संसाराचे आपण घटक असतोच. साधारणपणे ज्या वयात जाणिवा जाग्या होतात, त्या वयापासून आपण, अगदी जवळून असा पहिला संसार बघतो तो आपल्याच आईवडिलांचा. तरीही आपल्या आयुष्याच्या प्रारंभी आपले विचार आत्मकेंद्रित असतात. 'आपल्याला काही कमी पडत नाही ना' ह्या गोष्टीकडेच जास्त भान असतं. काही कमी पडलं तर ते कुणामुळे? ह्या शल्ययुक्त जिज्ञासेनेच आपण आईवडील ह्यांच्याकडे पाहायला प्रारंभ करतो. त्या अवलोकनात 'स्व'चा विचारच जास्त असतो. व्यक्ती आणि परिस्थिती ह्यात अनेकदा परिस्थिती जबाबदार असते. हे न कळण्याच्या वयात आपण व्यक्तीचं मूल्यमापन करायला लागतो. त्यात काही संसारातून बाईमुळे भर पडते तर कधीकधी पुरुषामुळे. म्हणजे स्वत:च्या मुलांसमोर आपल्या साथीदाराबाबत मुलांचं मन कलुषित होणार नाही किंवा होऊ नये म्हणून मौन पाळण्याचं तारतम्य ज्या पालकांना नसतं, त्या त्या संसारात कधी वडिलांबद्दल तर कधी आईबद्दल मुलांचा ग्रह आपोआप तयार होतो. त्यातही Extrovert असलेली व्यक्ती सहानुभूती झटपट मिळवू शकते. स्वत:च्या बुद्धीनुसार आईचं व बापाचं, Objectively मूल्यमापन करायचं आपलं वय होईपर्यंत ज्या काळातल्या घटनांपायी पूर्वी जे मत झालेलं असतं त्या घटना दूरवर गेलेल्या असतात. त्या समस्याही उरलेल्या नसतात, तरीही त्या काळातल्या स्मृतींची छाया रेंगाळत असतेच. म्हणजे पुन्हा आपलं मूल्यमापन शंभर टक्के वस्तुनिष्ठ होईलच, ह्याची शाश्वती नाही. आते, मामे, चुलत, मावस अशी नातेवाइकांची फौज असेल तर आणखी काही संसार पाहायला मिळतात.

सुट्टीत कुणा नातेवाइकांकडे राहायला मिळालं तर तिथल्या संसाराचे ठसे, तुलनेसाठी आपण घरी आणतो. आपल्या संसारात आपण वयाने वडील, की नंतरच्या क्रमांकावरचे ह्याच्यावर तर आपलं अवलोकन कितीतरी अवलंबून. आपल्याच भावंडांशी आपली स्पर्धा. आईवडिलांचं झुकतं माप कुणाकडे पडतं, ह्याचं परीक्षण-निरीक्षण. तेही स्वच्छ नजरेने होण्याची शाश्वती नाही.

आईवडीलही कधीकधी एकमेकांतल्या मतभेदप्रसंगी, संघर्षावेळी अपरिपक्व मुलांची साक्ष काढतात. त्यांना तेव्हा न्याय नको असतो. फक्त कोण बरोबर, कोण चूक हे सांगणारा म्हणजे स्वत:शी सहमत होणारा हवा असतो. एक

गांगरलेला, गोंधळलेला जीव आपल्या बाजूने उभा करण्यात कोणतं पोकळ समाधान मिळतं कोण जाणे.
अहंकार आंधळाच असतो असं नाही,
पंगूही असतो.
अशा काहीशा परिस्थितीत आपण सगळे वाढतो. त्यातही बंगल्यात बालपण गेलं तर चाळीत, वाड्यात, खेडं-तालुका, जिल्हा, शहर असे कितीतरी 'तर' आणि 'स्तर' आपल्याला घडत-बिघडवत असतात. ह्यातल्या जितक्या घटना आपण जाणिवेने टिपल्या असं मानतो, त्याच्या कैक पट अधिक गोष्टी आपल्या सुप्त मनाने नोंदवून ठेवलेल्या असतात. उत्तरार्धात त्यातली कोणती पेशी कार्यरत होऊन ती घटना आपल्या समोर साकार करील आणि कदाचित आपल्याही वृत्तीला न पेलणारा निर्णय घ्यायला भाग पाडील, हे सांगणं मुश्कील. भूतकाळातल्या कोणत्या व्यथेने क्षणात प्रकट होऊन कोऱ्या करकरीत वर्तमानातल्या क्षणावर गारुड केलं ह्याचा पत्ताही लागत नाही.
अशा असंख्य दृश्य रेघांनी आणि सुप्त अदृश्य चऱ्यांनी, पृष्ठभाग मलीन झालेल्या पाटीसहित आपण अंतरपाटापलीकडे उभे राहतो आणि ह्यापेक्षा वेगळ्या रेघोट्यांनी आच्छादित झालेल्या पाटीला अंतरपाट दूर होताच माळ घालतो. अशा दोन पाट्यांवर 'सावधान'ची अक्षरं कशी उमटणार?
लग्नानंतरचे कोरे कोरे क्षण झेलण्यासाठी खऱ्या अर्थाने किती कोऱ्या पाट्या आपल्या समाजात असतील? आपण जे संसार पाह्यले त्यातल्या कटू घटनांचं प्रतिबिंब आपल्या संसारात मी पडू देणार नाही, इतक्या माफक स्वरावर आपण आपली धून सुरू करतो.
व्यक्ती वेगळ्या, वृत्ती वेगळ्या, काळ वेगळा, समस्याही निराळ्या, पण आपले निष्कर्ष तयार आणि त्याची अंमलबजावणी तिसऱ्याच माणसावर. ज्याचा भूतकाळातल्या एकाही प्रसंगाशी संबंध नाही. तुम्ही त्यावरून बनवलेल्या आदर्शांशी नातं नाही. तरी अक्षता पडतात, गळ्यात हार पडतात आणि वृत्तींचा ताळेबंद हिशोब समजायच्या आत मातृत्वाची पदवीही प्राप्त होते.
उत्तम साथीदार कसं व्हावं ह्याचा मंत्र सापडण्यापूर्वी मातृत्वाचं पालन यांत्रिकतेने करावं लागतं. आणि मग 'कसं होणार?' हा मागच्याच पिढीतला प्रश्न वेगळा पेहराव करून, आपला प्रवास चालू ठेवतो, दहशतीचे ठसे भक्कम पेरीत.
एक दहशत नेहमी दुसऱ्या दहशतीला जन्म देते. तरीही युगानुयुगं संसारकहाण्या निर्माण होणार, मुलं होणार, त्यांचे संसार...

चलता है!
असा सगळा पट एका दृष्टिक्षेपात पाहायचा प्रयत्न केला तर गोंधळायलाच होणार.
मग उपाय काय?
तर तेवीस वर्षांची भट्टी, तापवलेलं आयुष्य, सगळं विसरायचं. इतकी वर्षं श्वास घेत राह्यले आणि श्वास घ्यायला पुढं पुष्कळ आयुष्य पडलं असं आपण म्हणत नाही ना?
आपला प्रत्येक श्वास जसा वर्तमानकाळातल्या ताज्या क्षणांशी इमानाने नातं ठेवतो, तितक्याच प्रमाणात वृत्ती कोऱ्या ठेवून, संसारातला प्रत्येक क्षण जोखायचा.
भूत, भविष्याची वजनं वापरून वर्तमानकाळातला कोणताही क्षण तोलता येत नाही.
पाच पंचेंद्रिये आणि ज्ञानेंद्रिये हीच मोजमापं.
Nobody is perfect हे सूत्र मनात हवं. शुद्ध हेतूबाबत कधीच शंका नसावी आणि खूप चांगलं चांगलं करण्यावागण्याची इच्छा असूनही, मधल्या काही Steps चुकू शकतात, ह्यावर श्रद्धा असावी.
Who is wrong ह्याऐवजी What is wrong ह्याचाच शोध घ्यायचं दोघांनी ठरवलंत तर संसार बहरलाच पाह्यजे.
तुमच्या भाषेत सांगायचं तर, सरळ पायऱ्या चढून शिखर गाठणं म्हणजे Who is wrong च्या मळलेल्या पायवाटेवरून जाणं.
What is wrong चा शोध घेणं म्हणजे ट्रेकिंग. हेच ट्रेकिंग अखंड चालो.

तुझा,
वपु काळे

समाजातील अनेक 'जयांपैकी' एका 'जयूचं' हे पत्र. लिहू शकणारी. मनातलं मोकळेपणी सांगणारी. माणूस म्हणून जगायला मिळावं ह्यासाठी आकांत करणारी. संसारात पडल्यावर, माणसाला समृद्ध होण्याची संधी आणि साथ मिळायलाच हवी, असा आक्रोश करणारी.
अशीच मागणी आणि अपेक्षा बाळगणाऱ्या पण प्रकट बोलू न शकणाऱ्या असंख्य, असंख्य मुली असतील. अशाच असंख्य मुलींपैकी दोन बहिणींची पत्रं आली. दोघी शिकलेल्या. एक एम. एस्सी. झालेली. दोघीजणी हुंडा न मागणाऱ्या सासरच्या शोधात होत्या. त्या एका तत्त्वासाठी त्यांना स्वत:च्या मातापित्यांपासूनच संघर्ष करावा लागला.

'पुढची बोलणी' नामक जो व्यावहारिक सोहळा होतो त्या सोहळ्यात त्या भगिनींना भाग घेऊ दिला गेला नाही. त्यापैकी एकजण सरळ आपल्या भावी सासऱ्यासमोर जाऊन उभी राहिली. तिने भावी सासऱ्याला विनवलं.
'मी एम्. एस्सी.पर्यंत शिकले आहे. संसाराचा आर्थिक भार मी हुंड्याच्या रकमेपेक्षा जास्त रकमेइतका उचलू शकते. हुंड्याची अपमानास्पद अट आपण काढून टाकावी.'
त्या भावी श्वशुरमहोदयांनी त्या मुलीचं प्रत्यक्ष भेटीत अभिनंदन केलं आणि आठ दिवसांनी 'आमच्यावर अवलंबून राहू नका' असं कळवलं.
अशी कितीतरी पत्रं.
संवाद करणारी, सामाजिक अन्याय कळवणारी. वैयक्तिक व्यथा सांगणारी. नवरा, आई, बाप, भाऊ ह्यांच्याकडून होणाऱ्या अन्यायाची कहाणी सांगणारी. आपापल्या आवडत्या लेखकाला, मनातला कोणताही विचार व्यक्त करणारी पत्रं लिहिणारे असंख्य वाचक अनेक लेखकांना लाभले असतील.
मराठी वा अन्य भाषेतील असंख्य लेखकांत मीच काय तो 'या सम हा' नव्हे. माझ्यापेक्षा कितीतरी लेखक श्रेष्ठ आहेत. अजोड साहित्यकृतीचे जनक आहेत. तेव्हा लेखक-वाचक पत्रसंवादाचं हे एकमेव श्रेष्ठ उदाहरण ह्या भावनेने 'प्लेझर बॉक्स'ची निर्मिती नाही.
पूर्वी 'सकाळ'सारख्या दैनिकात, 'उषावहिनींचा सल्ला'नामक एक सदर येत असे. ह्या पुस्तकाची भलावण अथवा बोळवण, त्याच मापाने केली जाण्याची संभाव्यता मी नाकारलेली नाही.
बऱ्याच ठिकाणी पुनरुक्तीचा दोष प्रकट झालेला आहे. तो अपरिहार्य आहे. हा सगळा संवादप्रपंच एका दिवसातला नाही. वेगवेगळ्या व्यक्तींशी, वेगवेगळ्या पार्श्वभूमीसाठी–समस्यांसाठी, वेगवेगळ्या वयासाठी, केलेलं त्या त्या क्षणी उत्स्फूर्तपणे जे लिहावंसं वाटलं ते मी लिहिलं.
मला पत्रं पाठवणारी वाचकमंडळी वेगवेगळी होती. त्या सर्वांना उत्तर पाठवणारा मात्र मी 'तोच' होतो. त्याशिवाय उत्तरातील मजकुराला मर्यादा-स्वयंभू होती आणि आहे. सांत्वन, समजूत, दिलासा, धीर, आधार...ह्याच भावना व्यक्त करायच्या म्हणजे मजकुरात पुनरुक्ती होणं अटळ.
आजवरच्या लेखनातून, ज्या काही ठाम विचारांचा पाठपुरावा केला, त्या विचारसरणीचं उपकेंद्र म्हणजे 'प्लेझर बॉक्स.' शब्द आणि संवाद, माणसामाणसातलं मोकळं बोलणं, ह्या एकाच मागणीसाठी तीस वर्षं जे लेखन केलं, त्या सगळ्याचं इंद्रधनुष्य म्हणजे 'प्लेझर बॉक्स' हे पन्नासावं पुस्तक. ह्या इंद्रधनुष्यातले मोहवणारे विविध रंग आहेत, ते वाचकांचे. उत्तर

पाठवण्यापूर्वी मीही त्या इंद्रधनुष्याकडे, वेगवेगळ्या भावनेतून पाहत राह्यलो आहे. जी पत्रं पेलली, त्यांना उत्तरं पाठवली.

निरुत्तर करणारी पत्रंही खूप आहेत.

एका वाचकाने स्पष्टपणे कळवलं, 'आर्थिक परिस्थिती सामान्य, आईवडिलांना सांभाळावं लागतं. लग्नाचं वय टळून जात आहे. फॅशनेबल मुली पाहून जीव गलबलतो. मग काय करणार? अपना हाथ जगन्नाथ म्हणत दिवस काढतो.'

एका विवाहित अभागिनीने कळवलं आहे, 'नवरा अनैसर्गिक समागम करून सहनशक्तीचा अंत करतो.'

जगातला कोणता लेखक अशा व्यक्तींना उत्तर पाठवू शकेल?

मी तर नाहीच.

माझ्यासारख्या संवादवेड्या 'मी माणूस शोधतोय' म्हणणाऱ्या एका छोट्या लेखकाला खूप माणसं पत्रांतून भेटली. एका पुस्तकात सगळ्या चांगल्या पत्रांची दखल घेणं अशक्य. पुस्तकाची किंमतही न परवडणारी होईल. इतर अनेक पत्रांसाठी आणखी एक संग्रह प्रसिद्ध करण्याशिवाय पर्याय नाही. आज आनंद एकाच गोष्टीचा. मोकळ्या मनाची माणसं उदंड आहेत.

मोठ्या मनाचीच काय ती वाण आहे.

अशी ही मोकळी मनं प्लेझर बॉक्समुळे भेटली. त्यातली काही मनं, कार्यक्रमाच्या निमित्ताने जेव्हा प्रत्यक्ष भेटली तेव्हा, रांगोळी काढणाऱ्या त्या हातांना स्पर्श झाला.

सांताक्लॉझ प्रत्यक्षात भेटला.

□□

आपल्या मूडनुसार, वेळेनुसार कोणतेही पान उघडावे न् तेवढेच वाचूनही वाचनानंद मिळवावा असे हे पुस्तक

वपुर्झा

वपु काळे

कोणतंही पान उघडा आणि वाचा.

'वपुर्झा' हे पुस्तक कोणासाठी? ज्यांना मोत्यातील चमक बघायची आहे अशा वेड्यांसाठी!

हे पुस्तक कसं वाचायचं? एका बैठकीत? अथ ते इति? एका दमात? छे! मुळीच नाही. काही हौशी घरांमध्ये ड्रेसिंग टेबलावर निरनिराळ्या अत्तरांच्या बाटल्या असतात. जसा मूड असेल तसं अत्तर वापरायचं किंवा जसा मूड व्हावासा वाटत असेल तसं अत्तर निवडायचं. हे पुस्तक असंच वाचायचं.

हवं ते पान आपापल्या मूडनुसार उघडायचं आणि त्या सुगंधाने भारून जायचं. एखादा सुगंध पुन्हा घ्यावासा वाटला तर? पुन्हा शोधायचा. त्या शोधात आणखी काहीतरी सापडेल. म्हणूनच या पुस्तकात अनुक्रमणिका, क्रमांक, संदर्भ काहीही दिलेलं नाही.

'वपुंच्या लेखनाला मिळालेली दाद आणि त्याला वपुंनी दिलेला प्रतिसाद म्हणजे हे पुस्तक.''

वपु काळे

प्लेझर बॉक्स

भाग दोन

'प्लेझर बॉक्स'च्या निर्मितीत एक गोष्ट कटाक्षाने टाळण्याचा प्रयत्न केला आहे.
निव्वळ खुषामत करणारी पत्रं किंवा
संपूर्ण पत्रातला खुषामत वा बेदम कौतुक करणारा मजकूर प्रकाशित होऊ द्यायचा नाही.
ही खुषीपत्रांची पोतडी नाही. हा एक संवाद आहे.
आनंदाची देवाणघेवाण आहे.
संवादाच्या गप्पागोष्टीच्या ओघात आपण एकमेकांबद्दल
जेवढं चांगलं बोलतो तेवढं स्तुतिपर बोलणं येणं अपरिहार्य आहे.
हा पत्रव्यवहार मुळातच आवडनिवड कळण्यासाठीच निर्माण झाला आहे.
तरीसुद्धा वाचकांची पत्रं काटछाट करूनच प्रसिद्ध केली आहेत.
वाचकांच्या संकोचून टाकणाऱ्या स्तुतीने त्यांचा भाव कळतो पण संवाद पुढे सरकत नाही.
ज्या पत्रांनी आणखीच बोलायला लावलं त्या पत्रांना अग्रक्रम मिळणं अपरिहार्य होतं.